வெட்டாட்டம்

ஷான்

யாவரும் பப்ளிஷர்ஸ்

- வெட்டாட்டம் ● நாவல் ● ஷான் கருப்புசாமி
- முதல் பதிப்பு : ஜூலை 2017
- இரண்டாம் பதிப்பு : அக்டோபர் 2018
- உரிமை ஆசிரியருக்கு
- யாவரும் பதிப்பகம் வெளியீடு

- Vettatam ● Novel ● Shan Karuppusamy
- © Author ● First Edition : July 2017
- Second Edition : October 2018
- Pages : 272 ● Price : 250/-

Designed by : Gopu Rasuvel

Released by : Yaavarum Publishers,
214, 3rd bhuvaneshwari Nagar,
Velachery, Chennai - 600042
90424 61472 / 98416 43380

மூட்டை தூக்கியும் விறகு பிளந்தும் என்னை செதுக்கிய
என் தந்தை கருப்புசாமிக்கு

முன்னுரை

கதைகள் என்றாலே 'ஒரு ஊர்ல ஒரு ராஜா' என்று தொடங்கியே பழகியவர்கள் நாம். தமிழின் முதல் நாவலான பிரதாப முதலியார் சரித்திரம் ஒரு ராஜா ராணி கதை. தமிழில் மட்டுமல்ல இந்தியாவில் புழங்கிய பல புராதணக் கதைகள் ராஜா ராணிகளின் கதைகளாகவே இருந்தன. நம்முடைய இதிகாசங்கள் உட்பட அப்படித்தான். நம் ஒவ்வொருவரின் நிறைவேறாத அடிமனது ஆசையும் ஒரு அரசனாக மாறுவதாகவே இருக்கிறது. ஒவ்வொருவருக்கும் ஒவ்வொரு காரணம் இருக்கலாம். ஆனால் அத்தனையும் காலடியில் தரும் வானளாவிய அதிகாரத்தையும் செல்வத்தையும் யார்தான் விரும்பமாட்டார்கள்? அது போன்ற அரசர்கள் இப்போது இல்லை. அதாவது அரசர்கள் என்ற பெயரில் இல்லை. அவர்கள் இன்றைய சமூகத்தில் வேறு வேறு வடிவங்களில் வேறு வேறு பெயர்களில் உலவுகிறார்கள். வெட்டாட்டம் நாவல் அது குறித்துத்தான் பேசுகிறது. அது அரசர்களைப் பற்றிப் பேசுவதாலேயே வாசகர்களுக்கு அது சுவாரசியமாக இருந்திருக்கிறது. இது வரை நூற்றுக் கணக்கானவர்கள் என்னைத் தொடர்பு கொண்டு இந்த நாவலை சிலாகித்துப் பேசியிருக்கிறார்கள். பணத்தையும் அதிகாரத்தையும் நாம் எந்த அளவுக்கு வெறுக்கிறோமோ அந்த அளவுக்கு நாம் விரும்பவும் செய்கிறோம். அது தொடர்பான கனவுகள் நம்மைத் தொடர்ந்தபடியே இருக்கின்றன.

இன்னும் பெரிய அளவில் வாசிக்கப்படவில்லை என்றாலும் ஒரு நூலாக வெட்டாட்டம் இரண்டு விஷயங்களை சாதித்திருக்கிறது. முதல் முறையாக ஒரு நாவலை வாசிப்பவரோ அல்லது தீவிர வாசகரோ இருவருக்குமே ஏதோ ஒரு புள்ளியில் அது நிறைவைத் தந்திருக்கிறது. அடுத்தபடியாக, கையில் எடுத்தால் புத்தகத்தைக் கீழே வைக்க முடியாத ஒரு வாசிப்பு அனுபவத்தை இது தந்திருக்கிறது. இன்றைய உலகில் நமது நேரத்தின் பங்கு வேண்டிப் போட்டியிடும் பல விஷயங்களுக்கு நடுவில் வாசிப்பு நசுங்கிப் போயிருக்கிறது. தொலைக்காட்சி, சினிமா, கிரிக்கெட், மொபைல், கம்ப்யூட்டர் கேம்ஸ், விரைவுச் செய்திகள் என்று அத்தனை இடையூறுகளையும் தாண்டி ஒரு தமிழ் வாசகனை வாசிப்புக்கு இழுத்து வருவது கடினம்.

அப்படியே வந்தாலும் அவர்களைத் தொடர்ந்து சில மணி நேரங்கள் புத்தகத்தோடு பிடித்து வைப்பது அதை விடக் கடினம். வெட்டாட்டம் தன்னை வாசித்த ஒவ்வொரு வாசகனிடமும் அந்த சாதனையை செய்திருக்கிறது என்று நம்புகிறேன். என்னோடு உரையாடிய வாசகர்களும் அதை உறுதி செய்திருக்கிறார்கள்.

இப்படியாக வெட்டாட்டத்தின் கதைக்களமும் அது எழுதப்பட்ட விதமும் சுவாரசியத்தைத் தருவதாக இருந்ததாலோ என்னவோ படித்த அனைவரும் ஒரு திரைப்படத்தை போல அது இருந்ததாகக் கூறினார்கள். பெரும்பாலும் கதையோட்டம் ஒரு திரைக்கதையைப் போல நகர்ந்துகொண்டே இருப்பதும் விவரணை வர்ணனைகள் குறைவாக இருப்பதுவும் கூட இதற்குக் காரணமாக இருந்திருக்கலாம். ஆனால் இந்தக் கதையை திரைப்படமாக எடுக்க நிறைய தைரியமும் செலவும் பிடிக்கும் என்பதால் அது குறித்து எந்த நம்பிக்கையும் எனக்கு இல்லை. நாவல் வெளிவந்து மூன்று மாதங்கள் கழிந்த பிறகு ஒளிப்பதிவாளர் ஆர்டி ராஜசேகர் அழைத்திருந்தார். கதையை மிக ரசித்ததாகவும் ஒரு சினிமாவுக்குத் தேவையான அனைத்தும் இருப்பதாகவும் கூறிப் பாராட்டினார். அதை இயக்குனர் ஆனந்த் சங்கர் வசம் கொடுத்திருப்பதாகவும் அவர் அழைக்க வாய்ப்பிருக்கிறது என்றும் கூறினார். அடுத்த மூன்றாவது நாளே ஆனந்த் சங்கர் என்னை சந்திக்க வந்தார். தான் தமிழில் படித்த முதல் நாவல் இது என்றும் தனக்கு இந்தக் கதை மிகவும் பிடித்திருப்பதாகவும் அடுத்த கட்டத்திற்கு கொண்டு செல்ல விரும்புவதாகவும் கூறினார். அப்போதும் ஒரு வித சந்தேகத்துடன்தான் தலையை ஆட்டி வைத்தேன். ஆனால் நானே எதிர்பார்க்காத வேகத்தில் திரைப்படத்துக்கான வேலைகளை நிகழ்த்திக் காட்டினார் ஆனந்த் சங்கர். இந்த நாவல் திரைப்படமாகும் என்ற ஒரே எண்ணம் பலருக்கும் இருந்ததால் அந்த ஒருமித்த எண்ணங்களின் சக்தியே அதை நடத்திக் காட்டியதாக நம்புகிறேன்.

இந்த சம்பவங்கள் நடக்கும்போது நேரமின்மை காரணமாக அரங்குகளுக்குச் சென்று திரைப்படங்கள் பார்ப்பதை அறவே நிறுத்தியிருந்தேன். தொலைக்காட்சி, ப்ரைம், நெட்ஃபிளிக்ஸ் ஆகியவற்றில் கிடைக்கும் படங்களை மட்டுமே பார்ப்பது வழக்கமாகியிருந்தது என்பதால் சமகாலப் படங்கள், இயக்குனர்கள் என்று கொஞ்சம் அப்டேட் ஆகாமல் இருந்த நேரம் அது. வருண் பாத்திரத்துக்கு விஜய் தேவரகொண்டா பெயரை இயக்குனர் பரிந்துரைத்தபோது அர்ஜுன் ரெட்டி படமெல்லாம் நான் பார்த்திருக்கவில்லை. அடுத்த நாள் அமேசான் ப்ரைமில் பார்த்துவிட்டு அடுத்த நொடியே அவர்தான் நமது வருண் என்று இயக்குனருக்கு

செய்தி அனுப்பினேன். ஸ்டுடியோ க்ரீன் அலுவலகத்தில் தயாரிப்பாளர் ஞானவேல்ராஜாவைச் சந்தித்தபோது இந்தக் கதையை படமாக எடுத்தால் பிரச்னை வரும் என்று சொன்னேன். கதையின் சர்ச்சைக்குரிய அம்சங்கள்தான் தன்னை இந்தப் படத்தை உருவாக்கத் தூண்டுகிறது என்று அவர் சொன்னார். சத்யராஜ், நாசர் போன்ற ஜாம்பவான்களுடன் நிஜமாகவே படப்பிடிப்பும் தொடங்கிய பிறகுதான் நோட்டா உருவாகிவிடும் என்று எனக்கு நம்பிக்கை வரத் தொடங்கியது.

வெளியே இருந்து மட்டுமே பார்த்துப் பழகிய ஒரு துறை சினிமாத்துறை. அதன் உள்கட்டமைப்புகளையும் செயல்பாடுகளையும் உழைப்பையும் வலிகளையும் வேதனைகளையும் உணர்ந்து கொள்ளும் காலகட்டமாக நோட்டா உருவாக்கம் அமைந்தது. இயக்குனரோடு இணைந்து திரைக்கதையில் வேலை செய்தது ஒரு நாவலை எப்படி காட்சிகளாகக் கோர்ப்பது என்பது குறித்த தெளிவைத் தந்தது. ஒரு எழுத்தாளனாக திரைப்படத்துக்குத் தேவையான எழுத்து எது என்பதை நேரடியாக அறிந்து கொள்ள இந்த அனுபவம் உதவியது. இசையும், கேமரா கோணங்களும், தேர்ந்த நடிகர்களின் நடிப்பும் அந்தக் கதைக்கு இன்னொரு பரிமாணத்தைத் தந்தன. நோட்டா திரைப்படம் பார்வையாளர்களுக்குப் புதியதொரு அனுபவத்தைத் தரும் என்பதில் சந்தேகமில்லை.

அதே நேரத்தில் ஒரு நாவல் வாசிப்பு தரும் அனுபவம் என்பது திரைப்படம் தரும் அனுவத்தைக் காட்டிலும் பெரிதும் வேறுபட்டது. ஒரு நாவலைப் படிக்கும்போது நம் மனதில் ஓடும் திரைப்படமென்பது அவரவர் கற்பனையில் உருவாவது. அது பல நேரங்களில் வேறு யாரோ சிந்தித்து உருவாக்கும் திரைப்படத்தைவிடப் பல மடங்கு நமக்கு நெருக்கமானது. கதையில் ஒரு அழகி வரும்போது நாம் அழகென்று நினைக்கும் ஒரு அழகியை அந்த இடத்தில் வைத்துக்கொண்டு படிக்கிறோம். கதையின் நாயகனாக நாமே மாறி விடுகிறோம். அங்கே வீசும் காற்றையும் அது சுமந்து வரும் வாசனைகளையும் உணர்கிறோம். அந்த எழுத்துகளுக்குள் தொலைந்து போகிறோம். அந்த நாவலாசிரியரே வந்து திரைக்கதை எழுதி இயக்கினாலும் வாசகன் மனதினுள் ஓடிய திரைப்படத்துக்கு நியாயம் செய்ய முடியாது. இதன் காரணமாகவே வெட்டாட்டமும் நோட்டாவும் இரு வேறு படைப்புகளாகவே தொடர்ந்து உணரப்படும் என்பதில் எனக்கு சந்தேகமில்லை. இவ்விரண்டில் ஒரு படைப்பு இன்னொரு படைப்புக்கான வாசலாகவே தொடர்ந்து இருக்கும். இதில் எது உயர்வு எது தாழ்வு என்று விவாதிப்பது அவசியமற்றது.

நீ எங்கே சுற்றினாலும் இறுதியில் சினிமாவில் நுழைந்து விடுவாய் என்று எனது பதினைந்தாவது வயதிலிருந்து சொல்லிக் கொண்டிருந்தவர் தண்டபாணி. எனது நண்பன் ரமேஷின் அப்பா. நான் கட்டிடக்கலை படித்தபோதும் தகவல் தொழில்நுட்பத் துறையில் நுழைந்து மூச்சு விட நேரமின்றி உழைத்த போதும் ஏதேதோ வேலைகள் செய்து கொண்டிருந்தபோதும் அவர் தொடர்ந்து இதையே திரும்பத் திரும்ப சொல்லிக் கொண்டிருந்தார். அதைக் கேட்டு நானே சிரித்திருக்கிறேன். இன்று அவர் உயிருடன் இல்லை. இந்தப் பதிப்பை அவருக்கு சமர்ப்பிக்கிறேன்.

உங்கள் மேலான அன்புக்கும் ஆதரவுக்கும் மீண்டும் நன்றிகள்!

10 - செப்டம்பர் 2018, சென்னை   - ஷான் கருப்புசாமி

● shan.mugavari@gmail.com ● Facebook : Shan Karuppusamy
● Twitter: @shanmugame ● www.kanavudesam.com ● +91 98840 91216

0

ஜெர்மனியின் ம்யூனிக் நகரம்.

Süddeutsche Zeitung பத்திரிகையின் இன்வெஸ்டிகேடிவ் ஜர்னலிஸ்டுகளில் ஒருவர் தனது கணினியை மேய்ந்து கொண்டிருந்தார். எழுதிக் கொண்டிருந்த ஒரு கட்டுரையின் வரிகளிலிருந்து கவனத்தைக் கலைக்கும் விதமாக தனது என்கிரிப்டட் சேட் க்ளையண்ட் மினுங்கி அணைவதை சோம்பலாக கவனித்தார். தங்களை வெளிப்படுத்திக் கொள்ளாமல் புலனாய்வுக்காக ரகசியத் தகவல்களை இணையத்தின் மூலம் அனுப்புவோர் பயன்படுத்த அவர்கள் பத்திரிகை அளித்திருந்த பிரத்யேக சேட் முகவரி அது. அனுப்புவோர் தங்கள் அடையாளத்தைக் காட்ட வேண்டியதில்லை. ஆனால் இப்படி வரும் பெரும்பாலான தகவல்கள் பெரியதாய் ஆரம்பித்து சப்பென்று முடிந்து போவதை அவர் தனது அனுபவத்தில் பார்த்திருக்கிறார். அல்லது ஒரு வதந்தியாகவோ ஃபோர்ஜரியாகவோ இருக்கும். ஆனால் அதற்காக எதையும் புறக்கணிக்க முடியாது. நூற்றில் ஒன்று உண்மையாகவும் இருந்து தொலைக்கும். அந்த ஒன்று எதுவாக வேண்டுமானாலும் இருக்கலாம் என்பதுதான் சிக்கல். சோம்பல் முறித்து எழுந்து சென்று காபி இயந்திரத்தில் தனது கோப்பையை நிரப்பிக் கொண்டு வந்தார். சேட் க்ளையண்ட் பிடிவாதமாக தன்னை கவனிக்கச் சொல்லி மினுங்கியபடியிருக்க அதை க்ளிக் செய்து பெரிதாக்குகிறார். John Doe என்ற பெயரில் செய்தி வந்திருந்தது. புன்னகைத்துக் கொண்டார். அடையாளம் தெரியாதவர்கள் இணையத்தில் உபயோகிக்கும் பொதுவான பெயர். அதன் பின் மனித வரலாறு நினைவில் வைத்துக் கொள்ளப்போகும் அந்த உரையாடல் தொடங்குகிறது.

வெட்டாட்டம்

[John Doe]
Hello. This is John Doe.
Interested in Data?

[Süddeutsche Zeitung]
We're very interested.

[John Doe]
There are a couple of conditions. My life is in danger.
We will only chat over encrypted files.
No meeting, ever.
The choice of story is obviously up to you.

[Süddeutsche Zeitung]
Why are you doing this?

[John Doe]
I want to make these crimes public.

[Süddeutsche Zeitung]
How much data we are talking about?

[John Doe]
More than anything you have ever seen.

க

அத்தனையும் தொடங்க ஒரே ஒரு தாயம் தேவை. அது ஆடுபவர்களில் யாருக்கு வேண்டுமானாலும் விழும். முதலில் தாயம் விழுந்து ஆட்டத்தைத் தொடங்குபவர்கள்தான் வெல்வார்கள் என்று எந்தக் கட்டாயமும் கிடையாது. தாயத்தின் மதிப்பு வெறும் ஒன்றுதான். ஆனால் தாயம் விழாதவர்கள் ஆட்டத்தையே தொடங்க முடியாது. தாயம் இல்லாமல் எத்தனை விழுந்தாலும் பயனில்லை.

இறுக மூடியிருந்த கண்களை வருண் மெதுவாகத் திறந்தான். முகத்தில் மோதும் காற்று அவன் போதையைத் தெளிவிக்க முயன்றது. பதினான்கு மாடிகள் என்பது கிட்டத்தட்ட நூற்று எண்பது அடிகள் உயரம். நகரத்தின் உயரமான ஐந்து நட்சத்திர ஓட்டலின் ரூஃப் கார்டன் அது. காற்றின் வேகம் அதீதமாக இருக்க அவன் கால்கள் கைப்பிடிச் சுவரின் மீது சிறிய தள்ளாட்டத்துடன் நின்றன. நள்ளிரவிலும் மாநகரத்தின் பெரும்பகுதி மின்னும் விளக்குகளாகத் தெரிகிறது. மெல்ல கீழே குனிந்து பார்க்கிறான். ஒரு சிறு அடியில் மரணத்திற்கு மிக அருகில் இருப்பது இது வரை அருந்தியிருந்த ஆறு லார்ஜ் வோட்காவையும் (ஒன்றிரண்டு கூடக் குறைய இருக்கலாம்) தாண்டிய புது விதமான போதையை அவனுக்கு அளித்தது. கீழே வெகு தொலைவில் வாகனங்கள் ஓசை இல்லாமல் ஊர்ந்து கொண்டிருந்தன. பின்னால் தடுப்புக்கு அப்பால் ஒரு மேசையில் அமர்ந்திருந்த அவன் நண்பர்கள் ஏதோ கூக்குரல் இடுவது கேட்டது. ஆனால் அவனை வேண்டாம் என்று சொல்கிறார்களா உற்சாகப்படுத்துகிறார்களா என்று காற்றின் ஊளைச் சத்தத்தில் விளங்கவில்லை. வலது கையில் இருக்கும் சிறிய குப்பியில் டெக்கிலா இருந்தது. கிட்டத்தட்ட அறுபது சதவீதம் ஆல்கஹால். நண்பர்களை திரும்பிப் பார்த்தான். தலை திருப்பலில் லேசாகத் தடுமாறி மீண்டும் சமநிலைக்கு வந்தபோது

அவர்களிடம் சத்தம் சட்டென்று நின்று சிறிதாக வாயைப் பிளந்து இவனையே பார்த்தார்கள். ஒரே மடக்கில் கையிலிருந்த திரவத்தை உள்ளே அனுப்பினான். எரியும் கற்பூரத்தை விழுங்கியது போல் அது தொண்டைக்குள் பயணித்ததை அவனால் உணர முடிந்தது. கண்மூடி அது உணவுக் குழாயில் பயணிப்பதை உணர்ந்தான். ஒரு காட்டுத் தீயைப் போல அது நகர்ந்து சென்று அவன் வயிற்றுக்குள் பரவியது. அதன் பாதையை அது சென்ற பின்னும் உணர முடிந்தது. டெக்கிலாவின் ஆவி மூக்கில் வெளியேறுவது போலிருந்தது.

“ஹேப்பி பர்த் டே டு மீஈஈ” என்று கீழே தெரிந்த நகரத்தைப் பார்த்துக் கூவினான். கையில் இருந்த சிறிய கனமான குப்பியைத் தரை நோக்கி விட்டான். அது இருளில் கலந்து மறைந்தது. மெல்ல உள்பக்கமாக இறங்கி மீண்டும் தடுப்புகளைத் தாண்டி நண்பர்கள் அமர்ந்திருந்த மேசைக்கு வந்து சேர்ந்தான். இப்போதைக்கு அந்த ரூஃப் கார்டனில் இவர்கள் மட்டுமே இருந்தார்கள்.

ஓட்டலின் மேனேஜர் அவர்களின் மேசைக்கு அருகில் கைகளைப் பிசைந்தபடி நின்றார். கோட்டுக்குள் தெரிந்த அவரது சட்டை தெப்பலாக நனைந்திருந்தது. கிட்டத்தட்ட மயங்கிவிடும் இரத்தக் கொதிப்பு நிலைக்கு வந்திருந்தார்.

நண்பர்களிடம் வந்து “ஹை ஃபை மச்சி” என்றபடி அவர்கள் உயர்த்திய கைகளில் தட்டிக் கொண்டான்.

“மச்சான்.. தட் ஈஸ் சீரியஸ் ரெக்லஸ் ஷிட்.. யூ ஆர் எ மேனியாக்” என்றான் கவுரவ். “ஹேப்பி பர்த் டே மச்சி... இத நாளைக்கே யூ டியூப்ல ஏத்தறோம்” என்றபடி கட்டிக் கொண்டான். கவுரவ் நகரத்தில் ஒரு பெரிய சாலை கான்டிராக்டரின் மகன்.

அவனை அடுத்து அமர்ந்திருந்த ஷில்பா இன்னும் பேயறைந்தது போல் அமர்ந்திருந்தாள்.

“ஷில்பா கம் ஆன்... இட் ஈஸ் ஃபன்”

“எதுடா ஃபன்? மண்ணாங்கட்டி ஃபன்... நீ விழுந்து செத்துத் கித்து தொலைச்சேன்னா எங்களைத்தான் உள்ளே வெச்சு லாடம் கட்டுவாங்க... இதுல ஒரு பொண்ணுக்கு பசங்களோட நடு ராத்திரில என்ன வேலைன்னு டிவில கூட்டமா உக்காந்து என்னோட போட்டோவ போட்டு பஞ்சாயத்து பண்ணுவாங்க...”

“சரி ஷில்பா.. விடு ஆப்டர் ஆல் இன்னைக்கு அவனுக்கு பர்த் டே... என் டார்லிங் என்ஜாய் பண்ணட்டும்..”

ஷில்பா இறங்கி வந்தாள். "சரி வா.. ஹக் மீ.. ஹேப்பி பர்த்டே... பொழச்சுப் போடா."

வருணைக் கட்டிக் கொண்டாள் ஷில்பா.

அடுத்து அமர்ந்திருந்த கோகுலின் தலை நிற்காமல் ஆடிக் கொண்டிருக்க ஒரு இந்திப் பாடலை கர்ண கொடூரமாக முணுமுணுத்துக் கொண்டிருந்தான். அவனுடைய அப்பா ஒரு சினிமா தயாரிப்பாளர். விரைவில் ஹீரோவாக அவனை வைத்தே படம் எடுக்கவிருக்கிறார்.

அவனுக்கு அடுத்து இருந்த அப்துல் ஏதோ காரணத்துக்காக இன்னும் கட்டுப்படுத்த முடியாமல் சிரித்துக் கொண்டிருந்தான். போதை அதிகமாகிவிட்டால் இப்படி சிரிக்கத் தொடங்கிவிடுவான். உலகமே அதி நகைச்சுவையாகத் தெரிய ஆரம்பித்துவிடும் அவனுக்கு. மேசைக்கு அருகே தெப்பமாக வியர்த்தபடி நின்ற ஹோட்டலின் மேனேஜர் அவர்களின் கொண்டாட்டத்திற்குள் நுழைந்து ஏதோ சொல்ல வெகு நேரமாக முயன்று கொண்டிருந்தார். ஒரு வழியாக வருணின் அருகே வந்து "சார்.. க்ளோசிங் டைம்." என்றார் தயங்கித் தயங்கி.

"கம் ஆன் நண்பா.. இது என்னுடைய பர்த் டே.. இப்பதான் சபை ஆரம்பிச்சிருக்கு ஸ்பாயில் பண்ணாதே.." என்றபடி அவருடைய தோள் மீது கை போட்டுக் கொண்டான் வருண்.

"இந்தா நீ ஒரு டெக்கிலா ஷாட் அடி" என்று மேசையில் இருந்து எடுத்து அவன் கையில் ஒரு கண்ணாடிக் குப்பியைத் திணித்தான்.

"இல்ல பரவால்ல சார். ஹேப்பி பர்த்டே சார்.. தேங்க் யூ சார். எல்லா கஸ்டமரும் போயாச்சு. உங்களுக்காக ரெண்டு மணி நேரம் கூட எக்ஸ்டென்ட் பண்ணியாச்சு. இதுக்கு மேல எனக்குத்தான் பிரச்னை... ப்ளீஸ் சார்."

கோகுல் இந்திப் பாடலை நிறுத்திவிட்டு நிமிர்ந்து பார்த்தான்.

"யோவ் மிஸ்டர்... நாங்க யாருனு தெளியுமாய்யா" என்றான். தலை மறுபடி தொய்ந்து விழுந்தது. மேனேஜர் எச்சில் விழுங்கினார்.

"தெரியும் சார். நீங்க ரெகுலரா வந்துட்டுதானே இருக்கீங்க.. ப்ளீஸ்... நாளைக்கும் வாங்க. இது உங்க ஓட்டல் மாதிரி.. ஆனா இப்படி சுவர்ல ஏறி அவருக்கு ஏதாவது ஆச்சுன்னா வருண்

சாரோட அப்பாவுக்கு நாம்தான பதில் சொல்லணும்... ப்ளீஸ் சார்"

"மிஸ்டர்.. நீ போயி உங்க மேனேஜலை வளச்சொல்லு.. வளச்சொல்லு..." என்றான் கோகுல்.

"சார்.. நான்தான் மேனேஜர்.."

"வாட்.. ஐடி கார்டு வெச்சிளுக்கியா.. எப்படி நம்பறது மேன்.. "

மேனேஜரின் கன்னத்து சதைகள் சில விநாடிகள் இறுகின. பிறகு பழையபடி கெஞ்சல் தொனிக்கே வருகிறார்.

"மேடம் ப்ளீஸ்.. நீங்களாவது சொல்லுங்க... எனக்கு வேலை போயிடும்..." என்று ஷில்பாவிடம் திரும்பினார். அவள் ஒருத்திதான் அந்தக் கூட்டத்தில் தெளிவாக இருந்தாள். ஷில்பாவின் கண்களில் பயம் தெரிந்ததை அவர் கவனித்திருக்க வேண்டும்.

"கைஸ்... அவர் சொல்றதும் சரிதான்.. வருண் வாட் யூ டிட் வாஸ் டேஞ்சரஸ்.. விளையாட்டு இல்லை... இன்னைக்கு இது போதும். கௌம்பலாம்."

"ஓ கமான் ஷில்பா... ஜஸ்ட் ஒன் மோர் ரவுண்ட்..."

"நீங்க வரலைன்னா எப்படியோ போங்கடா.. ஐ ஆம் கோயிங்..." என்றபடி எழுந்தாள். அவளிடம் ஒயினான ஒரு தள்ளாட்டம் இருந்தது. அருவி போல் வழிந்த கூந்தலை இரண்டு விரல்களால் ஒதுக்கி காதுக்குப் பின்னால் தள்ளியதை அந்த நிலையிலும் மேனேஜர் கவனிக்கத் தவறவில்லை. கைப்பையை எடுத்துத் தோளில் மாட்டிக் கொண்டாள். வட இந்தியப் பெண்களுக்கே உரிய அவளுடைய நிறம் அந்த இரவில் ஒளிர்ந்தது.

"ஓகே.. ஓகே.. போலாம்.. மேனேஜர்.. செக் கொண்டு வரச்சொல்லு" என்ற வருண் பாக்கெட்டில் கை விட்டுத் தனது பர்சை எடுத்தான்.

"சார்.. அதெல்லாம் வேண்டாம்... இப்போ நீங்க முதல்ல பத்திரமா வீட்டுக்குப் போங்க..."

"மச்சான் இந்தாளு நாம மப்புல இருக்கோம்னு சொல்றான்டா" என்றான் அப்துல். மேசையில் கவிழ்ந்து படுத்தபடியே தன்னுடைய கையில் இருந்த கண்ணாடிக் கோப்பையை விளக்கு வெளிச்சத்தில் உயர்த்தி அடியில் ஏதும் மிச்சம் இருக்கிறதா என்று பார்த்துக் கொண்டிருந்தான். கோப்பை காலியாக இருப்பதைப் பார்த்ததும்

மறுபடி அடக்க மாட்டாமல் சிரிக்கத் தொடங்கினான். மேசை முழுவதும் காலித் தட்டுகள் வெவ்வேறு நிறங்களில் எண்ணெய் பிசுக்குடன் பரந்திருந்தன.

“சார் அப்படியெல்லாம் இல்ல. உங்ககிட்டே பணம் வாங்க வேணாம்னு எம்டி சொல்லி இருக்காரு. உங்களுக்கு டிரைவர் ரெடி... வீட்டுல விட்டுட சொல்லி இருக்காரு...”

“இத பாரு மேன்.. டுடே ஈஸ் மை பர்த் டே... நீ யாரு பணம் வேண்டாம்னு சொல்றது. ஹியர்.. நானே சம்பாதிச்ச பணம்... பில் போக மீதி உனக்கும் அந்த தோழருக்கும்....” கற்றையாக சில ஆயிரங்களை உருவினான் வருண். மேனேஜரின் பாக்கெட்டில் அழுத்தினான். சில தாள்கள் கீழே சிதறின.

மறுத்துக் கொண்டிருந்த மேனேஜரின் மொபைல் அலறியது. எடுத்துப் பேசினார்.

“சார்.. இல்ல சார்.. இன்னும் இங்கதான் இருக்காங்க சார்.. கௌம்பிட்டு இருக்காங்க சார்... ஓகே சார்.. ஆமா சார் டிரைவர் ரெடி சார்.. இல்ல சார்... அவங்களை அனுப்பிட்டு இன்ஃபார்ம் பண்றேன் சார்...”

போனை அணைத்து வைத்தார்.

“இப்போ நீங்க கௌம்பப் போறீங்களா இல்லையாடா..” என்றபடி முறைத்தாள் ஷில்பா.

ஐந்து பேரும் மெல்ல எழுந்து வந்தபோது மேனேஜர் லிப்டைத் திறந்து வைத்துக் காத்திருந்தார். பவ்யமாக வந்து லாபிக்குச் செல்லும் பட்டனையும் அழுத்தினார். லிப்ட் நகரத் தொடங்க கோகுல் மீண்டும் இந்தியில் பாடத் தொடங்கினான்.

லாபிக்கு வந்தார்கள். ஓட்டல் வெறிச்சோடி இருந்தது. ஒரு ரோமானிய மாளிகையைப் போன்ற அதன் அலங்காரம் பாதி இருட்டுக்குள் இருந்தது. போர்டிகோவுக்கு வந்து காருக்காகக் காத்திருந்தார்கள். உயரமாக வந்தது டொயோட்டா ஃபார்ச்சூனர்.

வாகனத்தைச் சுற்றி ஓடி ஓடி கதவுகளைத் திறந்து விட்டார் மேனேஜர். எப்படியாவது அவர்களை பொட்டலம் கட்டி அனுப்பி விட்டால் போதும் என்று அவரது நடவடிக்கைகள் இருந்தன. வாரத்தில் இரண்டு மூன்று நாட்கள் இவர்களால் இதே ரோதனைதான். இன்று பிறந்தநாள் கொண்டாட்டம் என்பதால் அட்டகாசம் வழக்கத்தை விட அதிகம். ஆனால்

வெட்டாட்டம்

மூச்சு விட முடியாது. ரொம்பவே பெரிய இடம். ஒரு பக்கம் எம்டி திட்டுகிறார். இன்னொரு பக்கம் தாமதமாவதால் வீட்டில் மனைவியிடம் திட்டு.

மற்றவர்கள் உள்ளே ஏறிக்கொள்ள வருண் ஏறாமல் நின்று கொண்டிருந்தான். அவன் முகம் சிவந்தது. அசையாமல் காரையே பார்த்துக் கொண்டு நின்றவனின் அருகில் சென்று "சார்" என்றார் மேனேஜர் தயக்கமாக.

வருண் புருவத்தை உயர்த்திக் காட்டிக் கேட்டான்.

"அது யாரு…" என்றான் ஓட்டுனர் இருக்கையில் அமர்ந்திருந்தவரைக் காட்டி.

"எங்க ஹோட்டல் டிரைவர்தான் சார்… உங்களை விட்டுட்டு அவர் ஆட்டோ புடிச்சு வீட்டுக்குப் போயிடுவாரு…"

"நோ.. நோ.. மிஸ்டர்… நான் கேட்டேனா.. டிரைவர் வேணும்னு நான் கேட்டேனா மேன்?"

"சார்… இல்ல எம்டிதான்…"

"நோ.. என் வண்டியை எவனும் தொடக்கூடாது… இறங்கச் சொல்லு… கெட் அவுட்"

"சார்.. ப்ளீஸ்.. இந்த கண்டிஷன்ல நீங்க வண்டி ஓட்ட வேண்டாம்.."

"இறங்கச் சொல்லுய்யா…" என்று வாகனத்தின் கதவில் உதைத்தான் வருண்.

டிரைவர் பயந்து அவசரமாக இறங்கிக் கொள்ள தள்ளாடி காரைச் சுற்றி வந்து வேகமாக ஏறி கதவை அறைந்து சாத்தினான். விருட்டென்று கிளம்பி அதிவேகத்தில் போர்ட்டிகோவை விட்டு மறைந்தது ஃபார்ச்சூனர். வருண் விட்டெறிந்து சென்றிருந்த ஐநூறு ரூபாய்த் தாள் இன்னும் காற்றில் அலைந்து கொண்டிருந்தது.

டிரைவர் மெல்ல மேனேஜர் அருகில் வந்தார்.

"இப்போ என்ன சார் பண்றது…"

"போய்ச் சாகட்டும்யா… தெனமும் இதே எழவாப் போச்சு… என்னய்யா இவனுகளுக்கு இருந்தா இருபத்தஞ்சு வயசு இருக்குமா… எல்லாம் பணக் கொழுப்பு" என்றபோது வண்ணம் கொண்ட வெண்ணிலவே பாடல் ஒலித்தது.

16

“சார் உங்க போன்தான் அடிக்குது...”

“எம்டிதான்... இந்தாளு வேற... போயிட்டாங்களா போயிட்டாங்களான்னு அரிச்சு எடுப்பான்... ரொம்பப் பெரிய இடம்ல.. இந்நேரம் பிரஷர் உச்சத்துல இருக்கும்.. கொஞ்ச நேரம் அடிக்கட்டும்..”

அங்கிருந்து அரை கிலோ மீட்டர் தொலைவில் விரைந்து கொண்டிருந்தது பார்ச்சூனர். அதில் இருந்த கடிகாரம் இரவ ஒரு மணி என்றது. கோகுல் இன்னும் இந்தியில் பாடிக் கொண்டிருந்தான். இந்தியைத் தாய்மொழியாகக் கொண்ட ஷில்பா தலையில் கைவைத்து முன் இருக்கையில் அமர்ந்திருந்தாள். வருண் ஓட்டுவதை ஓரக் கண்களால் பார்த்துக் கொண்டிருந்தாள். கைப்பை திறந்து சிறிய கண்ணாடியால் தனது முகத்தைப் பார்த்துக் கொண்டாள். நாவால் உதடுகளை ஈரப்படுத்திக் கொண்டாள். கலைந்திருந்த கேசத்தை சரி செய்து கொண்டாள்.

“வருண்... நீ ரொம்ப டயர்டா இருக்கே... எல்லாரையும் ட்ராப் பண்ணிட்டு இன்னிக்கு வேணா நீ என் வீட்ல தங்கிடேன்...”

அப்துல் அதற்கும் சிரித்தான்.

“ஷில்பா.. நீயும் நாலு வருஷமா இந்த கொக்கியப் போடறே.. அவனும் சிக்க மாட்டேங்கிறான்... எனக்குக் கூடதான் ரொம்ப டயர்டா இருக்கு...”

“ஷட் அப் அப்துல்... லூசு...” என்றாள் ஷில்பா. இதழோரப் புன்னகை எட்டிப்பார்த்து மறைந்தது. வருணை யாருக்குத்தான் பிடிக்காது. அவள் சொல்லிய நேரம் உய்ங்க்க் என்று ஒரு ஒற்றை சைரன் சத்தம் பின்னால் கேட்டது.

கவுரவ் திரும்பிப் பார்த்தான்.

“மச்சான் போலீஸ்ரா...” என்றான் அலட்சியமாக.

“என்ன வேணுமாம்” என்று வருண் கேட்பதற்குள் சைரன் சத்தங்கள் அதிகரித்து ஒன்றுக்கும் மேற்பட்ட போலீஸ் வாகனங்கள் அவர்கள் பின்னால் வருவதை உணர்த்தின. அதில் ஒன்று அவர்களை முந்திக்கொண்டு முன்னால் செல்ல முயன்றது.

“அது யாருடா நமக்கே சைரன் போட்டுக் காட்டறது.. லெட் அஸ் ஷோ தெம்...” என்றபடி திடீரென்று ஆக்சிலரேட்டரை மிதித்தான் வருண். வாகனம் வேகம் பிடித்ததில் உள்ளே இருந்தவர்கள் சீட்டோடு அழுத்தப்படுவதை உணர்ந்தார்கள்.

“வருண் வேணாண்டா.. ப்ளீஸ் ஸ்டாப்... நிறுத்தி நீ யாருன்னு சொல்லு.. விட்டுடப் போறாங்க...” என்றாள் ஷில்பா.

“நோ.. நோ.. நோ.. என்னைப் பிடிச்சு தெரிஞ்சுக்கட்டும்” விருட்டென்று வேகம் பிடித்து விரைந்து அடுத்து வந்த சிக்னலில் எதிர்பாராமல் இடதுபுறம் திருப்பினான். கோகுல் நிலை தடுமாறி சீட் இடைவெளியில் விழுந்து அலறினான்.. ஷில்பா அவசர அவசரமாக சீட் பெல்டைத் தேடினாள்.

இரண்டு பக்கமும் தெருவிளக்குகள் மின்னல் போல விரைந்தன. போலீஸ் வாகனங்கள் இதை எதிர்பாராததால் சற்றுத் தடுமாறி பின் தங்கிப் பிறகு வேகம் பிடித்தன. ஷில்பா திரும்பிப் பார்த்தாள். ஒரு சந்திப்பைக் கடந்த போது போலீஸ் துரத்தலில் இன்னும் இரண்டு இன்னோவாக்கள் இணைந்து கொண்டன. கிட்டத்தட்ட எட்டு வாகனங்கள்.

“ஷிட்.. ஷிட்.. காட்” என்றவாறு தலையில் கை வைத்துக் குனிந்து கொண்டாள் ஷில்பா.

“டோன்ட் ஒர்ரி பேபி... வாட்ச் மீ” இப்போது பார்ச்சூனர் முழு வேகம் பிடித்து விரைந்து கொண்டிருக்க அந்த மாநகரம் முழுக்க மெல்ல மெல்ல சைரன்களால் நிரம்பத் தொடங்கி இருந்தது.

ஐநூறு மீட்டர்களுக்கு அப்பால் சாலையில் தடுப்புடன் குறுக்கில் நின்றது ஒரு போலீஸ் படை. வாகனங்களின் தலை விளக்குகள் பளிச்சிட்டுக் கொண்டிருந்தன.

“டேய்.. வருண்.. பேரிகேட்ஸ்... வாட்ச் அவுட்.. வாட்ச் அவுட்...” ஷில்பா அலறினாள். வருண் ஆக்சிலரேட்டரில் இருந்து காலை எடுக்கவில்லை. தூரம் விரைவாகக் குறைந்து கொண்டே வந்தது.

அப்துல், கவுரவ் ஆகியோர் மரணபீதியில் பார்த்துக் கொண்டிருந்தார்கள். சீட்டுக்கு இடையில் விழுந்த கோகுல் எழவில்லை. வாகனம் செல்லும் வேகத்தால் சாலையின் குறுக்கே நின்ற போலீஸ் படை அதிவேகத்தில் இவர்களை நோக்கி வந்து கொண்டிருந்தது.

நூறு மீட்டர்கள் முன்பாக “ஃபக்” என்றவாறு பிரேக்கின் மீது ஏறி நின்றான் வருண். பார்ச்சூனர் திடீரென வேகம் இழந்தது. அதே நேரத்தில் டயர்கள் சாலையில் தேய்ந்து டயர் நாற்றத்துடனான புகை எழும்பியது. பெரிய வீறிடல் சத்தத்துடன் வாகனம் நின்றபோது அதன் மூக்கு தடுப்புக்கு மூன்று இன்ச் அருகில் இருந்தது. காவலர்கள் உயிர் பயத்தில் கொஞ்சம் கலைந்திருந்தார்கள்.

பார்ச்சூனர் நின்றதும் வாகனத்தை சுற்றி வளைத்தது ஒரு படை. குறைந்தது இருபது பேர் இருப்பார்கள்.

"டேய்.. ட்ரன்க் அண்ட் டிரைவுக்கு எதுக்குடா இத்தனை போலீசு. ஒருவேளை நம்மளை என்கவுண்டர்ல போடப் போறாங்களா" அப்துல் மறுபடி சிரிக்கத் தொடங்கினான்.

"டேய்.. நீ மொதல்ல மூட்றியா" என்றான் கவுரவ். அவன் நடுங்கிப் போயிருந்தான்.

வண்டிக்குள் ஒவ்வொரு முகமாக டார்ச் அடித்துப் பார்த்தார் ஒரு காவலர். ஷில்பா முகத்தில் சில வினாடிகள் கூடுதலாகத் தங்கி பிறகு வருண் முகத்தில் வந்ததும் நின்றது ஒளிவட்டம்.

"சார்... இருக்கார் சார்..." என்றார் யாரிடமோ திரும்பி.

நெருங்கி வந்தவர் கண்டிப்பாக காவல் துறையில் உயர் பதவியில் இருக்க வேண்டும்.

வருண் கண்ணாடியை இறக்கினான்.

"ஹலோ.. சார்.. நான்.." என்று அவன் ஆரம்பிக்க "நீங்க யாருன்னு நல்லா தெரியும் சார். ப்ளீஸ் கோ ஆபரேட்... மொதல்ல வண்டிய ஆப் பண்ணுங்க" என்றபடி தனது மொபைலில் யாரையோ அழைத்தார்.

"சார்... ஆமா சார்.. எங்ககிட்டேதான் இருக்கார் சார்... இதோ கொடுக்கறேன் சார்..." என்றவர் குரலைத் தாழ்த்தி "நல்லாவே குடிச்சிருக்கார் சார்.. கூட ஒரு பொண்ணு வேற.. சேஸ் பண்ணிதான் புடிச்சோம்" என்றார். பிறகு வருணிடம் வந்தார்.

"பேசுங்க சார்.. ஐஜி லைன்ல இருக்காரு..."

"ஐஜி அங்கிளா.. அவர் எதுக்கு என்கிட்டே பேசணும்?"

"அவரே சொல்லுவார்.. ப்ளீஸ் சார்..."

வருண் தயக்கமாக போனை வாங்கினான்.

"தம்பி.. நான் ஐஜி தர்மராஜ் பேசறேன்.." ஒரு உப்புத்தாள் குரல்.

"சொல்லுங்க அங்கிள்.. எனி பிராப்ளம்..."

"சாரி தம்பி.. உங்களை எங்கே இருந்தாலும் இப்பவே வீட்டுக்குக் கூட்டிட்டு வரச்சொல்லி அய்யா உத்தரவு. கொஞ்சம் கோஆபரேட் பண்ணுங்க..."

“நான் என் பிரெண்ட்சை வீட்ல விட்டுட்டு வரத்தானே போறேன்.. அப்பாகிட்டே சொல்லிடுங்க அங்கிள்...”

“இல்ல தம்பி... இது நீங்க நினைக்கிற மாதிரி இல்லை.. ரொம்பவே அவசரம்.. அவங்களை நாங்க வீட்ல சேத்துடுவோம்... உங்க போன்ல ரெண்டு மணி நேரமா முயற்சி செய்யறோம்.. முடியலை.. ஒரு வழியா உங்களை டிரேஸ் பண்ணி ஓட்டலுக்கு வரதுக்குள்ள நீங்க கிளம்பிட்டீங்க...”

“அப்படி என்ன அங்கிள் அவசரம்...” என்று வருண் கேட்டதும் மறுமுனையில் தர்மராஜ் லேசாக தயங்கினார்.

“உங்களுக்கு முறையா இதை அய்யாதான் சொல்லி இருக்கணும்.. நானே சொல்லிடறேன்.. நான் சொன்னதா அவர்கிட்டே சொல்லிடாதீங்க..”

அடுத்து அவர் சொன்னதைக் கேட்டபோதுதான் அந்த இரவில் முதல் முறையாக தனக்கு போதை ஏறிவிட்டதோ என்ற சந்தேகம் அவனுக்கு வந்தது. போனை எடுத்து ஒரு அடி தொலைவில் வைத்துப் பார்த்தான். தலையை உலுக்கிக் கொண்டான். அது வரை ஓடிக் கொண்டிருந்த என்ஜினை அணைத்தான். மீண்டும் காதில் வைத்தான்.

“விளையாடாதீங்க அங்கிள்...”

“வருண்.. இந்த நடுராத்திரில எனக்கு விளையாட்டுக்கெல்லாம் நேரமில்லை. நான் சீரியஸாத்தான் சொல்றேன்... நீங்க இறங்கி போலீஸ் வண்டில வந்துடுங்க... மீடியாவுக்கு ஏற்கெனவே மூக்குல வேர்த்துடுச்சு... ப்ளீஸ் எங்க வேலையை நாங்க செய்ய விடுங்க...” அதற்கு மேல் அவர் பேசத் தயாராக இல்லை.

வருண் அமைதியாக போனைத் திருப்பிக் கொடுத்தான். அவன் முகத்தில் உறைந்திருந்த குழப்பத்தைப் பார்த்து ஷில்பா கேட்டாள்.

“என்னடா வருண் ஆச்சு.. எனி பிராப்ளம்”

வருண் மறுப்பாகத் தலையை ஆட்டினான்.

“இல்ல.. இது ஏதோ ஜோக்.. யாரோ விளையாடறாங்க... கண்டிப்பா யாரோ விளையாடறாங்க...” அவன் போதை வடிந்திருந்தது. சிரிப்பு மறைந்திருந்தது.

“என்னடா சொன்னார் ஐஜி”

“சம்திங் ஃபன்னி ஈஸ் ஹேப்பனிங்... என்னை உடனே

வீட்டுக்குக் கொண்டு வரச் சொல்லி எங்கப்பா ஆர்டர் போட்டிருக்காரு. மகாராஜாவின் கட்டளையாச்சே.. யாராலயும் தட்ட முடியாது. உங்களை போலீஸ் வண்டில வீட்டுக்கு கொண்டு விடுவாங்களாம்..”

“ஏதாவது சீக்ரெட் பர்த்டே பார்ட்டியா இருக்குமோ” என்றான் கோகுல்

“பெரிய பார்ட்டிதான்... நான் நாளைக்கு அப்பா கூட ராஜ்பவன் போவணுமாம்”

“ராஜ்பவனா... அங்கே டிபன் சாப்பிட போறியா மச்சான்” என்றான் அப்துல். சொல்லிவிட்டு அதற்கும் தானே சிரிக்கத் தொடங்கினான்.

“இவன் வேற.. டேய்.. அடங்குடா.. எதுக்குடா வருண்.. நாமதான் கோவளம் போறதா பிளேன் இருக்கே...” என்றாள் ஷில்பா ஏமாற்றமாக.

“எதுக்கா.. எங்க அருமை டாடி என்னை சிஎம் ஆக்கப் போறாராம்...”

சொல்லிவிட்டு நடுங்கும் விரல்களால் ஒரு சிகரெட்டை எடுத்துப் பற்ற வைத்தான் வருண். அவனை நம்பாமல் பார்த்துக் கொண்டிருந்தார்கள் நால்வரும். பார்ச்சூனர் டயர் இன்னும் புகைந்து கொண்டிருந்தது. அப்துல் மீண்டும் சிரிக்கத் தொடங்கினான்.

★★★

உ

முதல் தாயம் விழுந்த பிறகு தாயக்கட்டையில் ஐந்து விழுந்தாலும் கூட புதிய காயை நம் மனையை விட்டு வெளியே நகர்த்தலாம். அதே நேரம் எதிரிக்கும் தாயம் விழுந்து மனையிலிருந்து வெளியே வந்திருக்க வேண்டும். எதிரியின் காயை ஒரு முறையாவது வெட்ட வேண்டும். இல்லாவிட்டால் நம்முடைய எந்தக் காயும் சுற்றி வந்து மீண்டும் மனை சேர்ந்து பழமாக முடியாது. எதிரிகளே இல்லாத படையின் ஆயுதங்கள் துருப்பிடிக்கும். வீரர்கள் தளர்ந்து விடுவார்கள். அந்தப் படையின் இருப்பே கேள்விக்குரியதாகிவிடும்.

வருண் புரண்டு படுத்தான். கண்கள் திறக்க மறுத்தன. தலைக்குள் யாரோ தவில் வாசித்தார்கள். வோட்காவின் வேலை என்று புரிந்தது. ஆல்கஹால் என்பது மூளையைப் பொருத்தவரை ஒரு விஷம். ஒரு விஷத்தை முறிக்கும் அத்தனை செயல்பாடுகளையும் அது உசுப்பிவிடும். மனித உடல் தனது சேமிப்பில் உள்ள நீர்ச்சத்து முழுமையும் பயன்படுத்தி ஆல்கஹாலை உடைத்து வெளியேற்ற முயலும். இதனால் மூளைக்குச் செல்லும் நீர்ச்சத்து குறைந்து மூளைத்தசைகள் இறுகி ஹேங் ஓவர் தலைவலி ஏற்படுகிறது என்று இணையத்தில் எங்கோ படித்திருக்கிறான். இணையத்தில் படிப்பதெல்லாம் எந்த அளவு உண்மை என்று வேறு தெரியவில்லை. ஆனால் படித்ததெல்லாம் அப்படியே நினைவில் நிற்கும் ஒரு ஞாபக சக்தி அவனுக்கு இருந்தது. மண்டையைப் பிளப்பது போல் அப்படி ஒரு தலைவலி. பிறகு அந்தக் கனவு வேறு.

ச்சை. என்ன ஒரு கெட்ட கனவு. திடீரென்று அவன் அப்பா எதற்கு அவனை சிஎம் ஆக்க வேண்டும். அவர்தான் மாநிலத்தின்

இப்போதைய முதல்வர் என்பது உபரித் தகவல். இவன் அவரோடு முகம் கொடுத்துப் பேசியே சில ஆண்டுகள் இருக்கும். வருண் படிப்பு பற்றியோ எதிர்காலம் பற்றியோ அவரும் கேட்டதில்லை இவனும் சொன்னதில்லை. வருண் செல்வத்தினூடே பிறந்து வளர்ந்தவன்தான். அவன் தாத்தா வைரமூர்த்தி தொடங்கிய கட்சி மக்கள் முன்னேற்றக் கழகம். அவன் அம்மா சித்ரா அவனுக்கு ஐந்து வயது இருக்கும்போதே இறந்து போனாள். வினோதன் அப்போது ஒரு பெரிய நடிகர். விக்டரி ஸ்டார் என்று அவர் நடித்த அத்தனை படங்களும் சூப்பர் ஹிட் தான். அவரது படங்களின் வசூலை இன்று வரை வேறு எந்த நடிகரும் முறியடிக்க முடியவில்லை என்று அவரே பெருமையடித்துக் கொள்வார். ஆனால் அவையெல்லாம் வருணுக்கு அனாவசியம்.

எப்போது பார்த்தாலும் ஒரு சிறு டீபாயின் முன்பாக ஸ்காட்ச் விஸ்கியுடன் அமர்ந்திருக்கும் ஒருவராகத்தான் அவன் தந்தையை அவனுக்குத் தெரியும். அல்லது அவன் அம்மாவுடன் உரத்த குரலில் சண்டை போடுபவராகத் தெரியும். பொருட்களை சுவர் மீது வீசி உடைப்பவராகத் தெரியும். அழுது கொண்டே இருக்கும்படியான அம்மாவின் ஒரு முகம்தான் அவனுக்கு நினைவிலிருக்கிறது. ஒரு நாள் காலையில் வழக்கத்துக்கு மாறாக அவனை இறுக அணைத்தபடி நிம்மதியாக உறங்கிப் போயிருந்தாள். ஐந்து வயது வருணுக்கு விழிப்பு வந்து எழ முயன்றான். விறைத்து சில்லிட்டிருந்த அம்மாவின் கைகளை நகர்த்த முடியவில்லை. எப்படியோ நழுவிக் கொண்டு வந்து சன்னலுக்கு வெளியே மழையை வேடிக்கை பார்த்துக் கொண்டிருந்தான். அவனை வழக்கம் போல் பள்ளிக்குத் தயார் செய்யக்கூட எழவில்லை அம்மா. அவனுக்கு அதுவும் ஜாலிதான். பசித்தது. தாமதமாக வந்த வேலைக்காரி உள்ளே சென்று அவன் அம்மாவை எழுப்பிப் பார்த்துவிட்டு அவசரமாக ஓடிவந்து யாருக்கோ போன் செய்தாள். அதன் பிறகு பலர் கூட்டமாக வந்தார்கள். பெருங்குரலில் அழுதார்கள். அடுத்த ஒரு நாள் ஹாலில் படுத்திருந்தாள் அம்மா. பலர் சுற்றியிருந்தும் அசைவில்லாமல் தூங்கிக் கொண்டிருந்தாள். அழுகை இல்லாத அந்த நிம்மதியான முகம் இவனுக்குப் பிடித்திருந்தது. ஆனால் அவள் அழுகையை அவளைச் சுற்றியிருந்தவர்களுக்குக் கொடுத்திருந்தாள். பிறகு அம்மாவை பல ஆண்கள் கூட்டமாக தூக்கிப் போனார்கள். கடைசியாக அவன் பார்த்தது இன்றும் நினைவிலிருக்கும் அவளுடைய வெண்மையான பாதங்கள்தான். அதன் பிறகு அவன் நிறைய பெண்களைப் பார்த்திருக்கிறான். ஆடையுடனும் ஆடையில்லாமலும். அவன் அம்மாவின் பாதங்கள்

வெட்டாட்டம்

யாருக்கும் இருந்ததில்லை. அவனுக்குப் பசித்தது. சாப்பிட ஏதாவது கொடு என்றான் வேலைக்காரியிடம்.

அன்று இரவும் ஸ்காட்ச் விஸ்கியோடு அமர்ந்திருந்தார் அவன் அப்பா. மனைவியின் மரணத்தால் அவர் சிறிதும் அசைந்திருக்கவில்லை. வினோதன் அதன் பிறகும் தாயை இழந்த வருண் மீது எந்த கவனமும் காட்டிவிடவில்லை. அப்படி ஒரு ஜீவன் வீட்டில் இருப்பதையே மறந்து விட்டிருந்தார். இரண்டு ஆண்டுகள் கழித்து கவுசல்யாவைத் திருமணம் செய்து கொண்டு வந்தார். அதற்குள் வருணுக்குத் தனிமை பழகிவிட்டிருந்தது. கவுசல்யா நல்லவள்தான். நிஜமாகவே வருணை கவனித்துக் கொள்ள முயன்றாள். ஆனால் வருணின் இறுகிய தனிமைக்குள் அவளால் நுழைய முடியவில்லை. நர்மதா பிறந்தாள். வருணை விட எட்டு வயது இளையவள். ரோஜாப்பூ நிறத்தில் தொட்டிலில் கிடந்தவளின் பிஞ்சு விரல்கள் வாழைப்பூக்களைப் போலிருந்தன. வருண் தனது சுட்டு விரலை அருகில் கொண்டு சென்றபோது அவளது குட்டி விரல்கள் ஒரு காந்தத்தைப் போல் சுற்றிக் கொண்டன. வருணின் தனிமை மனதை முதலில் அசைத்தது அந்த விரல்கள்தான். நர்மதா அந்த வீட்டின் தென்றல். எல்லா இடங்களிலும் நுழைந்து வருவாள். இப்போது கல்லூரியில் இரண்டாம் ஆண்டு இயற்பியல் படிக்கிறாள். அந்தப் பெரிய வீட்டில் ஒருவரை ஒருவர் பார்க்காமலே வாழ்ந்து விட அப்பாவுக்கும் மகனுக்கும் சாத்தியமாக இருந்தது. அதிலும் அரசியலில் இறங்கி வினோதன் முதலமைச்சராக ஆன பிறகு வருணைக் கேட்பார் யாருமில்லை. நர்மதாவைத் தவிர வீட்டில் யாருடனும் அவன் பேசுவதும் இல்லை. அவள் மட்டுமே அனைவரையும் ஒரு மகிழ்ச்சியான கயிறு போல பிணைத்திருந்தாள்.

அவனுடைய மற்ற பெரிய இடத்து நண்பர்கள் கவர்னர் கோட்டாவில் பணம் கொடுத்து அரசுப் பொறியியல் கல்லூரிக்குள் நுழைந்த போது தனது மதிப்பெண்களை மட்டுமே வைத்து உள்ளே வந்தான் வருண். கணிதத்தில் அவனுக்கு அதீத அறிவு இருந்தது. அவனை ஒரு பிறவி மேதை என்பார் அவன் கணிதப் பேராசிரியர் மகேந்திரன். வருண் அதை நம்பியதில்லை. ஆனால் பல நேரங்களில் கணிதம்தான் அவன் தனிமையை வெல்ல உதவியது. கல்லூரியில் சேர்ந்த பிறகு அவனைப் போலவே பணமும் அதிகாரமும் தங்குதடையின்றிக் கிடைக்கும் நண்பர்கள் கிடைக்க எல்லாப் பழக்கங்களும் வந்து சேர்ந்து கொண்டன. கல்லூரிக்குச் சென்றாலும் வகுப்புகளுக்குச் சென்றதில்லை.

கேட்டால் கல்லூரியின் பாடங்கள் இருபது வருடங்கள் பின் தங்கியவை என்பான். கணிதம், கணிப்பொறியியல் பாடங்களுக்கு மட்டும் எப்போதாவது போவான். நாளடைவில் இணையத்தில் கிடைப்பவை மூலமாகவே பல மடங்கு கற்றுக் கொள்ள முடியும் என்று வருண் உணர்ந்தான். பிறகு கல்லூரிக்குப் போவதே நின்று போனது. மூன்று நண்பர்களுடன் இணைந்து கம்ப்யூட்டர் கேம்களுக்குப் ப்ரோக்ராம் செய்து பணம் சம்பாதிக்கத் தொடங்கினான். வருண் எழுதிய சில அல்காரிதம்கள் லட்சங்களில் விலை போக ஆரம்பித்தன. எஞ்சினீயரிங் படிப்பு காலவிரயம் என்று சொல்லுவான். அந்த அலட்சியத்தையும் மீறி மனிதர்களைப் பிணைக்கும் ஒரு தலைமைப் பண்பு அவனிடம் இருந்தது. வருணைச் சுற்றி எப்போதும் ஆணும் பெண்ணுமாய் ஒரு கூட்டம் இருக்கும்.

ஆடம்பரமாகச் செலவு செய்யும் அளவு அவனிடம் எப்போதும் பணம் கைவசம் இருக்கும். மற்றபடி வருணுக்குப் பெரிய லட்சியம் எதுவும் இல்லை. அவன் சம்பாதிக்க வேண்டுமென்று அவசியமில்லை. ஆனால் தன்னுடைய தந்தையின் பணத்தை எதிர்பார்த்து இருக்கக்கூடாது என்பதில் உறுதியாக இருந்தான். நர்மதா மட்டும் தடுத்திருக்கா விட்டால் எப்போதோ வீட்டையும் நாட்டையும் விட்டு வெளியேறி இருப்பான். எனக்கு கல்யாணம் ஆனதுக்கப்புறம் நீ எங்கேயோ போய் ஒழி என்று சொல்லிவிட்டாள் நர்மதா.

மெல்லப் புரண்டு அறையை நோட்டமிட்டான். அவனுடைய ஏலியன்வேர் லேப்டாப் ஒரு தடிமனான சூட்கேஸ் போல கணிணி மேசையில் இருந்தது. அதனருகில் ஒரு பூக்கூடை இருந்தது. அவன் அறைக்கு அது புதியது. மெல்ல எழுந்து உட்கார்ந்தான். அறை சுற்றியது. தலை இன்னும் அதிகமாக வலித்தது. மெல்ல நடந்து பூக்கூடையைக் கையில் எடுத்தான்.

“டூ மை லவிங் பிரதர் அண்ட் டு பீ சீஃப் மினிஸ்டர் அண்ணாவுக்கு” என்று எழுதிய அட்டையில் பர்த்டே விஷஸ் என்று எழுதி இருந்தது. நர்மதா என்ற கையெழுத்து அழகாக அதன் கீழே இருந்தது. யாரோ சம்மட்டியால் அடித்தது போல வருணுக்கு மீண்டும் சரசரவென்று முந்தைய இரவு நடந்தவை எல்லாம் நினைவு வந்தது. ‘ஷிட் அவையெல்லாம் கனவில்லை. மை காட்..’

வேகமாகச் சென்று தனது ஐ போனை எடுத்தான். திரை சுத்தமாக இருண்டிருந்தது. சார்ஜரில் இணைத்துவிட்டு நகம்

கடித்தான். அதற்கு உயிர் வந்ததும் அப்துலின் எண்ணைத் தேடி அழைத்தான். ஏதோ இந்திப்பாடல் பாடியது. அந்த நாயகிக்கு பூனைக்கண்கள் என்று சம்மந்தம் இல்லாமல் நினைவு வந்தது. ஆனால் அப்துலின் ரசனைகள் கொஞ்சம் விபரீதமானவைதான். அப்துல் குரல் இன்னும் தூக்கம் கலையாமல் கேட்டது.

“மாண்புமிகு முதல்வர் அவர்களுக்கு காலை வணக்கம்”

“டேய் நாயே விளையாடறியா... நேத்து நடந்ததெல்லாம் கனவுன்னு நினைச்சுட்டேன்... அதெல்லாம் நிஜம்தானான்னு தெரிஞ்சுக்கத்தான் போன் பண்றேன்”

“ம்ம்.. அது கனவுன்னா மொத்த ஸ்டேட்டுக்கும் ஒரே ராத்திரில அந்த கனவு வந்திருக்குடா.. உங்கப்பா நடிச்ச படம் மாதிரி ஒரே நேரத்துல ரிலீஸ் ஆகியிருக்கு. பேப்பர்ல டிவில எல்லாம் நீதான் இருக்கே... எங்கே இருந்துதான் இந்த ஜட்டி போட்ட போட்டோ எல்லாம் தேடிப்பிடிச்சாங்களோ...”

“என்னடா சுத்தப் பைத்தியக்காரத்தனமா இருக்கு... எனக்கும் அரசியலுக்கும் என்ன சம்மந்தம்... எனக்கும் எங்கப்பாவுக்குமே சம்மந்தம் இல்லை.. உங்கப்பா இது பத்தி உன்கிட்டே ஏதாவது சொன்னாரா.. ”

அப்துலின் அப்பா அபு தாஹிர் வினோதனின் அமைச்சரவையில் பொதுப்பணித்துறை அமைச்சர். வினோதன் நடிகராக இருந்தபோது மேனேஜராக இருந்தவர். வினோதனின் நம்பிக்கைக்குப் பாத்திரமானவர். அவருக்குத் தெரியாமல் கட்சியிலோ ஆட்சியிலோ எதுவும் நடந்துவிட முடியாது.

“ரெண்டு நாளா அவர் வீட்டுப் பக்கமே வரலை. பிரஷர் மாத்திரை ஒரு மூட்டையோட கிளம்பிப் போனவர்தான். ஏதோ பெருசா நடக்குது போல.. மச்சா.. ஒரு நிமிஷம்.. அப்படியே ‘வி’ டிவி போடேன்.. உங்கப்பா பேட்டி கொடுத்துட்டு இருக்கார்.”

வருண் ரிமோட்டைத் தேடினான். போர்வைக்குள் எங்கோ கிடந்தது. தேடி எடுத்து டிவியை இயக்கினான். வழக்கமாக அவன் தமிழ் சேனல்கள் அதுவும் செய்தி சேனல்கள் பக்கம் போவதே இல்லை. இழவு எங்கே என்று சேனல்களைத் தேடிப்பிடித்து தாண்டி வந்து சேர நேரமாகியது. வி சேனல் அவன் அப்பாவின் கட்சி சேனல். 24 மணி நேரமும் கட்சியின் கொள்கை பரப்பும் சேனல். மீதி நேரங்களிலும் அவர் நடித்த படம்தான் ஓடும். அந்த டிவியையும் பார்ப்பவர்கள் இருக்கிறார்கள் என்பதே வருணுக்குப்

பெரிய ஆச்சரியம். அவனால் ஐந்து நிமிடங்களுக்கு மேல் பார்க்க முடியாது.

வினோதன் நடுநாயகமாக அமர்ந்திருந்தார். ரிம்லெஸ் கண்ணாடி, நரைத்த தலைக்கு டை அடித்திருந்தார். வெள்ளை வேட்டி வெள்ளை சட்டை மொடமொடத்தது. நடிகர் என்பதால் ஓரளவு ஒப்பனையுடன்தான் அவர் வீட்டை விட்டே வெளியேறுவார். ஆனால் நடிகர் அல்லாத மந்திரிகளும் கூட புகை கிளம்ப பவுடர் அடித்துக் கொண்டு வருவதை வருண் கவனித்திருக்கிறான். ஏதோ ஒரு பத்தரிகையாளர் கேள்வி கேட்டார். மைக்கில் சரியாக விழவில்லை. வினோதன் பேசியது தெளிவாக இருந்தது. அவருக்கு ஒரு வசீகரிக்கும் குரல் இருந்தது.

“அதையெல்லாம் நம்பாதீங்க... ஏழை எளிய மக்கள் பணம் படைத்தவர்களைப் போலவே தொலை தூரங்களுக்கு வசதியாக சென்று வர வேண்டும் என்று ஆரம்பிக்கப்பட்டதுதான் சொகுசுப் பேருந்து திட்டம். இந்தியாவிலேயே இத்தகைய திட்டம் எந்த மாநிலத்திலும் இல்லை. இதன் மூலம் எங்கே எனக்கு நல்ல பெயர் கிடைத்துவிடுமோ என்று என் மீது அவதூறு சுமத்தும் வகையில் சில தீய சக்திகள் தொடுத்த வழக்கு இது. இப்போது வழக்கு நீதிமன்ற விசாரணையில் இருப்பதால் எதுவும் கருத்து சொல்ல முடியாது. சொல்லவும் கூடாது. ஆனால் என் பக்கம் இருக்கும் நியாயமும் தர்மமும் என்னைக் கைவிடாதென்பது உறுதி”

“அவ்வளவு உறுதியா இருக்கற நீங்க எதற்கு பதவியை ராஜினாமா செய்கிறீர்கள்?”

“உறுதியாக இருப்பதால்தான் செய்கிறேன். எனக்கு விடுதலை கிடைத்துவிடுகிறது என்று வைத்துக் கொள்ளுங்கள். உடனே எதிர்க்கட்சி நண்பர்கள் அவருடைய முதல்வர் பதவியின் செல்வாக்கை வைத்து சாட்சிகளை மிரட்டி வெளியே வந்துவிட்டார் என்று பேசுவார்கள். அந்த அவப்பெயரைப் போக்க தார்மீக அடிப்படையில் நானே முன்வந்து என் பதவியைத் தூக்கி எறிய முடிவு செய்தேன். இந்தப் பதவி இல்லாவிட்டாலும் என்னால் மக்கள் தொண்டு செய்ய முடியும்.”

“அப்படியும் அரசியல் அனுபவமே இல்லாத உங்கள் சொந்த மகனைத்தானே முதல்வராக அறிவிச்சிருக்கீங்க... பதவி உங்க குடும்பத்துலயேதானே இருக்கு... தூக்கி எங்கே எறிஞ்சீங்க... தலையணை சண்டை மாதிரி உங்க வீட்டுக்குள்ளேயே எறிஞ்சுக்கறீங்க” என்ற ஒரு பெண்குரல் இரைச்சலைக் கிழித்துக் கொண்டு

எழுந்தது. நிரூபர்கள் பக்கம் சிரிப்பலை. வினோதன் ஒரு வினாடி முகம் மாறினார். பிறகு சுதாரித்துக் கொண்டு புன்னகைத்தார்.

கேட்டவள் சுவாதி. திருத்தமான முகம். அலட்சியமான பார்வை. கற்றையான முடியை குதிரைவாலாக்கி இருந்தாள். விஎன்என் என்ற ஆங்கில சானலின் நிருபர். வில்லங்கமானவள் என்று வினோதன் அறிவார். ஏனென்ற காரணமும் அவருக்குத் தெரியும்.

“யாரு.. விஎன்என் டிவி நிருபரா... நீங்க என்ன செய்வீங்க.. உங்க சேனல் எதிர்க்கட்சி ஆதரவுதானே. எழுதிக் கொடுத்து அனுப்பிய இந்தக் கேள்வியெல்லாம் கேக்காம போனா உங்களுக்கு பேட்டா கிடைக்காது. சொல்றேன் கேட்டுக்கங்க. முதலில் திரு. வருண் அவர்கள் வானத்திலிருந்து வந்து குதிக்கவில்லை. பதினெட்டு வயது நிரம்பிய நாளில் இருந்தே கட்சியின் அடிப்படை உறுப்பினர். கட்சியின் இணையப் பிரிவுக்கு ஐந்து வருடங்களாகத் தலைவர். படித்து வந்த காலங்களில் கூட கட்சியின் கூட்டங்களில் என்ன விவாதிக்கப்பட்டது என்பதை இரவு எத்தனை நேரமானாலும் ஆர்வத்துடன் கேட்டுக் கொள்வார். இது கட்சியின் பொதுக்குழு கூடி லட்சோப லட்சம் தொண்டர்களின் வேண்டுகோளுக்கு இணங்க எடுத்த முடிவு. எனக்கு இதில் சுத்தமாக விருப்பமில்லை என்றாலும் கட்சிக்காரர்களின் அன்புக்கு நான் கட்டுப்பட்டுதானே ஆகவேண்டும்.”

வருணுக்கு தலை சுற்றியது. அரசியலில் பொய் சாதாரணம் என்பதை அவன் அறிவான். தன்னைப் பற்றியே ஒரு பொய் கட்டவிழ்த்து விடப்படும்போதுதான் அது உறைத்தது. கட்சியில் இணையப் பிரிவு என்று ஒன்று இருப்பதே அவனுக்கு இன்றுதான் தெரியும். இத்தனை சிரமப்பட்டு வாதாடி தன்னுடைய தந்தை எதற்காக இந்தப் பதவியைத் தரவேண்டும் என்ற மர்மம் மட்டும் அவனுக்கு விளங்கவேயில்லை. அது தவிர வினோதன் தன்னை அவர் இவர் என்று கூப்பிடுவது பெரிய வேடிக்கையாக இருந்தது.

“உங்க அன்புக்கெல்லாம் மக்களை எதுக்காக ஊறுகாய் ஆக்கறீங்க. இது என்ன முதலமைச்சர் பதவியா இல்லை மியூசிக்கல் சேரா.. எந்த அரசியல் அனுபவமும் இல்லாத ஒருத்தர், இவ்வளவு நாள் எந்தப் பதவியிலும் இல்லாத ஒருத்தரை எதுக்காக பதவியில் திணிக்கணும்?”

சுவாதி விடவில்லை. கேமராவில் அவள் வரவில்லையென்றாலும் அந்தக் குரலை வருண் நன்றாகவே அறிவான். தன்னை உலகத்திலேயே அதிகம் வெறுக்கும் ஒரு பெண் உண்டென்றால் அது அவளாகத்தான் இருக்கும்.

“உங்களுக்குத் தெரியலைன்னா அவர் தகுதியில்லாதவர் ஆகிவிட மாட்டார். அவர் படிப்பில் வல்லவர். யாருடைய சிபாரிசும் இல்லாமல் மாநிலத்தில் முன்னணி பொறியியல் கல்லூரியில் இடம் பிடித்தார். கம்ப்யூட்டர் துறையில் ஏதேதோ செஞ்சுக்கிட்டு இருக்கார். நமக்கெல்லாம் அது எங்கே புரிகிறது. விவேகானந்தர், பாரதியார் இவர்களெல்லாம் வயதாகட்டுமென்று காத்துக் கொண்டிருக்கவில்லை. முப்பது வயசுல அவர்களெல்லாம் எத்தனையோ சாதிச்சுட்டாங்க. நம்ம எதிர்க்கட்சித் தலைவர் நண்பர் வரதராஜனையே எடுத்துக்கங்க. ஏற்கெனவே அவருடைய சொந்த மகளை மகளிர் அணி ஒருங்கிணைப்பாளராக ஆக்கிவிட்டார். அந்தப் பொண்ணுக்கும் கிட்டத்தட்ட வருண் வயதுதான் இருக்கும். இதையெல்லாம் பத்திரிகையாளர்கள் அவரிடம் கேட்க மாட்டீர்கள். வருணுடைய செயல்பாடுகளை ஒரு மாதம் பாருங்கள். பிறகு உங்கள் முடிவுகளைச் சொல்லுங்கள். அதற்குள் எதற்காக ஒருவர் மேல் இப்படி வன்மத்துடன் அவதூறு சுமத்துகிறீர்கள்?”

சுவாதி மறுபடி ஏதோ கேட்க நினைக்க, வேறொரு நிருபர் இடைமறித்தார்.

“இரும்மா, நாங்களும் கேட்க வேணாமா.. சார்.. நீங்கள் ஒரு வேளை வழக்கிலிருந்து விடுவிக்கப்பட்டால் மறுபடியும் முதல்வர் ஆகிவிடுவீர்களா?”

“அது கட்சி ஒன்று கூடி எடுக்கும் முடிவு. எனக்கு விதிக்கப்பட்ட பணிகளை ஒரு தொண்டனாக நான் மறுப்பின்றி செய்யக் காத்திருக்கிறேன். கடைசி கேள்வி...”

“திரு.வருண் அவர்கள் ஏன் இந்த சந்திப்புக்கு வரவில்லை?” மீண்டும் குரல் கொடுத்தாள் சுவாதி.

அந்தக் கேள்வி காதில் விழாதது போல் வேறு ஒரு ரிப்போர்ட்டரைப் பார்த்தார் வினோதன்.

“தொண்டர்களுக்கு உங்களுடைய செய்தி என்ன?”

“என்னுடைய கோடிக்கணக்கான தொண்டர்களுக்கும் ரசிகர்களுக்கும் ஒரு அன்பான வேண்டுகோள். ஏற்கெனவே நான் பதவி விலகினால் தீக்குளிப்போமென்று சிலர் பேசி வருவதாக அறிந்து மன வேதனை அடைகிறேன். இது எனக்கான அக்னிப் பரீட்சை. அதற்காக உங்கள் மீது நெருப்பை வைத்துக் கொள்ளாதீர்கள். நான் மீண்டும் முழு பலத்தோடு வருவேன்.

அதுவரை உங்கள் பொன்னான உயிரை வீணாக்காமல் காத்திருங்கள்.”

எழுந்து கொண்டார் வினோதன். நடுத்தரமான உயரம்தான். சேனல் மாற்றினான் வருண். அவனுடைய புகைப்படத்தை வைத்துக் கொண்டு நான்கு பேர் அமர்ந்து சூடாக விவாதித்துக் கொண்டிருந்தார்கள். வெடுக்கென்று மாற்றினான். அங்கேயும் ஒரு சேனல் விடாமல் அவன் முகம்தான். எப்படி சொல்லி வைத்த மாதிரி அத்தனை பேரும் இவ்வளவு முட்டாள்களாக இருக்கிறார்கள் என்று புரியவில்லை.

ரிமோட்டைத் தூக்கி அடித்தான். அது சுவரில் மோதி விழுந்து பேட்டரி சிதறி இறுதி மூச்சை விட்டது. கதவு தட்டப்பட்டது. வருண் எழுந்து சென்று திறந்தான். நர்மதா நின்றாள். அவன் தங்கை. எப்போதும் சிரிப்புடனிருக்க அவளுக்கு மட்டும் எப்படியோ முடிகிறது.

“ஹேப்பி பர்த்டே குடிகார பிரதர்... இன்னும் நீ குளிக்கவே இல்லையா? கீழே அப்பா காச் மூச்சுன்னு கத்திட்டு இருக்கார்.”

“என்னடி எல்லாரும் சேர்ந்து விளையாடறீங்களா.. இப்ப நான் இதெல்லாம் வேணும்னு கேட்டேனா?”

“எனக்கு அதெல்லாம் தெரியாதுண்ணா.. நீ குளிச்சுட்டு ரெடியாகி வருவியாம். அப்புறம் கதவைப் பூட்டிடாதே. தாசண்ணன் வருவார்.”

தாஸ் என்கிற சின்னப்பதாஸ் வினோதனின் வலதுகரம். முன்னாள் ஓட்டுனர். அடியாள். அவர் காலால் இட்ட வேலையை தலையால் முடித்துவிட்டு காலையும் துடைத்துவிடும் பணிவு. வெளியில் தெரிவிக்க முடியாத நிழலான பல காரியங்களை தாஸ் தனது தந்தைக்காக செய்து வருகிறான் என்பதை வருண் அறிவான். அதற்காக சில பல வாரியங்களில் பதவியில் இருக்கிறான். ஆனால் சரியாக கையெழுத்து கூடப் போட வராது.

“அவர் எதுக்கு இங்கே வரார்?”

நர்மதா சிரிக்கத் தொடங்கினாள். “பின்னே உனக்கு வேட்டி கட்டி விட வேண்டாமா?”

“வேட்டியா.. வாட் நான்சென்ஸ் இதெல்லாம். நர்மதா சீரியஸா கேக்கறேன்... என்ன நடக்குது இங்கே? அப்பாவுக்கு ஏதாவது மரை கழண்டு போச்சா?”

“யாருக்குத் தெரியும் ப்ரோ? உனக்கே அப்பான்னா உன்னை விட பெரிய லூசாத்தானே இருப்பாரு.”

“நர்மதா.. கமான்... உனக்குத் தெரியாம இங்கே எதுவும் நடக்காது... மண்டை காயுது... ஏதாவது க்ளூ குடேன்...”

“எனக்குத் தெரிஞ்சதை சொல்றேன்.. அப்பா போன வாரம் ஜவ்வாது மலை போயிருந்தார்ணா. சத்யானந்தாவைப் பாக்க. அதுக்கு அப்புறம்தான் இதெல்லாம் நடக்குதுன்னு எனக்குத் தோணுது. அவ்வளவுதான் எனக்கும் தெரியும்.”

“அந்த ஃபிராடு சாமியார்தான் ஏதோ குட்டையைக் குழப்பி இருக்காரு.”

“அண்ணா.. ஒரு பத்து நாளோ பதினைஞ்சு நாளோதான். பல்லைக் கடிச்சிட்டு ஓட்டிடு. அப்புறம் ஜட்ஜ்மெண்ட் வந்துரும். அப்பா பழையபடி சி எம்மா வந்துடுவார். நீ மறுபடி குடிச்சுட்டு அந்த ஷில்பாவோட கூத்தடிக்கலாம்”

“என்னைப் பலி கொடுக்கறதுல உனக்கெல்லாம் எத்தனை கொண்டாட்டம்.”

நர்மதா வெளியே சென்று விட, துண்டுடன் பாத்ரூம் சென்றான். அப்படியே வெண்டிலேட்டரைப் பிரித்து ஓடிவிட்டால் என்னவென்று தோன்றியது.

விவரம் அறிந்தவர்கள் யாருடனாவது பேசவேண்டும் போலிருந்தது. ஐபோனை எடுத்தான். மகேந்திரன் சாரைத் தேடினான்.

மகேந்திரன் அவன் வாழ்க்கையில் முக்கியமானவர். தனது தாயை இழந்தபின் பத்து ஆண்டுகள் தனிமை சூழ்ந்த ஒரு வாழ்க்கையை வாழ்ந்தான் வருண். கணினியும் நண்பர்களுமே அவனை மீட்டெடுத்தார்கள். ஒரு தாயின் அருகாமையை இயற்கையாகவும் தந்தையின் அருகாமையை செயற்கையாகவும் இழந்திருந்த வருணிடம் இயல்பாகவே ஒரு மூர்க்கம் இருந்தது. கல்லூரியிலும் அவனது அதிகார பின்புலத்தாலும் அதீத புத்திக் கூர்மையாலும் ஆசிரியர்களால் நிராகரிக்கப்பட்டான். மகேந்திரன் ஒருவர்தான் வருணை அப்படியே ஏற்றுக் கொண்டார். ஒரு காட்டுக் குதிரையை மெல்ல வழிக்குக் கொண்டு வருவதைப் போல் வருணை அவர் வசப்படுத்தினார். அதற்கான ஆற்றலும் அவருக்கு இருந்தது. யாருக்கும் கட்டுப்படாத வருண் அவர் சொன்னால் கேட்பான். இது தவிர அவர் அரசியலில் முன் அனுபவம் உள்ளவர். அவருக்கும்

வினோதனைப் பிடிக்காது என்பது கூட வருணுக்கு அவர் மேல் ஒரு வித பாசத்தை உருவாக்கியிருந்தது. ஏதோ ஒரு ஆழத்தில் தனது தந்தை நிரப்பத் தவறிய இடத்தை மகேந்திரன் இட்டு நிரப்புவதாக வருண் நினைத்தான். மகேந்திரனின் கம்பீரமான குரல் அவன் காதுகளில் கேட்டதும் கொஞ்சம் துணிச்சல் வந்தது.

“வருண்.. எல்லாமே ரொம்ப சடனா இருக்கு. எனக்கும் ஒண்ணும் யோசிக்கத் தோணலை. ஆனா அவசரப்பட்டு நீ எதுவும் செஞ்சுடாதே. இப்போதைக்கு அவங்க வழியில போ. அப்புறம் பாத்துக்கலாம்” என்றார். குழப்பமான சூழ்நிலைகளில் சில நேரங்களில் நம்பிக்கையானவர்களின் கட்டளைகள் ஆறுதலாக இருக்கும். அப்போதைக்கு எதுவும் முடிவெடுக்கத் தேவையில்லை என்பது கூட ஒரு நிம்மதிதான்.

“ஓகே சார்”

“எனிவே வாழ்த்துகள் வருண்... பெருமையா இருக்கு” என்று போனை வைத்துவிட்டார்.

குளித்துவிட்டு இடுப்பில் கட்டிய துண்டுடன் வெளியே வந்தவன் அறைக்குள் ஒரு கரிய பெரிய உருவம் நின்றிருந்ததைப் பார்த்து ஒரு வினாடி மிரண்டான்.

தாஸ்தான் இரண்டு கைகளிலும் வேட்டியை விரித்துப் பிடித்தபடி நின்றான்.

“தம்பி.. சட்டுன்னு துண்டைக் கழட்டுங்க... சீக்கிரம் கிளம்பணும். வேட்டியைக் கட்டி மேல ஒரு பெல்ட்டைப் போடற விதத்துல போட்டுட்டா .அடிதடில வேட்டியப் புடிச்சுத் தொங்குனாக் கூட அவுந்து வராது.”

“தொங்குவாங்களா... என்னண்ணே சொல்றீங்க”

“அரசியல்ல வேட்டியை மட்டும் டைட்டா இறுக்கிக் கட்டணும் தம்பீ.. எப்போ வேணா உருவிடுவாங்க”

“தாஸ் அண்ணே.. இருண்ணே மொதல்ல ஜட்டி போட்டுக்கறேன்” என்றான் வருண் அவசரமாக.

★★★

௩

காய்களை நகர்த்துவதற்கு அனுபவம் தேவை. சில நேரங்களில் நம் காய்களை வெட்டுக் கொடுத்து ஆட வேண்டி வரும். வெட்டும் வாய்ப்பு இருந்தும் சூழலுக்கேற்ப விட்டுத்தர வேண்டி வரும். இங்கே வெற்றிதான் இலக்கு. பலி அவசியமாகிவிடுகிறது. அத்தனை காய்களும் பழத்தை நோக்கி தொடர்ந்து நகர்ந்து கொண்டிருக்க வேண்டும். ஒன்றை மட்டும் தனியே அவசரமாக நகர்த்திக் கொண்டு செல்வதால் அது பெரும்பாலும் வெட்டுப்பட்டுத் திரும்பும் நிலைதான் வரும்.

தாஸின் கடும் முயற்சிக்குப் பின் வேட்டி அணிந்தும் இடுப்புக்குக் கீழ் ஆடையே இல்லாதது போல் உணர்ந்தான் வருண். சில்லென்ற காற்று தொடைகளைத் தழுவியது. என்ன ஒரு சுதந்திர உணர்வு. தாஸ் அவனை நிறுத்தி இரண்டடி பின்னால் நகர்ந்து தன்னுடைய பணியை ரசித்தான்.

“அட்றா சக்கை.. அரசியல்வாதி ரத்தம் தம்பி நீங்க.. கம்பீரமா இருக்கீங்க.”

தாஸ் சொல்லிக் கொண்டிருக்கும்போதே உள்ளே வந்தார் அபு தாஹிர். நெருங்கிய நண்பன் அப்துலின் தந்தையும் கூட என்பதால் அவருடன் ஓரளவு இயல்பாகப் பேசும் வழக்கம் வருணுக்கு இருந்தது. அவன் அப்பாவைச் சுற்றி இருக்கும் கூட்டத்தில் கொஞ்சமாவது சிந்திக்கும் திறன் உடையவர். இலக்கியக் கூட்டங்களில் பேசுவார். நிறைய வாசிப்பவர். நல்ல பேச்சாளர். அவன் அப்பாவின் முடிவுகளை உரிமையோடு தட்டிக் கேட்கும் துணிச்சல் படைத்தவர். ஆனால் வினோதன் அதன் பிறகும் தன் முடிவில் உறுதியாக இருந்தால் தனது தலையால் அதை முடித்தும்

கொடுப்பார். கொஞ்சம் சுய புத்தியுள்ள அடிமை. வினோதன் நடிகராக இருந்த காலத்திலிருந்தே அவருடன் இருந்தவர் என்பதால் அவரைப் பற்றி அக்கு அக்காகத் தெரிந்து வைத்திருந்தார். தன்னிடம் கேட்க பல கேள்விகள் அவனிடமிருப்பதை அபு தாஹிர் அவன் பார்வையிலேயே புரிந்து கொண்டார்.

“தாஸ்... தலைவர் கூப்பிட்டாரு போய்ப்பாரு” என்றார் தாஸிடம். அவன் தலை மறைந்ததும் படபடத்தான் வருண். “அங்கிள் என்ன நடக்குது இங்கே? ஈஸ் ஹீ கான் மேட்?”

“ஷ்ஷ்.. சத்தம் போடாத வருண்...” திரும்பிச் சென்று கதவைத் தாளிட்டுவிட்டு வந்தார்.

“அங்கிள்.. டெம்ப்ரவரியா யாராவதுதான் வேணும்னா நீங்க கூட சிஎம் பொறுப்பை எடுத்துக்கலாம்... இல்ல சொந்தமா மூளை இல்லாத ஒரு முழு ஸ்லேவ்தான் வேணும்னா அந்த பெரிய மீசை வெச்ச தாஸண்ணன் கூட எடுத்துக்கலாம். என்னை ஏன் அனாவசியமா இதில் இழுக்கறார் உங்க தலைவர்?”

“வருண்.. சத்தம் போடறதால எதுவும் நடக்கப் போறதில்லை... உங்கப்பாவைப் பத்தி உனக்குத் தெரியும். அவர் ஒரு முடிவை எடுத்துட்டா அதை யாராலயும் மாத்த முடியாது. நாங்க இதையெல்லாம் அவருக்கு சொல்லலைன்னு நினைக்கறியா... மொத்தக் கட்சியே ஒண்ணு கூடி ஒரு வாரமா முயற்சி செஞ்சாச்சு...”

“எல்லாம் அந்த ஃபிராடு சாமியாராலதானே?”

“இத பாரு.. அதெல்லாம் உனக்கெதுக்கு.. தலைவர் அவரை நம்பறார். ரெண்டு வாரமோ மூணு வாரமோ... அதுக்குள்ள ஜட்ஜ்மெண்ட் வந்துடும். உங்கப்பா விடுதலை ஆகிடுவாரு. அது வரைக்கும் உன்கிட்டே யாரும் நெருங்கி வராத மாதிரி நாங்க பாத்துக்கறோம். சரியா?”

“கட்சியில எத்தனை வருசமா இருக்கீங்க அங்கிள்” வருண் அமைதியாகிக் கேட்டான்.

“அது ஆச்சு இருபது வருசம், ஏன் கேக்கறே...”

“அந்த அனுபவத்துல சொல்லுங்க.. உங்களுக்கே இது சுத்த கேனத்தனமா இல்லையா?”

அவர் ஏதோ சொல்ல வாயெடுக்கும் முன் கதவு தட்டப்பட்டது.

அபு தாஹிர் சென்று திறந்தார். மீண்டும் நர்மதா நின்றாள். ஆரஞ்சு நிற சேலையில் ஒப்பனைகள் முடித்து தயாராக இருந்தாள். சிறு அசைவுகளில் கண்ணாடி வளையல்கள் கலகலத்தன.

“அண்ணா அப்பா கூப்பிடறாரு... சீக்கிரம் வாங்க அங்கிள்.. சும்மா கிடந்து கத்தறாரு...”

“இப்ப எங்கே போறோம்..”

“கவர்னரைப் பாக்க.. நீ இப்ப எம்எல்ஏ இல்லை. அதனால கவர்னர் ஸ்பெஷல் லெட்டர் கொடுக்கணும். ஆனா தலைவர் ஏற்கனவே போன்ல பேசிட்டார். பதவியேற்பு அங்கேயே ஒரு பத்து பேர் முன்னால முடிச்சுக்கலாம்னு. டிவி, பத்திரிகை யார் கேட்டாலும் வாயைத் திறக்காதே... இப்படி இருக்காதே.. கொஞ்சம் சிரிச்ச மாதிரி மூஞ்சியை வெச்சுக்க..”

கிளம்பியவன் அவசரமாக ஐபோனை எடுத்தான். அதை எங்கே வைப்பதென்று தெரியவில்லை. வேட்டியில் பாக்கெட் இல்லை என்பதை அப்போதுதான் கண்டுபிடித்தான். படியிறங்கி விசாலமான ஹாலுக்கு வந்தார்கள். தரைத்தளம் எப்போதுமே தொண்டர்கள், கட்சி அலுவல், சந்திப்புகள் என்று நேர்ந்து விடப்பட்ட ஒன்று. எப்போதும் கூட்டமாகவே இருக்கும். தனியான இருக்கையில் வினோதன் உட்கார்ந்திருந்தார். அவரைச் சுற்றி ஒரு ஆறடி தூரத்துக்கு யாரும் இல்லை. அவர் கண்ணசைக்காமல் அருகில் செல்ல முடியாது. மடிப்புக்கலையாத வேட்டி சட்டை. ஒரு முறை அணிந்ததை மறுபடி உடுத்த மாட்டார் என்று வருணுக்குத் தெரியும். அவருடைய உயரத்துக்கும் உடம்புக்கும் அந்த உடை பொருந்தியிருந்தது. வருண் இடுப்பளவு முப்பதுதான். வேட்டி முக்கால் சுற்று கூடுதலாகவே இருந்தது. அதனாலேயே படியிறங்கும்போது எகிப்தியன் மம்மி போல் உணர்ந்தான். வழக்கத்தை விட அதிகமான காக்கி உடைகள் தென்பட்டன. வருணைப் பார்த்ததும் மூத்த அமைச்சர்கள் அடித்துப் பிடித்து பொன்னாடை போர்த்தினார்கள். புகைப்படங்களுக்கு சிரித்தபடி நின்றார்கள். வினோதன் இவன் வந்ததையே கவனிக்காதது போல் போன் பேசிக்கொண்டிருந்தார்.

“எந்த ஊருலய்யா.. பைத்தியக்காரப் பய.. ஆளு இருக்கானா போயிட்டானா... ப்ச்.. ஒரு இரங்கல் அறிக்கை வெளியிடச் சொல்லு. வழக்கமா கொடுக்கற அமவுண்டுதான். உடனே டைப் பண்ணி பிரஸ்சுக்கு கொடுத்துடச் சொல்லு. நான் கவர்னர் ஆபீஸ் கிளம்பிட்டு இருக்கேன். கையெழுத்துதானே... சீல் வெச்சுக் குடுய்யா... ”

போனை வைத்துவிட்டு இவனைப் பார்த்தார். எப்போதும் பார்க்கும் அதே அன்னியமான பார்வை. பிறகு அபு தாஹிரைப் பார்த்தார்.

“எல்லாம் சொல்லிட்டியா பாய்..”

பவ்யமாக சற்றே குனிந்து தலையாட்டினார் அபு தாஹிர். “சொல்லிருக்கேன்...” பிறகு இவனைப் பார்த்தார்.

“இங்க பாரு.. ரெண்டு வாரமோ மூணு வாரமோ நீ எங்க கண்காணிப்புல இருக்கணும்.. வழக்கம் போல அந்த சேட்டுப் பொண்ணோட சுத்தப் போயிடாதே. நேத்தே ஒருத்தன் செய்தில போட்டுட்டான். நீ எதுவும் செய்யாம இருந்தாலே எங்களுக்குப் போதும். ஏதாவது செய்யணும்னா என்ன செய்யணும்னு பாய் சொல்லுவார். அதை மட்டும் கேட்டாப் போதும். புரியுதா?”

பதில் பேச அடிவயிற்றில் ஒரு கோபம் உருண்டது. ஆனால் சிறுவயதிலிருந்து யானைக்கால் சங்கிலியாக அவனை ஆட்கொண்ட ஆதி பயம் அதைப் பின்னுக்குத் தள்ளியது. மூன்று வாரங்கள் எப்படியாவது பல்லைக் கடித்துக் கொண்டு ஓட்டிவிட வேண்டும். அமைதியாக நின்றான்.

“பதவியேற்பு முடிஞ்சதும் நம்ம டிவியில ஒரு அறிக்கை குடுத்துடலாம். எழுதி வெச்சாச்சா பாய்...”

“ரெடியா இருக்குங்க.. பாத்து படிச்சாப் போதும்..”

“ஆமா.. தமிழ் படிக்கத் தெரியுமா.. இல்லை இங்கிலீஷ்ல எழுதித் தரணுமா?”

“படிப்பேன்” என்றான் வருண் எங்கோ பார்த்தபடி.

திரும்பி பாதுகாப்பு அதிகாரியைப் பார்த்தார் வினோதன்.

“கிளம்பலாமா?”

“ஒரு ரெண்டு நிமிஷம் சார்.. வெளியில கூட்டம் ரொம்ப அதிகமாயிடுச்சு.. கொஞ்சம் ஃபோர்ஸ் யூஸ் பண்ணித்தான் கண்ட்ரோல் பண்ண வேண்டியதாயிடுச்சு.. பேரிகேட்ஸ் எல்லாம் தள்ளி உடைச்சுட்டாங்க.. திரும்ப செட் பண்ணிட்டு இருக்கோம். ரெடியானதும் போகலாம்...”

வினோதன் சடக்கென்று எழுந்தார்.

“போய்யாங்.. வாய்ல நல்லா வருது. இன்னும் ரெண்டு நிமிசத்துல கிளம்பணும்.. சாமி அந்த டைம்தான் குறிச்சுக்

கொடுத்திருக்கார்... டிராபிக் க்ளியர் பண்ணி வெச்சிருக்கியா... இல்லை நானே போயி அங்கேயும் ரெண்டு கைய விரிச்சிக்கிட்டு நிக்கணுமா?”

இடுப்பில் துப்பாக்கியுடன் ஒரு ஆறடி மனிதன் பவ்யமாக குனிந்து திட்டுகளை வாங்கிக் கொண்டிருந்ததைப் பார்த்தான் வருண். அந்த ஹால் முழுக்க அப்படியான கூன் முதுகு மனிதர்களால் நிரம்பியிருந்தது. கோபத்தில் துப்பாக்கியை உருவி சுட்டுவிட்டால் என்ன ஆகும் என்று தோன்றியது. அந்தக் காவலர் துப்பாக்கி வைத்திருக்க மட்டுமே அதிகாரம் படைத்தவர். அதை சுடும் அதிகாரம் அவரிடம் இல்லை. அங்கே அதிகாரம்தான் ஆயுதம்.

“இல்ல சார்.. இப்ப ரெடியாயிரும்..” பதட்டமாக இடுப்பில் இருந்த வாக்கி டாக்கியை உருவியபடி நகர்ந்தார் அவர். பரதன் என்ற அவரது பெயரைப் படித்தான். குறைந்த பட்சம் ஒரு துணை கமிஷனர் அளவான பதவியிலாவது இருப்பார் என்று தோன்றியது. தனது அப்பா டென்ஷனில் இருக்கும்போது வரைமுறை இல்லாமல் பேசுவதை அவன் பல முறை பார்த்திருக்கிறான். காது கூசும் கெட்ட வார்த்தைகளும் வந்து விழும். அப்படியான மனிதர் பதவியை ராஜினாமா செய்ததற்காக தீக்குளிக்கும் தொண்டர்களை நினைத்து வருணுக்குப் பரிதாபமாக இருந்தது. நியாயமாக நாட்டு மக்கள் இதை பட்டாசு வெடித்துக் கொண்டாட வேண்டும்.

கார்கள் போர்டிகோவில் வரிசை கட்டி தயாராக நின்றன. மேலும் சிலர் மாலை அணிவித்து சால்வை போர்த்தினார்கள். அதையெல்லாம் அவசரமாக கழற்றிக் கொடுத்தான். யாரோ வாங்கிக் கொண்டார்கள். அவர்களில் பலரை வீட்டின் போர்ட்டிகோவில் அவன் பார்த்திருக்கிறான். ஆனால் யார் இன்னார் என்று தெரியாது. அதில் பெருங்கிழவர் ஒருவர் சடாரென்று காலில் வேறு விழப்போனார். அபு தாஹிர் அவரை அப்படியே லாவகமாக கேட்ச் பிடித்து தூக்கிக் கொண்டு போனார்.

“சார்.. கிளம்பலாம்” என்றபடியே பரதன் வாக்கி டாக்கியை மீண்டும் இடுப்பில் மாட்டினார். வெளியே வந்து கார் கதவைத் திறந்து வைத்துக் காத்திருந்தார். வினோதன் காரில் ஏறிய பிறகு இரண்டு கார்கள் தள்ளி வருண் திணித்து ஏற்றிக் கொள்ளப்பட்டான். அவனுடன் அபு தாஹிர் ஏறிக் கொண்டார். முன் சீட்டில் ஒரு கறுப்பு உடைப் பாதுகாவலர் துப்பாக்கியுடன். அவர் ராணா ரந்தீர். பீகாரைச் சேர்ந்தவர். வருணின் பாதுகாப்புக்கு எப்போதும் அவர்தான் வருவார். தமிழ் அரைகுறையாகத்தான் தெரியும்.

எதுவும் பேசமாட்டார். ஏதாவது வாங்கித் தந்தாலும் சாப்பிட மாட்டார். தன்னை நோக்கி ஒரு தோட்டா வந்தால் குறுக்கே பாய்ந்து மார்பைக் கொடுக்க ஒரு வினாடி கூட தயங்க மாட்டார் என்று வருண் உறுதியாக நம்பினான். அவரை நம்பி ஒரு குடும்பம் வேறு இருக்கிறது. வருண் பல முறை அவர் கண்ணில் மண்ணைத் தூவிவிட்டு நண்பர்களுடன் ஓடிவிடுவான். நேற்று இரவைப் போல. அதற்கு அவருக்குத் திட்டு வேறு கிடைக்கும்.

ஒரு வழியாக அந்த ஊர்வலம் கிளம்பியது. கட்சியின் தொண்டர்கள் முதல்வர் வருண் என்று கோஷமிட்டார்கள். வேறு யாரையோ போல் தோன்றியது. கதவைத் திறந்து குதித்து ஓடி விடலாமா என்று யோசித்தான் வருண். அவன் எண்ணத்தைப் புரிந்தது போல் அவன் தோள் மீது கை வைத்தார் அபு தாஹிர்.

“வருண்... உன் நல்லதுக்கு சொல்றேன். ஒரு பத்து இருபது நாள், பல்லைக் கடிச்சுட்டு ஓட்டிடு. தீர்ப்பு வந்துட்டா எல்லாம் சரியாயிடும்.”

வழி நெடுகிலும் கட் அவுட்டுகள், ஃப்ளெக்ஸ் பேனர்கள் நின்றன. அவற்றுடன் வினோதனின் ரசிகர்கள், தொண்டர்கள் என்று மனிதர்களும் கொளுத்தும் வெயிலில் நின்றிருந்தார்கள். பலர் தலையில் துண்டைப் போட்டுக் கொண்டு காத்திருந்தார்கள். காரின் கண்ணாடியை ஏற்றிக் கொண்டிருக்கும் தங்களை அவர்களால் பார்க்கக்கூட முடியாதென்றாலும் அசராமல் பக்தியோடு நின்றிருந்தார்கள். அப்பாவின் வழக்கமான கட்அவுட்களை வருண் பொருட்படுத்தவில்லை. அவனுக்குப் பழக்கமாகி விட்டிருந்தது. அவர் நடிகராக இருந்த காலத்து ஆரஞ்சு, பச்சைக் கோட்டு அணிந்த படங்களைப் பார்த்து நண்பர்களுடன் விழுந்து விழுந்து சிரித்திருக்கிறான். அவனே சில மீம்களை எடிட் செய்து நண்பர்களுக்குக் கொடுத்திருக்கிறான். ஆளுயர மாலை, செங்கோல், தங்க வாள் என்று வழக்கமான கட் அவுட்டுகள். ஒரு முறை முழு போதையில் கடற்கரை சாலையில் வினோதனுடைய ஒரு கட் அவுட்டுக்கு தீ வைத்திருக்கிறான். அவனைக் கைது செய்த போலீஸ் அவன் யாரென்று தெரிந்ததும் பதறி விடுதலை செய்தார்கள். ஆனால் இன்று அவற்றின் இடையே தன்னுடைய கட் அவுட்டுகளும் ப்ளெக்ஸ் பேனர்களும் நிற்பதைப் பார்த்து மிரண்டு போனான். போட்டோஷாப் மகிமையில் தங்கள் படைப்புத்திறனைக் காட்டியிருந்தார்கள் தொண்டர்கள்.

“கோட்டைக்குச் செல்லும் இளையசிங்கமே வருக வருக”

"தலைவர் எங்கள் இதயம், இளவல் அந்த இதயத்தின் துடிப்பு."

"வங்கம் காய்ந்தாலும் எங்கள் சிங்கம் வீழாது."

வருண் தலையை வெட்டி கிளாடியேட்டர் பட ஹீரோ ரஸ்ஸல் க்ரோ உடலோடு ஒட்டி இருந்தார்கள். உடல் காயங்களில் ரத்தம் ஒழுக கிரேக்க ஜட்டியோடு கையில் கத்தி கேடயத்தோடு நின்றான். வேறொரு இடத்தில் சிங்கங்கள் பூட்டிய ரதத்தில் சவாரி.

வருணுக்கு குபீரென்று சிரிப்பு வந்துவிட்டது. ராணா சத்தத்திற்குப் பதறி திரும்பினார்.

"அங்கிள்.. வாட் நான்சென்ஸ் ஈஸ் திஸ்.. நீங்க சொல்றதைக் கூட ஒத்துக்கலாம். இதெல்லாம் எப்படி தாங்கிக்கறது. என் படத்தை இவ்வளவு பெருசா பாக்கும்போது எனக்கே சகிக்கலை. ஓ மை காட். இது என்ன... ஷிட்..."

ஒவ்வொரு ஃப்ளெக்ஸ் பேனரையும் பார்த்து அவன் முகம் சிவந்து கொண்டே வந்தது.

"போச்சு.. என் ஃபிரெண்ட்ஸ் என்னை ட்விட்டர்ல கிழிக்கப் போறாங்க.. ஓ நோ..." தலையில் அடித்துக் கொண்டான் வருண்.

அபு தாஹிர் சிரித்தார்.

"என்னப்பா.. இதென்ன புதுசா.. இதெல்லாம் இல்லாம இன்னைக்கு அரசியல் இல்லை. ஃப்ளெக்ஸ் வெக்கிறது உனக்காக இல்லை. லோக்கல்ல கட்சியில தன்னோட இடத்தைத் திரும்பத் திரும்ப ஒருத்தன் கூவிக்கிட்டே இருக்கணும். தலைமைக்கு நெருக்கமா காட்டிக்கணும். நாம போற வேகத்துல இதெல்லாம் நம்ம கண்ணுல விழாதுன்னு அவங்க எல்லாருக்கும் தெரியும். இது அவனை சுத்தி இருக்கறவங்களுக்காக அவன் செய்யற அரசியல். கண்டுக்காம வா.. பழகிடும்."

கவர்னர் மாளிகைக்கு உள்ளே வாகனங்கள் நுழைந்ததும் பெரிய பூப்பூவான அலங்காரக் கம்பிகளால் ஆன கதவு இறுக அடைக்கப்பட்டது. கவர்னர் என்பவர் முதல்வரை விடப் பெரிய ஆடம்பர வீட்டில் வசித்தார். போர்டிகோவில் கவர்னருடன் அவர் மனைவியும் காத்திருந்தார். கவர்னர் வாசுதேவ மேனன் ஒரு மலையாளி. தலைமுடி ஒன்று விடாமல் நரைத்திருந்தது. வெள்ளை டை அடிக்கிறாரோ என்று சந்தேகித்தான் வருண். அவர் மனைவி பாப் வெட்டிய ஒரு பாப் வெட்டிய ஒரு பெண்மணி. இருவரும் அவன் கைகளைக் குலுக்கி அழைத்துப் போனார்கள்.

வெட்டாட்டம்

"ஐ நீட் எ வேர்ட்" என்று வருணை முதுகில் கை வைத்து தனியாக அழைத்துப் போனார் கவர்னர்.

"யங் மேன்.. நான் சட்டப்படி உன் அப்பா சொன்னதைக் கேட்டுதான் ஆகணும். ஆனா... உனக்கு இந்தப் பதவியை ஏத்துகறதுல விருப்பம்தானே" என்றார் ஆங்கிலத்தில். பழக்கமான ஏதோ சிகரெட் வாசனை அவரிடமிருந்து வந்தது. அந்த நேரத்தில் ஒரு சிகரெட் கிடைத்தால் நன்றாக இருக்குமென்று தோன்றியது.

"என்னைக் காப்பாத்துங்க" என்று அவரிடம் கதறி முறையிடலாமா என்று வருண் ஒரு வினாடி யோசித்தான். பயனிருக்காது. அவன் அப்பா வேறு தங்க பிரேம் போட்ட கண்ணாடி வழியாக இவனையே பக்கவாட்டில் முறைத்துக் கொண்டிருந்தார். இவர்கள் பேசுவதை அறிந்து கொள்ள என்ன விலையும் தருவார். என்று நினைத்தான் வருண்.

"கொஞ்ச நாள்தான்னு அப்பா சொல்லியிருக்காரு. அது வரைக்கும் அவர் பாத்துக்குவார். கைடு பண்றதா சொல்லியிருக்கார்." என்றான்.

கவர்னர் பிறகு அனைவரையும் தன்னுடைய விசாலமான அலுவலகத்துக்கு அழைத்துப் போனார். வினோதன் தனது பதவி விலகல் கடிதத்தையும் வருணுக்குக் கட்சியின் எம்எல்ஏக்கள் அளித்த ஆதரவுக் கடிதத்தையும் கொடுத்தார். ஃபிளாஷ்கள் மின்னின.

"எனி போர்ட்ஃபோலியோ சேஞ்சஸ் மிஸ்டர் வினோதன்?" கவர்னர் கேட்டார்.

"இல்ல சார்.. அதே மினிஸ்டருங்கதான். என்னோட துறைகள் மட்டும் அப்படியே புது சிஎம்முக்கு போகும்."

முதன் முறையாக ஒருவரிடம் வினோதன் பணிந்து பேசுவதை வருண் பார்த்தான்.

"எல்லா மினிஸ்டர்சும் இன்னிக்கு ஓத் எடுக்கணுமா?"

"நீங்க சிஎம்முக்கும் இன்னும் ரெண்டு பேருக்கும் இன்னைக்கு எடுத்துடுங்க.. மத்தவங்களை ரெண்டு மூணு நாள்ல எடுக்கச் சொல்லிடலாம்."

"ஓகே"

வருணுக்கு முதலில் ஒரு பிரமாணம் தரப்பட்டது.

ஷான்

முதலமைச்சராக பதவியேற்கும் பிரமாணம். அதைக் கையில் வாங்கியதும் சப்பென்று ஆகிவிட்டது அவனுக்கு. ஒரே பக்கத்தில் சில வரிகளில் சுருக்கமாக இருந்தது. அதன் பிறகு கவர்னர் படிக்க இவன் திரும்பச் சொல்ல ரகசியக் காப்பு பிரமாணத்தையும் ஏற்றுக் கொண்டான். அவனைத் தொடர்ந்து அபு தாஹிரும் இன்னும் இரண்டு மந்திரிகளும் பதவியேற்றுக் கொண்டார்கள்.

பெரிதாகக் கூட்டம் எதுவும் இல்லை. குறிப்பிட்ட சில மீடியாக்களில் இருந்து மட்டுமே அனுமதிக்கப்பட்டிருந்தார்கள். இதர மந்திரிகளின் குடும்பத்தாருக்குக் கூட அனுமதி இல்லை. அப்படி இருந்திருந்தால் அப்துல் வந்திருப்பான். கொஞ்சம் ஆறுதலாகவாவது இருந்திருக்கும்.

கடந்த முறை அவன் அப்பா பதவியேற்றபோது ஸ்டேடியத்தில் விழா ஏற்பாடு செய்திருந்தார்கள். மத்தியில் இருந்து உள்துறை அமைச்சர் வந்திருந்தார். நான்கு மாநிலங்களின் முதல்வர்கள் வந்திருந்தார்கள். வேறு வழியில்லாமல் இவனும் போயிருந்தான். பெரும்பாலும் மொபைலில் கேம் விளையாடிக் கொண்டிருந்ததால் அங்கே என்ன நடந்ததென்று கவனிக்கவில்லை. இப்போதும் ஒரு மவுனக் காட்சி போல்தான் அத்தனையும் அவன் முன்பாக நடந்து கொண்டிருந்தன. பொங்கி எழுந்த கொட்டாவியை அடக்கிக் கொண்டான். மீண்டும் கடுமையான தலைவலி ஏற்பட்டிருந்தது. அபு தாஹிர் வேறு அருகில் இல்லை. அவரிடம்தான் போன் இருந்தது. ஒரு வகையில் நிகழ்ச்சி விரைவில் முடிந்தது கூட அவனுக்கு நிம்மதியாக இருந்தது. 25 மந்திரிகளும் பதவியேற்றிருந்தால் தூங்கி விழுந்திருப்பான். வழக்கம் போல மீம் போடுபவர்கள் ஓவர்டைம் பார்த்திருப்பார்கள்.

அதைத் தொடர்ந்து கவர்னரின் மாளிகையிலேயே மதிய உணவு ஏற்பாடு செய்யப்பட்டிருந்தது. பெயருக்கு தட்டில் ஏதோ போட்டு குத்திக் கொண்டிருந்தான் வருண். அங்கே யார் பேசுவதும் அவனுக்குப் புரியவில்லை. அதிகாரவட்டத்தின் உச்சத்தின் வெகு அருகில் இருந்தாலும் தன் தந்தையின் மீதிருந்த வெறுப்பின் காரணமாக அங்கு என்ன நடக்கிறது என்று அவன் தெரிந்துகொள்ள முயலவில்லை. எல்லாமே அன்னியமாக இருந்தது.

கவர்னர் மீண்டும் அவனிடம் வந்தார். கையில் ஒரு கண்ணாடிக் கோப்பையில் பழச்சாறு வைத்திருந்தார். தன்னையே வெகு நேரமாக அவர் கண்காணித்திருக்க வேண்டும் என்று வருணுக்குத் தோன்றியது.

“டூ யூ நோ யுவர் போர்ட்ஃபோலியோஸ் டியர் சீஃப் மினிஸ்டர்?” என்றார் கேள்வியாக.

வருண் அமைதியாக இருந்தான். வாசுதேவ மேனன் பெருமூச்சு விட்டார்.

“நான் இதை கவர்னரா சொல்லலை.. ஐ ஆம் வாட்சிங் யூ ஃபார் சம் டைம் நவ்.. ஏதோ சரியில்லை... பட்.. என்னுடைய அனுபவத்திலிருந்து சொல்றேன்.. உன்னை மீறி விஷயங்கள் நடக்கும்போது சில நேரத்துல ஜஸ்ட் என்ஜாய் தி மொமெண்ட் யங் மேன்... அங்கே பாரு... உங்க அப்பாவைச் சுத்தி இருக்கிற கூட்டத்தை... இந்தப் பதவிக்காக அவங்க கொலை கூட செய்வாங்க.. ஆனா உன்னை அது தேடி வந்திருக்கு... மே பீ அந்தப் பதவி உன்கிட்டே ஏதோ எதிர்பார்க்குது...”

வருண் அவரையே பார்த்தான். வாய்க்குப் போன ஸ்பூன் பாதியிலேயே நின்றது. பிறகு ஆங்கிலத்தில் கேட்டான்.

“யாராவது ஸ்டாஃப்கிட்டே டாய்லெட் எங்கே இருக்குன்னு காட்ட சொல்றீங்களா?”

★★★

சு

மனையை விட்டு வெளியில் வந்த பிறகு அடுத்த ஐந்து கட்டங்களுக்கு ஆபத்தே இல்லை. அது அவரவர் கோட்டை. அதன் பிறகு மலை என்று அழைக்கப்படும் கட்டங்களை அடைந்து விட்டாலும் யாரும் வெட்ட முடியாது. மலைகளுக்கு இடையில் இருக்கும் கட்டங்கள்தான் போர்க்களம். அவற்றைக் கடந்துதான் மலைகளை அடைய முடியும். கொஞ்ச காலம் போர்க்களத்தை தள்ளிப் போடலாம். ஆனால் தவிர்க்க முடியாது. வெளியில் வந்தே ஆகவேண்டும். வெட்டவோ வெட்டுப்படவோ.

கயல்விழி தன்னுடைய புடவையின் மடிப்புகளை பத்தாவது முறையாக சரிபார்த்துக் கொண்டாள். அவளுடைய பேச்சு பிரிண்ட் அவுட் எடுக்கப்பட்டு ஃபைல் செய்து கையில் தயாராக இருந்தது. கம்பீரமான ஒரு தென்னிந்திய நிறம் அவளுக்கு. அழகிய பல்வரிசையிலான புன்னகை, கடல் போன்ற கண்கள். கார் விரைந்து கொண்டிருந்தது. இரண்டு பக்கங்களிலும் பிரமாண்ட கட் அவுட்டுகள், பேனர்கள் நின்றதை வேடிக்கை பார்த்தபடி வந்தாள். அருகில் வரதராஜன் அமர்ந்திருந்தார். அவளுடைய அப்பா. தமிழகத்தின் பிரதான எதிர்க்கட்சியான விடுதலை மக்கள் முன்னேற்றக் கழகத்தின் தலைவர். வருணின் படங்களைப் பார்த்தவள் திரும்பினாள். காலையிலிருந்து பதினேழாவது முறையாக அதே கேள்வியைக் கேட்டாள்.

"அப்பா, அவங்களுக்கு வேற ஆளே கிடைக்கலையா? டம்மி சிஎம்னாலும் இவன்தான் கிடைச்சானா?"

"அவங்க கட்சியிலேயே கொஞ்சம் சீனியர்ஸ் எல்லோரும்

அப்செட்தான் போல. ஆனா அங்கே வினோதன் வெச்சதுதான் சட்டம். வினோதன் இண்டர்வியூவில உன்னை இழுத்திருக்காரு பாத்தியா?"

"ரொம்ப மொக்கை சமாதானம்ப்பா.. நானும் அவனும் ஒண்ணா.. காலேஜ்லயே அந்த கோஷ்டி அராத்து தாங்காது. இப்போ பதவி வேற வந்துட்டா என்னவெல்லாம் பண்ணப்போறான்னு தெரியலை."

"அப்படி எதுவும் நடக்கலை. மகனை வெளியிலேயே விடறதில்லையாம். மூணு வாரமா இது வரைக்கும் எந்தப் பேட்டியும் கொடுக்கலை. நிகழ்ச்சி, விழான்னு எதுலயும் கலந்துக்கலை. தன்னை சுத்தமானவனாக் காட்டிக்க இது ஒரு ஸ்டண்ட்டு. அவ்வளவுதான்"

"தீர்ப்பு எப்படி வரும்னு ஏதாவது தெரியுமாப்பா?"

"சிபிஐ நடத்துது. எனக்குத் தெரிஞ்ச வரைக்கும் கேஸ் நிக்காதுன்னு தோணுது. கீழ்கோர்ட்டுல சாட்சி சொன்ன சில பேரு வயசாகி செத்தே போயிட்டான்"

கயல்விழிக்கு இருபத்தேழு வயது. வினோதனை எதிர்த்து இருபது வருடங்களாக அரசியல் செய்து வரும் வரதராஜனின் மகள். அவருடைய விடுதலை மக்கள் முன்னேற்றக் கழகம் வரதராஜனின் தந்தை கோபாலனால் தொடங்கப்பட்டது. ஆட்சியில் இருக்கும் மக்கள் முன்னேற்றக் கழகத்திலிருந்து பிரிந்து வந்து அந்தக் கட்சியை அவர் தொடங்கி இருபது வருடங்களாகிறது. வரதராஜன் காலத்தில் கட்சி ஓரளவு வளர்ந்திருந்தது. தற்போதைய சட்டமன்றத்தில் நாற்பது இடங்கள் வைத்திருந்தார்கள். ஆனால் வினோதனின் அசைக்க முடியாத செல்வாக்கு வரதராஜனுக்குப் பெரிய சவாலாக இருந்தது. தன்னுடைய பல படங்களில் மக்களுக்குத் தொண்டு செய்யும் ஏழைப் பங்காளனாக நடித்து அப்படியே அழுத்தமாகப் பதிந்து போயிருந்தார் வினோதன். இன்றும் மறுபடி தேர்தல் வந்தால் வினோதன் வெற்றிபெற்று விடுவார் என்று எந்த சந்தேகமுமின்றி வரதராஜனுக்குத் தெரியும். வினோதன் மீதான இந்த ஊழல் வழக்கு அவருடைய அரசியல் வாழ்வில் தெரிந்த முதல் ஒளி. இப்போது மத்தியில் ஆட்சியில் இருக்கும் இந்திய மக்கள் கட்சி வினோதனை ஏதோ ஒரு வகையில் பிடியில் வைத்துக் கொள்ள நினைக்கிறது. அதற்கு இந்த வழக்கைத் தோண்டி எடுத்திருக்கிறது.

அருகிலிருந்த மகள் கயல்விழியைப் பார்த்தார். அவள்

கல்லூரியில் படிக்கும் போதிருந்தே அரசியலில் ஆர்வமாக இருந்தவள். எஞ்சினியரிங் படித்தவள் பிறகு அமெரிக்காவின் விர்ஜினியா மாகாணம் சென்று பொலிடிகல் சைன்ஸ் படித்தாள். ஆனால் அரசியல்தான் தனது வாழ்க்கை என்று ஆரம்பத்திலேயே சொல்லிவிட்டாள். பிறகு இந்தியா வந்தவளை கட்சியின் மகளிர் அணி ஒருங்கிணைப்பாளராக்கி விட்டார் வரதராஜன். இப்போது முழு நேர அரசியலில் இருக்கிறாள். அவளும் ஒரு சட்டமன்ற உறுப்பினர். அவள் செல்லும் கூட்டங்களுக்கென்று இளைஞர் கூட்டம் வரத் தொடங்கி இருந்தது. அவள் அணியும் ஆடைகள் கூட பெண்கள் மத்தியில் பிரபலமாகி இருந்தன. வரதராஜனுக்கு மகளை நினைத்து எப்போதும் ஒரு பெருமை. அதிலும் வருணைத் தனது வாரிசாக வினோதன் இப்போது முன்னிறுத்தியது அவர் மகிழ்ச்சியைக் கொஞ்சம் அதிகரித்திருந்தது. அதன்பிறகு வருணையும் கயல்விழியையும் ஒப்பிட்டே பலரும் பேச ஆரம்பித்திருந்தார்கள். சொந்தக் கட்சிக்குள்ளாகவும் கயல்விழியின் பிம்பம் உயர்வது அவருக்குச் சாதகமானதுதான். கயல்விழி வருண் படித்த கல்லூரியில் படித்தவள்தான். ஆனால் அவனுக்கு இரண்டு வருடங்கள் சீனியர். கல்லூரியில் இருந்த போதே பல சமூக சேவைகளில் ஈடுபட்டவள். பல போட்டிகளில் பரிசுகளைத் தட்டிக் கொண்டு வந்தவள். வள்ளுவர், கம்பன், ஸ்பீல்பெர்க், ஸ்டீவ் ஜாப்ஸ் என்று எல்லாத் தலைப்புகளிலும் தயாரிப்பில்லாமல் பேசக் கூடியவள். இப்போது மாநிலத்தில் நிகழும் ஜனநாயகப் படுகொலையைக் கண்டித்து கடற்கரையில் நடக்கும் கூட்டத்தில் பேசுவதற்காகத் தந்தையும் மகளும் சென்று கொண்டிருந்தார்கள்.

வருண் கடந்த சில வருடங்களில் தவறான காரணங்களுக்காக மட்டுமே செய்திகளில் வந்திருந்தான். குடித்துவிட்டு பாரில் கலாட்டா செய்தது, பார்ட்டியில் ஒரு இளம் நடிகரை அறைந்தது, சட்டையில்லாமல் சாலையில் ஓடியது போன்ற பரபரப்புகளால் மட்டுமே அறிமுகமாகியிருந்தான். வினோதன் திரைப்படங்களில் குடிப்பது, சிகரெட் பிடிப்பது போன்ற காட்சிகளைத் தவிர்ப்பார். தாயை மதிப்பார். பெண்களை தெய்வமாகத் தொழுவார். வருண் மாதா மாதம் ஒரு பெண்ணின் அணைப்பில் இருப்பதுபோல் படங்களாக வருவான். அப்படி ஒரு நல்லவருக்கு இப்படி ஒரு மகனா என்று விக்டரி ஸ்டார் வினோதனின் ரசிகர்கள் பெருமூச்சு விட்டிருக்கிறார்கள்.

ஆரம்பத்தில் வருண் பதவியேற்கிறான் என்ற செய்தி வந்தபோது கயல்விழி அதை நம்பவில்லை. வினோதன் அவரது கட்சியைப்

வெட்டாட்டம்

பொறுத்தவரை ஒரு சர்வாதிகாரி என்று தெரியும். ஆனால் அவர் ஒன்றும் அரசியலே தெரியாத முட்டாள் அல்ல. அவரது அரசியல் காய் நகர்த்தல்கள் எப்போதுமே புத்திசாலித்தனமானவை. ஆனால் இப்போது வரை இந்த முடிவின் காரணம் அவளுக்குப் புரியவில்லை. ஆனால் அந்த முடிவை விமமுக கட்சி தங்களை பலப்படுத்திக் கொள்ள ஒரு வாய்ப்பாகப் பார்த்தது. மாநிலமெங்கிலும் கூட்டங்கள் நடந்தன. கயல்விழிதான் பல இடங்களில் நட்சத்திரப் பேச்சாளர். கூட்டம் நடக்கும் இடத்துக்கு அரை கிலோமீட்டர் முன்பாகவே அவர்கள் கட்சியின் கொடிகளும் கட் அவுட்களும் தொடங்கியிருந்தன..

கயல்விழி எதிர்பார்த்திருந்ததை விடக் கூட்டம் அன்று அதிகமாகவே இருந்தது. வருண் பதவியேற்ற பிறகு தங்கள் கட்சியில் ஒருவித உற்சாகம் பரவியிருந்ததை அவள் உணர்ந்திருந்தாள். என்ன பேசினால் கூட்டத்திற்குப் பிடிக்கும் என்று அவளுக்கு நன்றாகத் தெரிந்திருந்தது.

"யார் இந்தப் புதிய முதலமைச்சர்? அவருக்கு என்ன அரசியல் தெரியும்? குடித்துவிட்டுக் கூத்தடிப்பது தவிர மாநிலத்துக்கு என்ன திட்டங்கள் வைத்திருக்கிறார்? சென்னையைத் தாண்டி ஒரு முறையாவது வெளியே சென்றிருப்பாரா அவர்? மக்கள் தன்னை நம்பி ஒப்படைத்த பதவியையும் அதிகாரத்தையும் ஏதோ பக்கோடா பஜ்ஜி போலத் தூக்கித் தன்னுடைய மகனுக்குக் கொடுத்துவிட்டார் வினோதன். மக்களின் மீது நெல் முனையளவாவது அக்கறை இருந்தால் இப்படி ஒரு துரோகத்தை அவர் செய்திருப்பாரா? இதுவரை இந்த அரசாங்கம் குடிப்பவர்களுக்கு பார் வசதி செய்து கொடுத்துக் கொண்டிருந்தது. இனிமேல் முதலமைச்சர் கூடவே அமர்ந்து குடிக்கும் வசதியும் கிடைக்கப்போகிறது. நீங்கள் கொடுத்து வைத்தவர்கள்"

கூட்டம் கரகோஷம் எழுப்பியது.

"இது பற்றிக் கேட்டபோது மதிப்பிற்குரிய வினோதன் என்னை உதாரணமாகக் காட்டி இருக்கிறார். கட்சியில் பணியில் ஈடுபட்டு படிப்படியாக வளர்வதற்கும் நேராக வானத்தில் இருந்து குதிப்பதற்கும் வித்தியாசம் இல்லையா? சரி.. நான் வயதில் சிறியவள்தான். மரியாதைக்குரிய நம் தலைவரின் வழிகாட்டுதலில் வேகமாக வளர்கிறேன் என்பதை மறுக்கவில்லை. என்னுடைய தகுதியை வினோதன் சோதிக்க விரும்பினால் நான் தயாராக இருக்கிறேன். நாளையே அவர் ஒரு கூட்டம் போடட்டும். அதில் அவரது மகன் அதாவது தற்போதைய மாண்புமிகு முதல்வர் வருண்

அவர்கள் கலந்து கொள்ளட்டும். மாநிலத்தின் பிரச்னைகள் குறித்து நேரடியாக விவாதிக்க நான் தயார். மக்கள் முன்னிலையில் இது நடக்கட்டும். மக்களாகிய நீங்கள் தீர்ப்பு சொல்லுங்கள். இதை நான் ஒரு சவாலாகவே விடுக்கிறேன். அப்பாவும் பிள்ளையும் இதை ஏற்றுக் கொள்ளத் தயாராக இருக்கிறார்களா?"

கூட்டத்தின் கைதட்டல் அடங்க வெகுநேரமானது.

"ஊழலில் சிக்கி வழக்காடிக் கொண்டிருக்கும் தந்தை, அரசியலில் அனா ஆவன்னா தெரியாத தொட்டில் பிள்ளை, இதுதான் இன்றைய நிலைமை. ஒரு மன்னராட்சியில் கூட அடுத்ததாக முடி சூட்டப்படவிருக்கும் இளவரசனுக்கு குதிரையேற்றம், வில்வித்தை, தர்க்க சாஸ்திரம் என்று பல கலைகளைக் கற்பிப்பார்கள். இப்போதைய நமது மன்னர் கல்லூரியில் இருக்கும் அரியர்களையே இன்னும் முடிக்கவில்லை. இந்தியாவில் இளம் வயது முதல்வர் இன்னும் ஒருமுறை கூட பத்திரிகையாளர்களைச் சந்திக்கவில்லை. தற்போதைய முதல்வர் வருண் முதல்வர் நாற்காலியில் அவரது தந்தையால் போட்டு வைக்கப்பட்டிருக்கும் துண்டு என்று சொல்ல ஆசைதான். ஆனால் துண்டு உழைப்பாளிகளின் சின்னம். தலையில் கட்டலாம், தோளில் போடலாம், துவட்டலாம், குழந்தைகளைச் சுற்றி எடுத்துப் போகலாம். ஆளுங்கட்சியினர் போட்டு வைத்திருக்கும் துண்டு முதல்வர் அலுவலக மேசை துடைக்கக் கூடப் பயன்படாது என்பதுதான் என்னுடைய கவலை."

"என்னடா உன்னை இந்தக் கிழி கிழிக்கறா?" என்றான் அப்துல். அவன் அறையில் இருவரும் மொபைல் போனில் கேம் விளையாடிக் கொண்டிருந்தார்கள். எப்போதும் போல வருண் ஜெயித்துக் கொண்டிருந்தான். இந்தப் பதினைந்து நாட்களின் தனிமையில் அவனே உருவாக்கிய கேம் அது. ஷில்பா இவர்கள் இருவரின் எதிர்ப்பைப் பொருட்படுத்தாமல் டிவி போட்டு இந்த சேனலை வைத்து விட்டிருந்தாள். ஒரு வகையில் அவள் கயல்விழியை ரசித்தாள் என்று கூட சொல்லலாம்.

"விட்றா.. உண்மைதான.. நம்ம காலேஜ்லதானே படிச்சா.. நம்மளைப் பத்தி எல்லாக் கதையும் தெரிஞ்சிருக்கும்."

"ஆமாடா.. அப்போ ஏதோ ஒல்லிப் பிச்சான் மாதிரி ஒரு கண்ணாடியைப் போட்டுக்கிட்டு திரிவா.. இப்பப் பாரு எவ்வளவு வளர்ச்சி" என்று கண்ணடித்தான் அப்துல்.

"டேய்.. இடியட்ஸ்.. அவ பாயிண்ட் பாயிண்ட்டா எவ்வளவு

அழகாப் பேசறா... அதுவும் வருண் உன்னைத்தான் படு கேவலமாப் பேசறா.. நீங்க இளிச்சிட்டு இருக்கீங்க... யூ கைஸ் ஆர் ஷேம்லெஸ்... எனக்கு வெக்கமா இருக்கு..."

ஒரு சிறு தலையணையை எடுத்து எறிந்தாள் ஷில்பா.

"இதோ பாரும்மா சேட்டுப் பொண்ணு.. நானா முதலமைச்சர் ஆகறேன்னு சொன்னேன்? மிஸ்டர் வினோதன் என்னைக் கேட்டா செஞ்சார். இதுக்கெல்லாம் நான் எப்படி பொறுப்பாவேன்? அவ சொல்றதுல என்ன தப்பு.. எனக்கு என்ன மயிரு அரசியல் தெரியும்."

"ஷில்பி.. டார்லிங்.. நீ ரொம்ப எமோஷனலா இருக்கே.. அதான் புதுசா ரோஷம் வெக்கமெல்லாம் வருது... ஃப்ரிட்ஜ்ல ஜில்லுனு பீர் இருக்கும். எங்களுக்கு எடுத்துட்டு வா.. ஓடு ஓடு."

பதவியேற்று மூன்று வாரங்களுக்குப் பிறகு ஒரு வழியாக வீட்டை விட்டு வெளியேறி அப்துல் வீட்டுக்கு வந்திருந்தான் வருண். அதுவரை கிட்டத்தட்ட ஒரு சிறை போல் அவன் யாரையும் பார்க்க அனுமதிக்கப்படவில்லை. அவன் அப்பா வினோதன் வழக்குக்காக டெல்லி போயிருந்ததால் அவனுக்கு தான் பொறுப்பேற்றுக் கொள்வதாக சொல்லி அழைத்து வந்திருந்தார் அபு தாஹிர்.

"இந்த சர்க்கஸ் எப்போ முடியும்னு இருக்குடா... ஏதோ ஏலியன் ப்ளானட்ல மாட்டிக்கிட்ட மாதிரி இருக்கு. ஆல் ஃபக்கிங் க்ரேசி பீப்புள். இருபத்து நாலு மணி நேரமும் முட்டாள்கள் கூடவே இருக்கறது ரொம்ப டிப்ரசிங்கா இருக்கு."

ஷில்பா இரண்டு பியர் கேன்களுடன் திரும்பி வந்தாள். ஆளுக்கு ஒன்றாக நீட்டினாள்.

"டேய் வருண்.. லெட் அஸ் பீ சீரியஸ்... லைப்ல உனக்கு என்னடா ஆம்பிஷன்? டேய் அப்துல் உனக்கு என்னடா? இன்னும் பத்து வருசம் கழிச்சு எங்கேடா இருப்பே நீ?"

"அம்மா தாயே.. மூணு பீர் உள்ளே போயிட்டா பத்து நிமிஷம் கழிச்சு எங்கே இருப்பேன்னே எனக்குத் தெரியாது. நீ முதல்வர் அய்யாவையே கேளும்மா.." என்று கை கூப்பினான் அப்துல்.

"ஷில்பா.. எங்கே இருப்பேன்னு தெரியலை. ஆனா எங்கே இருக்கக் கூடாதுன்னு நமக்குத் தெரியும்ல. எங்கப்பா இருக்கிற எந்த இடமா இருந்தாலும் அங்கே இருக்க மாட்டேன். விசா

கிடைச்சா வெளிநாடு ஓடிடலாம்னு இருக்கேன்."

"ஓடி?"

"எனக்குன்னு ஒரு வேலை கிடைக்காதா? ஏற்கெனவே ஒரு கேம் கம்பெனி சிங்கப்பூர்ல கேட்டான். அங்கே ஓடிடுவேன்.. முடிஞ்சா அமெரிக்கா.. இந்த இடியாட்டிக் ஊரை விட்டுப் போனாலே போதும்."

ஷில்பா நகம் கடித்தபடி மையிட்ட விழிகளால் அவனைப் பார்த்தாள். வழிந்து விழும் முடிக்கற்றையை எடுத்து காதுக்குப் பின் நிறுத்தினாள்.

"வருண்.. நான் ஒண்ணு சொன்னா டென்ஷனாக மாட்டியே?"

"சொல்லு"

"எனக்கென்னவோ இந்த பாலிடிக்ஸ் உன்னை விடாதுன்னு தோணுது. இது பவர் கேம்டா.. நீதான் இன்னும் அதை ரியலைஸ் பண்ணலை. உனக்கு அதுக்கான டேலண்ட் இருக்குடா.. ஒரே ஒரு நிமிஷம் யோசிச்சுப் பாரு.. யாருக்கு இப்படி ஒரு சான்ஸ் கிடைக்கும்?"

"ஏம்மா நீ வேற பயமுறுத்தாதே அவனை. மச்சான்.. நீ ஒரு மூணு மாசம் இருந்து பாரு.. முடியலைன்னா நம்ம ஷில்பாவை முதலமைச்சர் ஆக்கிடுவோம். சட்டசபையே கலங்கிடும்."

"டேய்.. கொழுப்பா.. எடுத்து அடிச்சேன்னா பாத்துக்க.."

"பாத்தியா... திஸ் பீஸ்தான் அரசியலுக்கு வேணும்.. யூ ஆர் செலக்டட் பேபி."

வருண் எதுவுமே பேசாமல் டிவி திரையைப் பார்த்தான். இப்போது எதிர்க்கட்சித் தலைவர் வரதராஜன் பேசிக் கொண்டிருந்தார். அவரும் தனது பங்குக்கு வருணை விட்டு வாங்கிக் கொண்டிருந்தார்.

"இந்தாம்மா கொஞ்சம் நம்ம கட்சி சேனல் வைக்கறியா... எதிர்கட்சி சேனலே பாத்துட்டு இருந்தா எனக்கே இவனைத் திட்டணும் போல தோண ஆரம்பிக்குது"

ஷில்பா மமுக கட்சியின் சேனல் மாற்றினாள். அவர்களின் சின்னம் கேடயம். இரண்டு வாள்கள். அதே போல டிவியின் லோகோ இருந்தது. வி டிவியின் வி இரண்டு வாள்களாகியிருந்தது. வி ஃபார் விக்டரி. வி ஃபார் வினோதன்.

வெட்டாட்டம்

வழக்கம் போல நான்கு பேர் பாஸ்போர்ட் சைசில் ஏதோ பேசிக் கொண்டிருந்தார்கள். விவசாயிகளுக்கு சோலார் பம்புகள் கொடுக்கும் புரட்சிகரமான திட்டத்தை வருண் அறிவித்ததாக கீழே வரிகள் ஓடியது. அது குறித்துத்தான் விவாதம் நடந்து கொண்டிருந்தது. இஸ்ரேல் நாட்டுக்கு இணையான புரட்சிகரமான தொழில் நுட்பத்தை ஒரு இஞ்சினியர் என்ற முறையில் வருண் சிந்தித்து அறிவித்திருப்பதாக ஒருவர் பேசிக் கொண்டிருந்தார்.

"டேய் வருண்.. நீ எப்படா இதெல்லாம் செஞ்சே?"

"நான் எங்கேடா செஞ்சேன். தினமும் ஏதாவது சைன் பண்ணச் சொல்லி வரும். எங்க அப்பா பாத்துட்டு அனுப்புவாரு. நான் வேகமா கையெழுத்து போட்டு அனுப்பிடுவேன். அதுல ஏதாவது ஒண்ணா இருக்கும்."

"சரி, நீ ஒரு நாளாவது செக்ரட்டேரியட் போனியா இல்லையா.. அந்த முதல்வர் நாற்காலில் உட்கார்ந்து எப்படியாவது ஒரு செல்பி எடுத்துட்டு வந்துடு"

"முதல் நாள் போய் ஏதோ அறிமுகம் நடந்தது. அவ்வளவுதான். அதுக்கப்புறம் என் பெட்ரூம்தான். ஏதோ நர்மதா பேச்சுத் துணைக்கு இருந்ததால இன்னும் லூசாகாம இருக்கேன்."

அப்துலின் மொபைல் ஒலித்தது. எடுத்தான்.

"யெஸ் டாடி... நீங்க எங்கே இருக்கீங்க? இதோ கூட்டிட்டு வரேன்..."

போனை அணைத்துவிட்டு வருணைப் பார்த்தான்.

"உன்னோட பரோல் முடிஞ்சதுடா. உன்னைக் கூட்டிட்டு கீழே வரச் சொல்றார் எங்கப்பா. நான் நாளைக்கு வந்து உன்னைப் பார்க்கறேன்"

மூவரும் இறங்கி வந்தார்கள். அபு தாஹிர் நின்றிருந்தார்.

"போலாமாப்பா..." என்றபடி வெளியே நடந்தார்.

வெளியே வந்தபோது பரதன் தயாராகக் காத்திருந்தார். ஒரு சல்யூட் அடித்து கதவைத் திறந்து விட்டார். இப்போது வருண் முதல்வர் என்பதால் அவர்தான் பாதுகாப்பு அதிகாரி. கார் கிளம்பியது. அவனோடு காரில் ஏறிக் கொண்டார் அபு தாஹிர்.

"அங்கிள்... இந்த டிராமா எல்லாம் எப்ப முடியும்."

"இன்னைக்குதான்   ஜட்ஜ்மெண்ட்   வருண்.   தலைவர்

டெல்லிலதான் இருக்காரு."

வருணின் செல்போன் ஒலித்தது. எடுத்தான். கவர்னரின் செயலாளர் பேசினார். அவனை உறுதிப் படுத்திக் கொண்டு கவர்னரிடம் இணைத்தார்.

"திஸ் இஸ் கவர்னர் ஸ்பீக்கிங்.."

"யெஸ் சார்.." என்றான். யுவர் எக்சலன்சி சொல்லியிருக்க வேண்டுமோ என்று சந்தேகம் வந்தது. உரையாடல் ஆங்கிலத்தில் தொடர்ந்தது.

"நீங்க தனியா இருக்கீங்களா?"

"நான் ஒரு கார்ல இருக்கேன். ஆனால் பேசலாம். சொல்லுங்க"

சில வினாடிகள் அமைதிக்குப் பிறது தொண்டையைக் கனைத்து ஆரம்பித்தார் கவர்னர்.

"விஷயம் சிக்கலாகிடுச்சுன்னு எனக்கு டெல்லில இருந்து செய்தி வந்திருக்கு. ப்ரெஸ்சுக்கு விஷயம் போறதுக்கு முன்னால முன்னெச்சரிக்கையா சில நடவடிக்கைகளை எடுக்கச் சொல்லி எனக்கு ஆர்டர் வந்திருக்கு. சென்சிடிவான ஏரியாக்களில் உடனே போலீஸ் பாதுகாப்பு போடுங்க. லா அண்ட் ஆர்டர் பிரச்னை வரக்கூடாதுன்னு நான் உங்ககிட்டே கேட்டுக்கறேன்."

"சார்.. எனக்குப் புரியலை. என்ன ஆச்சு... டெல்லில இருந்து என்ன நியூஸ் வந்தது?"

"இதை சொல்ல வேண்டியவனாக நான் இருப்பது வருத்தம்தான் வருண். மிஸ்டர் வினோதனுக்கு சிபிஐ கோர்ட்ல தண்டனை உறுதி செஞ்சுட்டாங்க. ஐந்து வருடங்கள். உடனே கைது பண்ணிடுவாங்க. அவர் அப்பீல் பண்ற வரைக்கும் டெல்லியில் சிறையில் இருப்பார். அடுத்த இரண்டு மணி நேரத்தில் அதிகாரபூர்வமா செய்தி வந்துடும்." கொஞ்சம் இடைவெளி விட்டுத் தொடர்ந்தார் கவர்னர்.

"நீங்க எந்த சூழ்நிலையில் இந்தப் பதவிக்கு ஒத்துக்கிட்டீங்கன்னு தெரியாது. ஆனால் இந்த நேரத்தில் நீங்கள் எடுக்கும் முடிவுகளில் பலரின் வாழ்க்கை அடங்கி இருக்கிறது. ப்ளீஸ் ப்ரிபேர் யுவர்செல்ஃப்."

வருணுக்குத் தலை சுற்றியது. அவன் அப்பா ஜெயிலுக்குப் போவது கூட அவனுக்குப் பெரிய கவலையில்லை. ஒரு மாதிரி

மகிழ்ச்சியாகக் கூட இருந்தது. இனிமேல் தன்னுடைய நிலையை நினைத்துதான் அவனுக்குக் கவலையாக இருந்தது.

"என்ன வருண்" என்றார் அபு தாஹிர் கேள்வியாக. அவன் முகத்திலிருந்து அது நல்ல செய்தியில்லை என்று அவர் புரிந்து கொண்டார். வருண் அவரிடம் மெதுவாக கவர்னர் சொன்னதைக் கூறினான். அவருக்கு அதிர்ச்சியில் சற்று நேரம் பேச்சு வரவில்லை.

"அல்லாவே... இது என்ன சோதனை... கட்சியோ ஆட்சியோ இதுவரைக்கும் அவரு மட்டும்தானே..." முகத்தைக் கைகளில் புதைத்துக் கொண்டார்.

"அங்கிள்.. இப்போ என்ன செய்யப் போறோம்?" அவருக்கு ஏதாவது பதில் தெரிந்திருக்கும் என்ற நம்பிக்கையில் கேட்டான் வருண்.

"எனக்கும் தெரியலைப்பா..." என்றார். அவர் விரல்கள் நடுங்கிக் கொண்டிருந்தன.

ரு

தாயக்கரம் விளையாட தாயக்கட்டையோ, பகடைகளோ, புளியங்கொட்டைகளோ அல்லது சோழிகளோ பயன்படுத்தப்படும். தாயக் கட்டைகளில் ஒரு குறிப்பிட்ட எண் விழும் நிகழ்தகவு அதிகம். ஆட்டம் சீக்கிரம் முடிந்துவிடும். ஆறு அல்லது நான்கு புளியங்கொட்டைகள் அல்லது சோழிகள் பயன்படுத்துவார்கள். ஒரு பக்கம் தட்டையாகத் தேய்த்து தோல் நீக்கி வெண்மையாக்கிய புளியங்கொட்டைகள் அல்லது சோழிகள் பயன்படுத்தினால் அது ஆட்டத்தை நீட்டிக்கும். ஆட்டம் முடிவதை யாரும் விரும்புவதில்லை.

வீடு வந்ததும் நர்மதாவையும் கவுசல்யாவையும் ஒரு அறைக்குள் அழைத்து மெல்ல விஷயத்தைச் சொன்னான் வருண். கவுசல்யா உடைந்து போய் அழத் தொடங்கிவிட்டார்.

"நர்மதா.. அவங்களை அழவேண்டாம்னு சொல்லு. ரெண்டு மூணு நாள்ல அப்பீல் பண்ணிடலாம்னு லாயர்ஸ் சொல்லி இருக்காங்க. அங்கிள் பேசிட்டு இருக்கார். அவர் சீக்கிரம் வீட்டுக்கு வந்துடுவார்."

அப்போது கூட கவுசல்யாவுடன் நேரில் பேசவில்லை வருண்.

இன்னும் வெளி உலகிற்கு விஷயம் தெரியாது. திரும்ப வரவேற்பறைக்கு வந்தான். ஆளுயர வினோதனின் படம் மிரட்டியது. அபு தாஹிர் அருகே சபாரியில் ஒருவர் நின்றிருந்தார். நெற்றியில் விபூதி. உயரம் குறைவாக சற்று பருமனாக இருந்தார். முகத்தில் அறிவு வாசம். கோல்டு ஃபிரேம் போட்ட கண்ணாடி அணிந்திருந்தார்.

“சார்.. நினைவிருக்கா, அனந்தராமன்... சீஃப் செகரட்டரி..” என்றவாறு அவனிடம் வந்தார். இவனுக்கு நினைவில்லை.

“வருண்.. நான்தான் விஷயத்தை சொல்லி வரச்சொன்னேன். எனக்கு உடனடியா டெல்லி போகணும். தலைவருக்கு அங்கே இப்போ உதவி தேவை. அப்பாகிட்டே நான் நேரா பேசற வரைக்கும் நீ கட்சியில யார்கிட்டேயும் பேசவேண்டாம். இவருக்கு செக்ரட்டேரியட்ல என்ன செய்யணும்னு தெரியும். ஏதாவது கையெழுத்துன்னா மட்டும் உன்கிட்டே வருவார்” என்றார் அபு தாஹிர்.

“விஷயம் பிரஸ்ல வந்ததும் பெரிய பிரச்னை வரும் சார். மாநிலம் முழுக்க பார்ட்டி கேடர்ஸ் அடிதடி கலாட்டாவில் இறங்க வாய்ப்பு இருக்கு. அதுதான் கவர்னர் முன்னாடியே உங்களுக்கு செய்தி சொல்லி இருக்கார்.”

“சார்.. எனக்கு இதிலெல்லாம் ஐடியாவே இல்லை. எக்ஸ்பீரியன்சும் இல்லை. என்ன செய்யலாம்னு நீங்களே சொல்லுங்க.” என்றான் வருண்.

ஒரு வினாடி தயங்கினார்.

“ப்ரீயெம்ப்டிவ் அரஸ்ட் பண்ணலாம். அதாவது யாரெல்லாம் வயலன்ஸ்ல ஈடுபடுவாங்களோ அவங்களை முன்னெச்சரிக்கையா கைது பண்ணலாம். லோக்கல் போலீஸ் ஸ்டெஷன்ல லிஸ்ட் இருக்கும்.”

அபு தாஹிர் அவசரமாக குறுக்கிட்டார்.

“என்ன சொல்றீங்க. அப்படின்னா எங்க கட்சிக்காரங்களை நாங்களே கைது பண்ணனுமா?”

“பண்ணலைன்னா லா அண்ட் ஆர்டர் பிரச்னை வரும். சென்ட்ரல் கவர்மெண்ட் இதுக்காகத்தான் காத்துக்கிட்டு இருக்காங்க.”

“எதுக்காக” என்றான் வருண்.

“அதையே காரணமா சொல்லி ஆட்சியைக் கலைச்சிடுவாங்க”

வருணுக்கு அப்பாடா என்றிருந்தது. ஆட்சியும் கட்சியும் எக்கேடோ கெட்டுப் போகட்டும். கலைத்துவிட்டால் அதன் பிறகு இந்த வேஷத்தைப் போடத் தேவையில்லை. “அப்ப யாரையும் கைது செய்ய வேண்டாம்” என்றான்.

“சார்” என்றார் அனந்தராமன் அதிர்ச்சியாக. அவர் ஏதோ சொல்ல

முயலும்போதே மாடிப்படியேறி தனது அறைக்கு வந்துவிட்டான்.

அவர் திரும்பி பரிதாபமாக அபு தாஹிரைப் பார்த்தார்.

"நான் இப்போ டெல்லி போறேன் சார். அங்கே போயிட்டு தலைவர்கிட்டே பேசிட்டு என்ன செய்யலாம்னு சொல்றேன். அதுவரைக்கும் நீங்களா எதுவும் செஞ்சுடாதீங்க."

அனந்தராமன் ஏமாற்றமாக வெளியேறினார். இது போன்ற சூழல்கள் அவருக்குப் புதிதில்லை. அரசியல்வாதிகள் இப்படித்தான். முடிவெடுக்காமல் இழுத்தடிப்பார்கள். ஆனால் ஒவ்வொரு முறையும் கண் முன்னால் ஒரு விபரீதத்தைத் தடுக்கும் வாய்ப்பு இருந்தும் முடியாமல் போவது வருத்தமாக இருந்தது.

வருணுக்கு இதிலெல்லாம் ஆர்வமில்லை. தான் உருவாக்கிய கேமில் அப்துல் வீட்டில் விளையாடியபோது சில பிழைகள் இருப்பதைக் கண்டிருந்தான் வருண். லேப்டாப்பைத் திறந்து வைத்து அவற்றைக் களையத் தொடங்கினான். எவ்வளவு நேரம் கடந்ததென்று தெரியவில்லை. கதவு தட்டப்பட்டது. திறந்தான். நர்மதா நின்று கொண்டிருந்தாள். அழுது கண்கள் சிவந்திருந்தது.

"வருண்.." என்று அவனைக் கட்டிக் கொண்டு அழத் தொடங்கினாள். வருண் அவள் முதுகைத் தட்டியபடி கொஞ்ச நேரம் நின்றான். அவள் முதுகு விம்மி விம்மித் தாழ்ந்தது. அவனுக்குப் பெரிதாக எந்த வருத்தமும் இல்லை. அவன் அப்பா ஒன்றும் உத்தமர் இல்லை. அவருக்கு தண்டனை கிடைத்ததில் அவனுக்கு எந்தவித அதிர்ச்சியும் இல்லை. உண்மையில் இத்தனை காலம் அவர் சிக்காமல் இருந்ததே ஆச்சரியம்தான். ஒரு அரசியல்வாதியின் வீட்டில் வசிக்கும்போது காதில் விழும் பல விஷயங்கள் ரசிக்கும்படியாக இருக்காது. முதலில் அதிர்ச்சியாக இருக்கும். அப்புறம் மரத்துப் போய்விடும்.

"நியூஸ்ல வந்திருச்சு... கீழே ஒரே கூட்டமா இருக்கு. மினிஸ்டர்ஸ், கட்சி ஆளுங்க எல்லாரும் வந்திருக்காங்க. நீ எங்கேன்னு கேக்கறாங்க. அங்கிள் வேற டெல்லி கிளம்பி போயிருக்காரு. இப்ப என்ன செய்யறது வருண்..." என்றாள் அழுது ஓய்ந்த நர்மதா.

"எனக்கு என்ன தெரியும் நர்மதா? எல்லோரும் என்னையே கேட்டா என்ன அர்த்தம்" வருணின் வழக்கமான கோபம் எட்டிப் பார்த்தது.

அவன் கோபம் அறிந்த நர்மதா அமைதியாக இருந்தாள். அதே

நேரம் வருண் பெரிதாக எந்தக் கவலையும் இல்லாமல் இருப்பது அவளுக்கு ஏமாற்றமளித்தது. எதுவும் பேசாமல் உள்ளே வந்து படுக்கையில் அமர்ந்தாள். தொலைவிசையில் தொலைக்காட்சியை உயிர்ப்பித்தாள்.

“பிரேக்கிங் நியூஸ் வினோதன் குற்றவாளி. ஐந்து ஆண்டுகள் சிறை. சிபிஐ நீதிமன்றம் தீர்ப்பு” என்று ஸ்க்ரால் ஓடிக் கொண்டிருக்க செய்தியாளர்கள் பெருங்குரலில் அறிவித்துக் கொண்டிருந்தார்கள். பல இடங்களில் சாலை மறியல், கல் வீச்சு என்றெல்லாம் பேசிக் கொண்டிருந்தார்கள். வருணின் மொபைல் ஒலித்தது. ஷில்பா தான் பேசினாள்.

“சொல்லு ஷில்பா”

“வருண்.. ஆர் யூ ஆல்ரைட்.. இப்பதான் நியூஸ் பாத்தேன் வெரி சாரிடா.. இங்கே எங்க வீட்டுக்கு வெளியே ஒரே கலாட்டா. கடையெல்லாம் மூடச்சொல்லி உங்க கட்சிக்காரங்க அடிக்கறாங்க.. எங்க வீட்டு செக்யூரிட்டி தாத்தா கடைக்குப் போனவர் தலையில அடிபட்டு வந்திருக்கார். நிறைய ரத்தம். ஸ்டிச் போட்டிருக்கு.”

“உனக்கு ஒண்ணும் இல்லையே...”

“எனக்கு ஒண்ணும் இல்லை. என்னடா நடக்குது.. நீதானே சிஎம்.. ஏதாவது செய்டா..” அவள் குரலில் கெஞ்சல் தெரிந்தது.

“ஷில்பா.. வாட் ஆம் ஐ சப்போஸ்டு டு டூ? தப்பு செஞ்சது எங்கப்பா.. சம்மந்தமில்லாம நான் மாட்டிக்கிட்டு முழிக்கறேன்..”

என்றபடி போனை மொத்தமாக அணைத்து கட்டிலில் தூக்கிப் போட்டான்.

நர்மதா அவனையே பார்த்தபடி அமர்ந்திருந்தாள். மெல்ல அவள் அருகில் வந்து அமர்ந்தான் வருண். தன்னிடம் இதற்கொரு தீர்வு கிடைக்குமென்று எப்படி இவர்கள் அனைவரும் எப்படி நம்புகிறார்கள் என்று அயர்ச்சியாக இருந்தது அவனுக்கு. அவள் தோள்களின் மீது ஆறுதலாகக் கை வைத்தான்.

“சரி.. இப்ப நான் என்ன செய்யணும்? சொல்லு... உனக்காக செய்யறேன்.” என்றான் பெருமூச்சுடன்.

“அண்ணா.. எனக்கும் எதுவும் புரியலை. இந்த நேரத்துல யாராவது பெரியவங்க, கொஞ்சம் விஷயம் தெரிஞ்சவங்க கைடன்ஸ் வேணும். அபு தாஹிர் அங்கிள் டெல்லி போய் அப்பாகிட்டே பேசிட்டு போன் பண்றேன்னு சொல்லி இருக்கார்.

அது வரைக்கும் கட்சியில யார் கூடவும் பேச்சு கொடுக்க வேணாம்னு சொல்லிட்டுப் போயிருக்கார். எனக்கென்னவோ நீ மகேந்திரன் சார்கிட்டே பேசிப்பார்த்தா நல்லதுன்னு தோணுச்சு"

இது ஏன் இதுவரை தனக்குத் தோன்றவில்லை என்று நினைத்தான் வருண். வருணின் குறைகள், அடாவடி, கோபம் இதையெல்லாம் பொருட்படுத்தாமல் அவனை இயல்பாக நடத்தியவர் அவர்தான். இந்த உலகில் யார் பேசுவதையாவது ஒரு வினாடி நின்று வருண் கேட்பான் என்றால் அது அவர்தான். நிறைய சூழல்களில் அவரிடம் மனம் விட்டுப் பேசி இருக்கிறான். அவர் வீட்டுக்குப் போயிருக்கிறான். ஃப்பிராக்டல்ஸ், கயாஸ் தியரி என்று நிறையப் பேசுவார்கள். அவரே காபி போட்டுக் கொடுப்பார். மனைவி இல்லை. அவரது மகள் சுவாதிதான் வினோதனை அன்று இன்டர்வியூவில் வறுத்தெடுத்தவள். ஏனென்று தெரியாது. வருண் என்றாலே அவளுக்கு அப்படி ஒரு வெறுப்பு.

அவன் யோசித்துக் கொண்டிருக்கும்போதே அவர் நம்பரைத் தேடி டயல் செய்து நீட்டினாள் நர்மதா.

"நான் ஏற்கெனவே அவர்கிட்டே பேசிட்டேன். உனக்கு ஹெல்ப் வேணும்னு"

"ஹலோ..." என்றான் போனை வாங்கி.

"சார்.. நான் வருண்"

"வருண்.. நானே கூப்பிடணும்னு நினைச்சேன். நியூஸ் பாத்தேன். ஈஸ் எவ்ரிபடி ஆல்ரைட்." அவரது ஆதரவான குரலே வருணுக்குப் பெரிய நம்பிக்கையை அளித்தது.

"தெரியலை சார். எல்லாமே ஒரே குழப்பமா இருக்கு" என்றவன் சுருக்கமாக நடந்தவற்றை விளக்கினான்.

"வருண்..." என்று ஏதோ சொல்லப் போனவர் பேச்சை அப்படியே நிறுத்தினார்.

"ஒரு நிமிஷம் விடுதலை டிவியில நியூஸ் பாரு.. இட் ஈஸ் ஹாரிபிள்..."

வருண் வி சேனலில் இருந்து மாற்றினான். எதிர்கட்சி சேனலில்தான் மோசமான செய்திகள் முதலில் வரும்.

"வினோதன் கைது எதிரொலி. பள்ளிப்பேருந்து தீ வைப்பு. மூன்று பள்ளி மாணவிகள் உயிருடன் எரிந்து சாம்பல். ஆளுங்கட்சியின் அராஜகம்"

டிவியில் மாணவிகள் உயிருக்கு அலறும் ஒலியுடன் பள்ளிப்பேருந்து ஒன்றைக் காட்டினார்கள். தீ ஆவேசமாக பேருந்தின் ஜன்னல்கள் வழியே கொழுந்து விட்டு எரிந்து கொண்டிருந்தது. அப்படி ஒரு காட்சியை அவன் வாழ்நாளில் பார்த்ததில்லை.

“அய்யோ” என்றாள் நர்மதா வாய்விட்டு. அந்தக் காட்சி மறைந்த பிறகும் திரையில் நெருப்பு எரிந்துகொண்டிருந்தது போல் உணர்ந்தான் வருண். தன் தந்தை மீதான வெறுப்பு பலமடங்கு உயர்வதை உணர்ந்தான். அந்த அலறல் இனி எப்போதும் காதை விட்டு மறையாதென்று தோன்றியது. மகேந்திரன் மறுபடி பேசியதும்தான் சுய நினைவுக்கு வந்தான். நா வறண்டு தொண்டை உலர்ந்து போயிருந்தது.

“வருண்.. இது இனி பெரிய விவகாரமா வெடிக்கும். தெரிஞ்சோ தெரியாமலோ நீதான் இப்போ பொறுப்பில் இருக்கே. இதையும் சேர்த்து நீதான் ஃபேஸ் பண்ணனும். இதெல்லாம் போன்ல பேச முடியாது. இப்போ நான் உன்னைப் பாக்கணும். முடியுமா” என்றார் மகேந்திரன்.

“நீங்க வீட்டுக்கு வாங்க” என்றான். மகேந்திரன் சற்று யோசித்தார்.

“அது சரியா வராது. நீ கிளம்பி செக்ரட்டேரியட் போ. நான் உன்னை அங்கே வந்து பாக்கறேன். இந்த நேரத்தில் நீ அங்கேதான் இருக்கணும்.”

வருண் உடனே எழுந்தான்.

“எங்கே கிளம்பிட்டே?”

“செக்ரட்டேரியட். மகேந்திரன் சார் அங்கே வரேன்னு சொன்னார்.”

“கீழே கட்சி ஆளுங்க இருப்பாங்களே... உன்னை வெளியே போக விடமாட்டாங்க.”

“நீ போய் பரதன் சாரை வரச் சொல்லு”

நர்மதா சென்று சில நிமிடத்தில் பரதன் வந்தார்.

“சார்.. நீங்க வண்டி ரெடி பண்ணுங்க.. கிளம்புவோம்”

“எங்கே சார் போறோம்”

“செக்ரடேரியட் போகணும். இப்போ நான் ஏதாவது பண்ணனும் இல்லையா?” என்றான் கேள்வியாக.

“ஆமா சார்... ஆனா கீழே ஒரே கூட்டம்” என்றார் பரதன் குழப்பமாக.

“நம்ம காம்பவுண்ட் சுவரை ஒட்டி வந்து நில்லுங்க. வரேன்”

தனது ஐபோனை எடுத்துக் கொண்டு கிளம்பினான் வருண். பால்கனியை ஒட்டி அலங்காரத்துக்கு நெருக்கமான இரண்டு தூண்கள் இருக்கும். தூண்களுக்கு முதுகை முட்டுக் கொடுத்து கால்களை சுவரில் உந்தி பால்கனியில் இருந்து இறங்கிவிடலாம். வீட்டுக்குப் பின் பக்கத்தில் சுவரை ஒட்டிய ஒரு மரத்தில் ஏறினால் மதில் மேல் ஏறி மறுபக்கம் குதித்துவிடலாம்.

வெளியே குதித்த வருண் பெருமூச்சு விட்டான். டிவியில் அந்தக் காட்சியைப் பார்த்ததில் இருந்து ஒரு குற்ற உணர்வு அவனை அரித்துக் கொண்டிருந்தது. அனந்தராமன் விடுத்த கோரிக்கை அவன் நினைவுக்கு வந்தது. இப்போது அந்த உயிர்களின் ரத்தம் உலராத நிலையில், தனது கரங்களில் படிந்துவிட்டதுபோல் உணர்ந்தான். அவன் தந்தையின் மீது முன் எப்போதையும் விட ஒரு கோபம் எழுந்தது.

காத்திருந்த வாகனத்தில் ஏறியதும் மீண்டும் மகேந்திரனை அழைத்தான்.

“சார் நான் கிளம்பிட்டேன்.. நீங்க வந்துடறீங்களா”

“வருண்... நான் வரதைப் பத்தி ஒண்ணுமில்லை.. ஆனா பழைய கதையெல்லாம் உனக்குத் தெரியும்ல.. உன் கட்சியில யாருக்கும் என்னைப் பிடிக்காது” மகேந்திரன் குரலில் ஒரு தயக்கம்.

“ஐ டோன்ட் கேர் சார்.. நீங்க சொன்னதாலதான் நான் வீட்டை விட்டே வெளியே வரேன். இல்லாட்டி எங்க அப்பா மாதிரி ஒரு ஆளுக்கு ஓட்டு போட்ட இடியட்ஸ் அடிபட்டு சாகட்டும்னு விட்டிருப்பேன்.”

“வருண்... ஜனங்களுக்கு வேற என்ன வழி?.. அதை அப்புறம் பேசுவோம்.. நீ தலைமைச் செயலாளர் அனந்தராமனுக்குப் பேசி டிஜிபியோடு உனக்கு ஒரு சந்திப்புக்கு ஏற்பாடு செய்யச் சொல்லு. நான் வருவது அனந்தராமனுக்கு மட்டும் தெரிஞ்சா போதும். வேற யாருக்கும் சொல்லவேண்டாம்.”

மகேந்திரன் மனிதர்களுடன் இணைப்புகளை ஏற்படுத்திக் கொள்வதில் வல்லவர். சமுதாயத்தின் பல்வேறு நிலைகளில் மனிதர்களைத் தெரிந்து வைத்திருப்பார். அந்த வகையில்

வருணுக்கு அவர் எப்போதும் ஒரு ஆச்சரியம். உலக அரசியலில் இருந்து உள்ளூர் அரசியல் வரை தெரிந்து வைத்திருப்பார். வீட்டில் சிறிய நூலகம் ஒன்று இருந்தது. பல மாணவர்கள் அவரிடம் வந்து ஆராய்ச்சிக்கான யோசனைகள் கேட்டுச் செல்வார்கள். எல்லோருக்கும் சொல்ல அவரிடம் ஒரு தீர்வு இருக்கும். இப்போது தனக்கும் ஏதோ வைத்திருப்பார் என்று வருண் நம்பினான்.

தலைநகரத்தின் முக்கிய சாலையில் எந்தக் கலவரமும் இல்லை. பக்க சாலைகளில் இவன் பரிவாரம் கடப்பதற்காக போக்குவரத்து நிறுத்தப்பட்டிருந்தது. மக்கள் வெயிலில் வியர்த்து காத்துக் கொண்டிருந்தார்கள். வழக்கமான போக்குவரத்தில் ஒரு மணி நேரம் பிடிக்கும் பயணம் முதலமைச்சருக்கு மட்டும் பதினைந்து நிமிடத்தில் முடிந்தது. அதிகாரம் அந்த நகரை ஒரு கத்தியைப் போல் கிழித்துக் கொண்டு பயணித்தது. அங்கே சென்று இறங்கும்போது மகேந்திரன் வந்திருக்கவில்லை. அனந்தராமன் காத்திருந்தார். வருணைப் பார்த்த பார்வையில் கொஞ்சம் வெறுப்பும் கோபமும் இருந்ததோ என்று தோன்றியது.

வருண் எதுவும் பேசவில்லை. முதலமைச்சரின் அலுவலகத்துக்கு அழைத்துச் செல்லப்பட்டான். டிஜிபியோடு சந்திப்பு ஏற்பாடு செய்யச் சொல்லிவிட்டு உள்ளே நுழைந்தான். அறை விசாலமாக இருந்தது.

தேக்கு மரத்தால் ஆன மேசை மின்னியது. வி.வருண், முதலமைச்சர் என்று எழுதிய மரத்தாலான பெயர்ப்பலகை அங்கிருந்தது. மாநிலத்தில் ஒவ்வொருவரும் அமர்ந்து பார்க்க ஏங்கும் அந்த நாற்காலி அமைதியாக இவனைப் பார்த்தது. தொலைவிலிருந்து அதைப் பார்த்தபடி நின்றிருந்தான். ஐபோன் விடாமல் அடித்தது. ஒரு மணி நேரமாக கவர்னரின் செயலாளர்தான் அழைக்கிறார். வருண் எடுக்கவில்லை. கவர்னர் என்ன சொல்வார், தான் சொல்லியும் ஏன் நடவடிக்கை எடுக்கவில்லை என்று கேட்பார்.

அவன் பதவியில் இருந்த மூன்று வாரங்களாக இதுவரை வேறு யாரோதான் அவனுக்காக பதிலளித்துக் கொண்டிருந்தார்கள். இன்று கேள்விகள் நேரடியாக அவன் கதவைத் தட்டுகின்றன. அவனிடம் அவற்றுக்கு பதில்கள் இல்லை. அவன் வாழ்வில் இப்படி இருந்ததில்லை. பதில்கள் தெரியாத பலவீனமான சூழல் அவனுக்குப் புதிது. முதலமைச்சர் அறையில் ஆஷ் டிரே இல்லை. அங்கே சிகரெட் பிடிக்கலாமா என்றும் தெரியவில்லை. அவனிடம் அப்போதைக்கு சிகரெட்டும் இல்லை. முதல்வர் தனது

உதவியாளர்களிடம் சிகரெட் வாங்கிவரச் சொல்லலாமா என்று வேறு தெரியவில்லை.

முதல்வர் நாற்காலிக்கு எதிரில் இருந்த ஒரு நாற்காலியில் அமர்ந்து காத்திருந்தான். மகேந்திரன் வந்தார். வரவேற்க எழுந்து நின்றான். கூடவே அனந்தராமனும் வந்தார்.

"ஹலோ சார்..."

மகேந்திரன் தலையை முழுக்க மொட்டை அடித்திருந்தார். தடிமனான சட்டமிட்ட கண்ணாடி அணிந்திருந்தார். வெள்ளை நிற ஜிப்பாவும் ஜீன்சும் அவருடைய வழக்கமான உடை. அன்றும் அதையே அணிந்திருந்தார்.

"வருண்.. என்னப்பா இந்தப் பக்கம் உட்கார்ந்திருக்கே"

"தெரியலை சார்..." என்றான்.

ஏதோ சொல்ல வாயெடுத்தவர் பிறகு மனம் மாறியவராக "ஓகே.. பர்ஸ்ட் திங்க்ஸ் பர்ஸ்ட்.... வருண், இப்போ நடந்துட்டு இருக்கறது ரொம்பக் கொடுமை. நீ எதுவும் செய்யாம இருந்தா இன்னும் பல பேரோட உயிர் போற மாதிரி ஒரு நிலைமை வரும். உன் அப்பாவை கான்டாக்ட் பண்ண முடிஞ்சுதா?" என்றார்.

"அபு தாஹிர் அங்கிள் போயிருக்கார். ஆனா இன்னும் அவர்கிட்டே இருந்து போன் இல்லை. கட்சியில வேற யார் கூடவும் பேசவேண்டாம்னு வேற சொல்லிட்டார்."

"அதுவும் நல்லதுதான். அப்படின்னா நீதான் முடிவெடுக்கணும்."

"அனந்தராமன் சார். உங்களுக்கு ஒரு ரிக்வெஸ்ட். நான் இங்கே வந்தது வருணைப் பாத்தது எதுவும் நம்ம மூணு பேரைத் தவிர யாருக்கும் தெரியக் கூடாது. நீங்க பழைய ஆள். ஏன்னு உங்களுக்குப் புரியும்னு நினைக்கிறேன்."

அனந்தராமன் தலையாட்டினார்.

"வருண்.. முதலில் கம்யூனிகேஷன் முக்கியம். எல்லா டிவி சேனல்களையும் கூப்பிட்டு ஒரு மீடியா கான்ஃபரன்ஸ் கொடுப்போம். அப்பாவுக்கு தண்டனை உண்மை. ஆனால் நாங்க அதை அப்பீல் பண்ணப் போறோம், சீக்கிரம் விடுதலை ஆகிடுவார்னு சொல்லணும். நீ அவரோட மகன் என்ற முறையில் தொண்டர்களை வன்முறையில் ஈடுபடவேண்டாம்னு கேட்டுக்கணும்."

"சரி" என்றான்.

“செத்துப் போனவங்களுக்கு உடனே நிவாரணம் தரவும் வன்முறையில் ஈடுபடறவங்க மேல கடும் நடவடிக்கை எடுக்கவும் உத்தரவு போடணும். சென்சிடிவ் ஏரியாவுல தேவைப்பட்டா ஒன் ஃபோர்டி ஃபோர் கொண்டு வரலாம். இதெல்லாம் நாம நடவடிக்கை எடுக்கறோம்னு மக்களுக்குக் காட்ட.”

டிஜிபியும் வந்துவிட்டார். நம்பியார் என்று அறிமுகம் செய்துகொண்டார். மகேந்திரனைக் கேள்வியாகப் பார்த்தார். முதல்வர் நாற்காலிக்கு எதிர்ப்புறம் அமர்ந்திருந்த வருணை விசித்திரமாகப் பார்த்தார். பிறகு தனக்கென்ன என்பது போல் அவரும் ஒரு நாற்காலியில் அமர்ந்து கொண்டார்.

“சார்.. பிரச்னை செய்யறவங்க எல்லோருமே ரூலிங் பார்ட்டிதான். எங்களுக்கு ஃப்ரீ ஹேண்ட் கொடுத்தாதான் முடியும். அப்போ உங்களுக்கே கட்சிக்கு உள்ளே பிரஷர் வரலாம்.” என்றார் டிஜிபி மலையாளம் கலந்த தமிழில்..

வருண் போனை எடுத்து அபு தாஹிரை அழைத்தான். நிலவரத்தை விளக்கினான். வினோதனிடம் பேச அப்போதுதான் பத்து நிமிடங்கள் கிடைத்திருப்பதாகவும் பேசிவிட்டு அழைப்பதாகவும் சொன்னார் அபு தாஹிர். அமைதியாகக் காத்திருந்தார்கள். அந்த இடைவெளியில் வருண் மீடியாவிடம் பேசவேண்டியதை ஒரு காகிதத்தில் எழுதியிருந்தார் மகேந்திரன். போன் ஒலித்தது. எடுத்தான் வருண்.

“வருண்.. அப்பாகிட்டே பேசிட்டேன். வக்கீல் கெஞ்சி கூத்தாடிதான் இந்த பத்து நிமிஷத்தை வாங்கினார். அப்பா கொஞ்சம் ஆடித்தான் போயிருக்காரு. பேசப்போனாலே எரிஞ்சு விழறாரு. அவசரப்பட்டு கட்சி ஆளுங்க மேல கை வெக்க வேணாம்னு சொல்றாரு. ஒரு இரண்டு நாள் இதெல்லாம் நிறைய நடந்தாதான் நம்ம செல்வாக்கு சென்டருக்குப் புரியும்னு சொல்றாரு.”

“அங்கிள்.. இங்க சின்னக் குழந்தைங்க செத்துக்கிட்டு இருக்காங்க. கவர்னர் விடாம கூப்பிட்டுக்கிட்டே இருக்கார்.”

“தெரியுதுப்பா.. அதுதான் அரசியல். எதிர்க்கட்சிகள்தான் கலவரத்தைத் தூண்டுதுன்னு நாம சொல்லுவோம். அப்படியே கவர்னர் நம்ம ஆட்சியைக் கலைச்சா கூட அனுதாபத்துல மறுபடி நாமேதான் வருவோம்னு தலைவர் சொல்றாரு. நான் ஒரு ரெண்டு நாள் இருந்து கேஸ் அப்பீல் வேலையெல்லாம் பாத்துட்டுதான் வருவேன். நீ அனந்தராமன்கிட்டே பேசிட்டு மீடியா வழியா எதிர்கட்சிகள் சதி. மக்கள் அமைதியாக இருக்கவும் என்று

ஒரு அறிக்கை வெளியிட்டாப் போதும்னு தலைவர் சொல்லச் சொன்னாரு. அதையேதான் சொல்லணும்னு கட்சிக்கும் ஏற்கனவே சொல்லியாச்சு.”

வருண் தொடர்பிழந்த போனை மெதுவாக வைத்தான். அவனால் அவன் காதுகளை நம்ப முடியவில்லை. மக்களைக் காப்பாற்றுவதுதானே இவர்கள் வேலை? இவர்களே அவர்களை அடித்து உதைக்கலாமா? உயிரோடு எரிக்கலாமா? அவனுக்குள் இருக்கும் சண்டித்தனம் செய்யும் மிருகம் மெல்ல சோம்பல் முறித்து எழத் தொடங்கியது. தன்னுடைய கையில் இருக்கும் அதிகாரம் எதுவரை செல்லும் என்று பார்த்துவிடும் ஆவல் அவனுக்கு எழுந்தது. என்ன நடந்துவிடும்? பதவியை விட்டு இறக்குவார்கள். அதுவும் ஒரு வகையில் நல்லதுதானே.

“என்ன சொன்னாராம்.. எதுவும் செய்யவேண்டாம்னுதானே.. அது தெரிஞ்ச கததானே” என்று சலிப்பாக எழுந்தார் டிஜிபி.

“உட்காருங்க சார் ப்ளீஸ்” என்றான் வருண். அவன் குரலில் முன்பில்லாத ஒரு அமைதி வந்திருந்தது. பாதி எழுந்த டிஜிபி மெதுவாக அமர்ந்தார்.

“சார்.. நீங்க முறையா என்ன செய்யணுமோ அதை செய்யுங்க. யாரை அரெஸ்ட் பண்ணனுமோ பண்ணுங்க. இந்த மாதிரி அங்கே வன்முறை, இங்கே கலாட்டான்னு டிவியில ப்ளாஷ் நியூஸ் வருவதை எவ்வளவு நேரத்துல உங்களால நிறுத்த முடியும்?”

டிஜிபியின் முகம் பிரகாசமானது

“எட்டு மணி நேரம் கொடுங்க சார்.”

“நாலு மணி நேரம் எடுத்துக்கங்க” என்றான். டிஜிபி முகத்தில் ஈயாடவில்லை.

“அப்படியே அந்த ஸ்கூல் கேர்ள்ஸ் விஷயத்துல இன்வால்வ் ஆன பார்ட்டிங்க யாருன்னும் உடனே தெரியணும்.”

“எஸ் சார்” என்று எழுந்து வேகமாக வெளியேறினார் டிஜிபி.

“பிரஸ்மீட் கூப்பிடணும்.. அசெம்பிள் பண்ண குறைஞ்சது ஒரு ரெண்டு மணி நேரம் ஆகும்” என்றார் அனந்தராமன்.

“ரெண்டு மணி நேரமெல்லாம் டூ மச்.. அனந்தராமன் சார்... போன்ல வீடியோ எடுப்பீங்களா?” என்றான் வருண் தனது ஐபோனை நீட்டியபடி. அவர் தலையாட்டி வாங்கிக் கொண்டார்.

"ஒரு நிமிஷம்" எழுந்து அந்த நீண்ட மேசையைச் சுற்றி வந்தான் வருண். ஒரு வினாடி தயங்கிப் பிறகு முதலமைச்சர் நாற்காலியில் அமர்ந்து கொண்டான்.

"இப்ப எடுங்க" என்றான். மகேந்திரன் அவனை ஒரு சிறு புன்னகையோடு பார்த்துக் கொண்டிருந்தார்.

★★★

கூ

தாயம் விழுந்தால் இன்னொரு முறை அதே ஆட்டக்காரர் தாயக் கட்டையை உருட்டலாம். ஐந்து, ஆறு, பன்னிரண்டு (இரண்டு கட்டைகளும் பூஜ்ஜியம் எனும்போது) ஆகியவை விழுந்தாலும் இன்னொரு முறை உருட்டலாம். இப்படித் தொடர்ந்து கட்டை வீசும் வாய்ப்புகள் கிடைப்பதை விருத்தம் என்று சொல்வார்கள்.

அதே நேரம் நகரத்தின் வேறொரு பகுதியில் இங்கு நடப்பது எதையும் பொருட்படுத்தாத ஒரு அமைதி நிலவியது. சுவாதி வீட்டுக்கு வந்தபோது இரவு ஒன்பது மணி. வீடு பூட்டியிருந்தது. பக்கத்து வீட்டில் விசாரித்தபோது அவள் அப்பாவை அரசாங்க வண்டி வந்து கூட்டிச் சென்றதாகக் கூறினார்கள். அது ஒரு தனி வீடு. இரண்டு மாமரங்களும் கொல்லையில் ஒரு கிணறும் உண்டு. தன்னிடமிருந்த சாவி உதவியுடன் கதவைத் திறந்து உள்ளே போனாள்.

குளிர்பதனப் பெட்டியின் கதவில் ஸ்டிக்கி நோட் காற்றிலாடியது. . "வருணைப் பார்க்கப் போகிறேன். கொஞ்சம் அவசரம். சமையல் செய்யவில்லை. சாரிடா" என்று மகேந்திரனின் கையெழுத்தில் இருந்தது. எரிச்சலுடன் அதைக் கசக்கி எறிந்தாள். அப்பா என்றால் உயிர் அவளுக்கு. இந்த ஒரு விஷயத்தில் மட்டும் அவர் செய்வது அவளுக்குப் பிடிக்காது. ஐந்து ஆறு வருடங்களாகத் தெரியும் என்றாலும் வருணை ஏதோ ஒரு காரணத்தால் அவளுக்குப் பிடிக்காமல் போனது. இத்தனைக்கும் வருண் பார்ப்பதற்கு உயரமாக வசீகரமாக இருப்பான் என்பதோடு அதீத மூளையும் கூட. எக்கச்சக்க பணம். அழகு, அறிவு, பணம் இதில் ஏதாவது ஒன்றை அதிகமாக வைத்திருப்பவர்கள் மீது அவளுக்கு அடிப்படையாகவே ஒவ்வாமை இருந்தது. வருணுக்கு இவை அனைத்துமே வாய்த்திருந்தது.

ஆனால் உண்மை அதுவல்ல. மகேந்திரனுக்கும் அவனுக்கும் இடையே இருந்த தனிப்பட்ட அலைவரிசைதான் அவளுக்கு எரிச்சலாக இருந்தது. இருவருக்கும் பரிமாறிக்கொள்ள எப்போதும் ஒரு திறப்பு இருந்தது. அது இவள் கண்களுக்குப் புலப்படாத ஒன்றாக இருண்டது. பொதுவாக அவளிடம் தர்ம நியாயங்கள் பேசும் மகேந்திரன் வருண் செய்யும் அக்கிரமங்களை மட்டும் கண்டும் காணாதது போல் இருப்பார். வயதுக் கோளாறு திருந்திவிடுவான் என்பார். விட்டுக் கொடுக்காமல் பேசுவார். தங்கள் இருவரின் சிறிய அழகான வாழ்க்கைக்குள் எந்த வகையிலும் தொடர்பில்லாத ஒரு பணக்கார இளைஞன் குறுக்கிடுவதை அவள் ஆரம்பத்திலிருந்தே ரசிக்கவில்லை. அவளுடைய மீடியாத் துறை வாழ்க்கையில் வினோதனின் ஊழல்களும் அக்கிரமங்களும் அவள் கண்முன் அப்பட்டமாகத் தெரிவதும் இன்னொரு காரணம். வினோதனின் மகன் என்பதால் வருணை வெறுக்க இன்னும் ஒரு காரணம் கிடைத்திருந்தது.

அவளது எரிச்சலுக்கு சிகரம் வைப்பதுபோல் ஒரு மாதமாக தெருவில் போனால் வருண், டிவி நிகழ்ச்சிகளில் வருண், பத்திரிகையில் வருண், உணவு இடைவேளையில் உரையாடலில் வருண் என்று ஒரே வருண புராணமாக இருந்தது. அவர்கள் சேனலில் பெரும்பாலான நிகழ்ச்சிகள் அவனைச் சுற்றியேதான். ஒரே ஆறுதல் அத்தனையும் வருணைக் கிண்டல் செய்வதாக இருந்ததுதான். மீம்களும் ட்ரோல்களும் பறந்தன. அதிலும் வருணின் அரசியல் தகுதிகளைக் கேள்வி கேட்கும் கயல்விழியின் பேச்சுகளை யூடியூபில் ரசித்துக் கேட்பாள். முதலமைச்சருடன் சரக்கடிக்கலாம் என்ற அவளது பேச்சு மிகவும் பிரபலம். இன்று வினோதனைக் கைது செய்துவிட்டார்கள் என்று நகரின் எல்லா இடங்களிலும் போக்குவரத்து உறைந்து போயிருந்தது. ஏழு மணிக்கு வீடு வரவேண்டியவள் ஒன்பது மணிக்கு வந்து சேர்ந்திருந்தாள். வழக்கமாக சமையல் முடித்திருப்பார் மகேந்திரன். பசி வேறு சேர்ந்து கொள்ள வருண் மீதான வெறுப்பு இப்போது கொலைவெறியாக மாற்றியிருந்தது. ஜீன்ஸ், சட்டையைத் துறந்து பெர்முடாஸ் டீஷர்ட்டுக்கு மாறினாள். போனில் ஃபுட் பாண்டாவைத் திறந்து என்ன உணவு வரவழைக்கலாம் என்று யோசித்துக் கொண்டிருந்த போது கால் டாக்சியில் வந்து இறங்கினார் மகேந்திரன். முகத்தில் களைப்பு.

உள்ளே வந்து லுங்கி பனியனுக்கு மாறினார். சோபாவில் வந்து அமர்ந்தார். எப்போதும் சுத்தமாக இருக்கும் தரையில் அவரது

ஸ்டிக்கி நோட் கடிதம் கசங்கிக் கிடந்தது. தன் பார்வையில் படவேண்டுமென்றே அது அங்கே கிடத்தப்பட்டிருக்கிறது என்பதை உணர்ந்தார் மகேந்திரன். எப்போதுமே சுத்தத்தைப் பராமரிக்கும் சுவாதி எதுவும் பேசாமல் அதைக் கடந்து போனாள். நிலவரம் புரிந்ததால் எதுவும் பேசாமல் இருந்தார். சுவாதி ஃபுட் பாண்டாவில் உணவை ஆர்டர் செய்துவிட்டு வந்து அமர்ந்தாள். தொலைக்காட்சியை உயிர்ப்பித்தாள்.

அது "முதலமைச்சர் வருண் அதிரடி அறிவிப்பு" என்று ஆரம்பித்தது. மகேந்திரனை முறைத்தாள். அவர் கவனிக்காதது போல் லேப்டாப்பைத் திறந்து கொண்டிருந்தார். "ந்க்க்", "வருண் அறிவி", "முதல்வ்" என்று சேனல் மாற்றி மாற்றி கடைசியில் இயேசுவை நீண்ட கூந்தலுடைய ஒருவர் மனமுருகி அழைத்துக் கொண்டிருந்த ஒரு சேனலில் நிறுத்தினாள். அப்போதைக்கு அதுதான் வருண் முகம் இல்லாத ஒரு சேனல்.

"சாப்பிட்டாச்சா குட்டிம்மா?" என்று மெல்ல பேச்சை ஆரம்பித்தார் மகேந்திரன்.

"வெளியில புல்லு மொளைச்சிருக்கு.. போய் மேஞ்சுட்டு வரவா?" இவரைப் பார்க்காமலே சொன்னாள்.

"சரி.. நீ கோபமா இருக்கேன்னு தெரியுது. என்னடா செய்ய கொஞ்சம் அவசர வேலை..."

"நான் ஒண்ணும் கோபமா இல்லையே.." என்றாள் முகம் சிவக்க. மகேந்திரன் சிரித்தார்.

"சரி கோபப்படாதே நம்பறேன்" என்றார். லேசாக புன்னகை எட்டிப்பார்த்தது சுவாதிக்கு.

"ஊரெல்லாம் ஒரே ரகளையா இருக்கு... இந்த நேரத்துல எங்கே போய் ஊர் சுத்திட்டு வரீங்க. அவன் கூப்பிட்ட உடனே வீட்டைப் பூட்டிட்டு ஓடிட்டீங்களா? இப்ப சிஎம் வேற... கேக்கணுமா?"

"அதில்லடா.. அங்கே கொஞ்சம் நிலைமை சரியில்லை. ஒரே குழப்பம். வருணோட பேச யாருக்கும் தைரியம் இல்லை. அந்தப் பொண்ணு நர்மதா போன் பண்ணி ஒரே அழுகை. இந்த நேரத்தில போகாம எப்படி இருக்க முடியும்?"

"அங்கே போய் காலையிலிருந்து அப்படி என்னதான் செஞ்சீங்க"

"இங்கே வா" என்றார். லேப்டாப் திரையைக் காட்டினார்.

“இந்த வீடியோ யூடியூபில் போட்டு இரண்டு மணி நேரந்தான் ஆகியிருக்கு. இது வரைக்கும் பத்து லட்சம் ஹிட்ஸ். இதுதான் இப்போ ட்ரெண்டிங்.”

லேப்டாப் திரையில் வருண் பேசிக் கொண்டிருந்தான். கையில் ஒரு காகிதத்தை வைத்துக்கொண்டு தட்டுத் தடுமாறி படித்துக் கொண்டிருந்தான்.

“எல்லோருக்கும் வணக்கம். என்னுடைய அப்பாவும் மக்கள் முன்னேற்றக் கழகத் தலைவருமான வினோதன் ஒரு வழக்கில் .....குற்றவாளி என்று தீர்ப்பு வந்திருப்பது உங்கள் அனைவ...ருக்கும் தெரியும். ஒரு மகனாக எனக்கு அதில் வருத்தம்தான். அவரை நம்பி ஒரு கட்சியும் மாநிலமும் குடும்பமும் இருக்கும் நிலையில் இப்படி நடந்தது அனைவருக்கும் .....அதிர்ச்சிதான். ஆனால் இதுவே இ...இறுதி முடிவல்ல. இது தொடர்பாக நீ.... நீதிமன்றத்தில் ம்...மேல்முறையீடு செய்யப் போகிறோம்.”

ஒரு பெருமூச்சுடன் அந்தக் காகிதத்தை கீழே வைத்தான். காமிராவுக்கு இடது புறம் பார்த்தான்.

“சார்.. நோ அஃபென்ஸ்... நான் என் ஃப்ளோல பேசிடறேன். இந்த மேடைத் தமிழ் எல்லாம் எனக்கு ஒத்து வரலை.”

சாதாரணமாகப் பேச ஆரம்பித்தான். இப்போது அவன் குரலில் நம்பிக்கை வந்திருந்தது.

“அவர் விஷயத்துல கோர்ட் என்ன சொல்லுதோ அதை நாங்க மதிக்கிறோம். அவரை கூடிய சீக்கிரம் வெளியே கொண்டு வரணும்னு எல்லா முயற்சியும் எடுத்துட்டு இருக்கோம். ஆனா அதை ஒரு காரணமா வெச்சுக்கிட்டு சில ராஸ்கல்ஸ் கொலை, கொள்ளை, அடிதடின்னு ஊருக்குள்ள ரகளை பண்றதா செய்திகள் வந்திருக்கு. ஒரு ஸ்கூல் பஸ்சுக்கு தீ வெச்சு அதுல மூணு ஸ்கூல் கேர்ள்ஸ் அநியாயமா செத்துப் போயிருக்காங்க. பாஸ்டர்ட்ஸ்.... சோ அந்த மாதிரி ஆளுங்களை அது எங்க கட்சிக்காரங்களா இருந்தாலும் சரி.. ஏன் ஒரு எம்எல்ஏ, எம்பியாவே இருந்தாலும் சரி கண்ட இடத்துல சொறி நாய் மாதிரி சுடச்சொல்லி ஆர்டர் போட்டிருக்கிறேன். அதை செய்யற முழு அதிகாரத்தை இப்ப போலீசுக்குக் கொடுத்திருக்கேன். இதைச் செய்யறதெல்லாம் எங்க கட்சி ஆளுங்கதான்னு ஒரு அபாண்டமான குற்றச்சாட்டு இருக்கு. ஆனா அது உண்மை இல்லைன்னு நான் சொல்றேன். அதை நிரூபிக்க தலைவர் வினோதனின் தொண்டர்கள், ரசிகர்கள் சார்பா ஒரு சவால் விடறேன். நாளையிலிருந்து மூணு நாளைக்கு தலைவர்

கைதை எதிர்த்து நான் உட்பட எங்க கட்சியில் எல்லோரும் வீட்டுக்குள்... அது என்ன போராட்டம் சார்... ஆ...உள்ளிருப்புப் போராட்டம் நடத்தறோம். வினோதனின் உண்மையான பக்தர்கள் எல்லோரும் இனி மூன்று நாட்கள் அந்தந்த ஊரின் கட்சி ஆபீஸைப் பூட்டி உள்ளேயே இருப்பாங்க. கட்சி அலுவலகம் இல்லாத இடங்களில் வீட்டைப் பூட்டிக்கிட்டு இருப்பாங்க.. யாராவது வெளியில் கலவரமோ சாலை மறியலோ செஞ்சா போலீஸ் அவங்களை தயவு தாட்சண்யமில்லாம சுடலாம். ஏன் பொதுமக்களே கூட அவங்களை கல்லால் அடித்துக் கொல்லலாம். ஏன்னா அவங்க நிச்சயமா எங்க கட்சியா இருக்க வாய்ப்பில்லை. இது ராணுவம் போன்று ஒழுங்கான கட்சி. மறந்துடாதீங்க. நாளையிலிருந்து மூணு நாள். வணக்கம்"

வீடியோ ஓடி முடிந்தது. அதற்குள் இன்னொரு இரண்டு லட்சம் பேர் பார்த்திருந்தார்கள்.

"என்னப்பா ஒரு சிஎம் மாதிரியா பேசறான். ரவுடிங்கறது சரியாத்தான் இருக்கு"

"அரசியல்வாதியா இருக்க இது ஒரு தகுதிம்மா. இல்லைன்னா கழுத்தை அறுத்துப் போட்டுட்டுப் போயிட்டே இருப்பாங்க."

"ஆமா அவனைக் குறை சொல்லிடக் கூடாதே. முட்டுக் கொடுக்க வந்துடுவீங்களே?"

"சரி அதை விடு.. முக்கியமான விஷயம்.. சாப்பாட்டுக்கு என்ன பண்ணப் போறோம்."

"போறோம் எல்லாம் இல்லை. போறேன். ஃபுட் பாண்டால பிரியாணி ஆர்டர் பண்ணிருக்கேன். எனக்கு மட்டும்."

"அப்ப சரி" என்று லேப்டாப்பில் மூழ்கினார். தனக்கும் சேர்த்துதான் வரும் என்று அவருக்குத் தெரியும். அவர் மனைவி சரோஜா இறந்தபிறகு ஒருவர் இன்னொருவரைக் குழந்தையாகவே பார்த்துக் கொள்கிறார்கள். தேவைகள் அனைத்தும் சொல்லாமலேயே நிறைவேற்றப்படும்.

தான் இன்னும் சில நாட்கள் தொடர்ந்து வருணுக்கு ஆலோசனை சொல்லப் போக வேண்டியிருக்கும் என்பதை பிரியாணி சாப்பிட்ட பிறகு அவளிடம் சொல்லிக் கொள்ளலாம் என்று விட்டுவிட்டார். கல்லூரியில் ஏற்கனவே விடுமுறை சொல்லிவிட்டார்.

யூடியூப் வீடியோவை இப்போது வரை பதினைந்து லட்சம் பேர்

பார்த்திருந்தார்கள். எல்லா டிவி சேனல்களிலும் ஒளிபரப்பாகி விவாதத்திற்குள்ளாகிக் கொண்டிருந்தது. அந்த வீடியோவை அக்குவேறு ஆணி வேறாக அலசிக் கொண்டிருந்தார்கள். சொல்ல வேண்டியதை சுருக்கமாகத் தைக்கும் அளவு சொல்லி இருந்ததால் பலரைச் சென்று சேர்ந்திருந்தது.

அதே நேரத்தில் டெல்லியில் அந்த வீடியோவை தனது கட்சி எம்பியின் மொபைலில் நம்ப முடியாமல் பார்த்துக் கொண்டிருந்தார் அபு தாஹிர். ஒற்றை நாளில் ஒரு மனிதன் எத்தனை அதிர்ச்சிகளைத் தாங்க முடியுமென்று ஒரு போட்டி வைத்தால் அதில் தான் வெற்றி பெற அத்தனை சாத்தியங்களும் இருப்பதாக அவர் நம்பினார். போராட்டங்கள் தொடரவேண்டுமென்று தலைவர் ஆணை. நிறுத்தவேண்டுமென்று வருண் ஆணை. இரண்டுக்கும் நடுவில் இருப்பது இவர்தான். இவர் தலைதான் உருளும். அவசரமாக வருணை மொபைலில் அழைத்தபோது அது ஸ்விட்ச் ஆப் செய்யப்பட்டுள்ளதாக செய்தி வந்தது. பல மாவட்ட செயலாளர்களிடமிருந்தும் இவருக்கு அழைப்புகள் வரத்தொடங்கின.

சென்னையில் தனது பரந்து விரிந்த படுக்கையறையில் மெலிதான விளக்கொளியில் கயல்விழி அந்த வீடியோவை மூன்றாவது முறையாகப் பார்த்துக் கொண்டிருந்தாள். இதை வருண் சொந்தமாக சிந்தித்து செய்திருக்க வாய்ப்பில்லை. அவன் பின்னணியில் இருந்த அந்த சார் என்பது யாரென்று அவளுக்கும் தெரியும். அதுபற்றிக் காலையில் தனது தந்தையிடம் பேசவேண்டும் என்று நினைத்துக் கொண்டாள்.

அதே வீடியோவை தலைநகரத்திலிருந்து சில ஆயிரம் கிலோமீட்டர்கள் தொலைவில் மும்பையில் ஒரு ஐந்து நட்சத்திர விடுதியில் தனது மேக் புக் ஏர் மடிக்கணினியில் பார்த்துக் கொண்டிருந்தான் அவன். அவனிடம் கேட்டால் தான் ஒரு ஸ்டாக் புரோக்கர் என்று சொல்வான். ஆனால் அது வெளி உலகிற்கு ஒரு போர்வை. அவனுடைய நிஜமான வேலை வேறு. அவன் ஏஜன்சிக்காக வேலை பார்க்கிறான். அந்த ஏஜன்சிக்குப் பெயரில்லை. தேவையுமில்லை. அது எப்போதுமே ஏஜன்சி என்றுதான் அழைக்கப்படுகிறது. ஒரு அரசாங்கத்துக்கு இணையான பணமும் அதிகாரமும் அதற்கு இருந்தது. அதன் பின்னணியில்

இருந்து இயக்குவது யாரென்று அவனுக்குத் தெரியாது. தெரிந்து கொள்ள முயன்றவர்கள் யாரும் அதைப் பற்றிச் சொல்ல உயிருடன் இல்லை.

அவனுக்கு சிறு வயதிலிருந்தே அழிவு பிடிக்கும். ஒரு பொருளை எரிப்பது அவனுக்கு அத்தனை பிரியம். உடைந்து நொறுங்கும் கண்ணாடி பிடிக்கும். சரிந்து விழும் கட்டிடங்களை ரசிப்பான். சில காலம் கட்டிடங்களை வெடி வைத்து இம்ப்ளோஷன் முறையில் இடிக்கும் தொழிலில் ஈடுபட்டிருந்தான். படைத்தலில் கடவுளை மனிதன் நெருங்கவே முடியாது, எனவே அழிக்கும்போதுதான் மனிதன் கடவுளுக்கு வெகு அருகில் செல்கிறான் என்று சொல்லிக் கொள்வான். அவன் சிறிது காலம் கல்கத்தாவில் வசித்தபோது முதன் முறையாக ஏஜன்சியிலிருந்து ஈமெயில் மூலம் தொடர்பு கொண்டார்கள். இரண்டு வருடங்கள் அவனைக் கண்காணித்த பிறகே தொடர்பு கொண்டதாக சொன்னார்கள். ஒவ்வொரு முறையும் ஒருவர் பேசுவார். நிறைய சம்பாதிக்க விருப்பமா என்று கேட்டார்கள். ஆரம்பத்தில் சில முக்கியமான காகிதங்களைக் கை மாற்றுவது, வேவு பார்ப்பது என்று தொடங்கிய வேலைகள் பிறகு ஆள்கடத்தல், ஹவாலா, தாக்குதல், கொலை என்று மாறியது. கனவிலும் நினைக்காத பணம் ஒவ்வொரு வேலையின் போதும் வேலைக்குப் பிறகும் ஒரு வெளிநாட்டு வங்கிக் கணக்கில் கை மாற்றப்பட்டது.

அவன் எழுந்து நின்றான். அவனுக்கு ஒரு படைவீரனின் இறுகிய உடல். ஐந்து மொழிகள் சரளமாகப் பேசுவான். ஆங்கிலம் உட்பட. மேசை மீதிருந்த கவரைப் பார்த்தான். ஒரு முக்கியமான வேலை வந்திருந்தது. மிகப் பெரிய வேலை.

ஏஜன்சி நாடு முழுக்கப் பரவி இருந்தது. இதுவரை யாரிடமும் பிடிபடாமல் பல காரியங்களை செய்து வந்தது. அதற்குக் காரணம் ரகசியத்தை ரகசியமாகவே வைப்பதுதான். அவரவர்க்கு என்ன வேலையோ அதற்குத் தகுந்த விவரங்கள்தான் தரப்படும். இது வரை ஏஜன்சியை நடத்துபவர்களை அவன் பார்த்ததில்லை. வேலை தொடர்பாக வரும் விவரங்களை காரணமின்றி யாரிடமும் பகிர்ந்து கொள்ளக்கூடாது. கேள்விகள் கேட்கக்கூடாது. ஆனால் அவனுக்கு இந்த வாழ்க்கை பிடித்திருந்தது. அதில் இருந்த அட்ரினலின் ஓட்டம் பிடித்திருந்தது.

அவனை உடனே டெல்லி கிளம்பிச் செல்லும்படி உத்தரவு வந்திருக்கிறது. நோக்கம் மட்டும் தெரிவிக்கப்பட்டிருந்தது. அதை நிறைவேற்றுவதற்கான திட்டங்களை அவனே வகுத்திருந்தான்.

வெட்டாட்டம்

அதற்கான பல ஒத்திகைகளை ஒரு ஆளரவமற்ற காட்டில் செய்து பார்த்துவிட்டான். வேறு பெயரில் போலி அடையாள அட்டையோடு விமானத்தில் டெல்லிக்கு நேற்றே டிக்கெட் தயாராகிவிட்டது. ஏஜன்சியில் சேர்பவர்களுக்கு ராணுவத்துக்கு இணையான பயிற்சிகள் அளிக்கப்படும். துப்பாக்கி சுடுவது, வெடிகுண்டுகளை உருவாக்குவது, வெடிக்க வைப்பது உள்ளிட்ட பயிற்சிகள் அளிக்கப்படும். கடுமையான உடற்பயிற்சிகளும் உண்டு. தொடர்ந்து உடலைப் பராமரிப்பது அவசியம். அவன் எலக்ட்ரானிக்ஸ் துறையில் எஞ்சினியர். ரோபாட்டிக்ஸ் அவனுக்குப் பிடித்தமான பிரிவு. அவனே உருவாக்கிய பூச்சி ரோபாட்டுகள் அவன் ப்ளாட்டில் குறுக்கும் நெடுக்குமாகத் திரியும்.

ஏஜன்சியில் ஒரு சிலரை மட்டும் வேலை நிமித்தமாக சந்தித்திருக்கிறான். துடிப்பான ஒரு கூட்டம். தலைவருடன் ஒருமுறை போனில் உரையாடியதுண்டு. அரசியல்வாதிகள், கோடீஸ்வரர்கள், பெரிய அதிகாரிகள், நடிகர்கள், நடிகைகள் என்று இவர்கள் குறி மாறிக்கொண்டே இருக்கும். அவர்களைப் பற்றிய ரகசியங்களை சேகரிப்பது, அவற்றை இணையத்தில் வெளியிடுவதாக மிரட்டுவது, பணம் பறிப்பது என்று பலவித வேலைகள். சில நேரங்களில் ஆளையே தீர்ப்பது கூட நடக்கும். ஒரு கர்நாடக மந்திரியை ரயில்வே கிராசிங்கில் கார் நிற்கும்போது துப்பாக்கியால் சல்லடையாக்கியதுதான் அவன் வெற்றிகரமாக முடித்த முதல் பணி. துப்பாக்கி விசையை முதன் முறை இழுக்கும் வரைதான் தயக்கமெல்லாம். அதன் பிறகு தேவைக்கு அதிகமாக நான்கு குண்டுகளை சுட்டுவிட்டுத்தான் ஓய்ந்தான். யாராவது போலீசில் சிக்கிக் கொண்டாலும் கழுத்தையே அறுத்தாலும் எந்த ரகசியமும் வெளியே வராது. மிகப்பெரிய ஒரு வக்கீல் அடுத்த இருபது நிமிடங்களில் ஜாமீன் கேட்டு வந்து நிற்பார். இப்போது அவனுக்குத் தரப்பட்டிருக்கும் பணி அதிமுக்கியமானது. இதை அவனால் மட்டுமே செய்து முடிக்க முடியும் என்று தலைமை நம்பியதே பெருமையாக இருந்தது.

சரியான நேரத்திற்கு இரவு உணவு வரவழைத்து சாப்பிட்டான். உணவு கொண்டு வந்த சர்வருக்கு தாராளமாக டிப்ஸ் வைத்தான். அடுத்த சில நாட்கள் சவாலானவை என்று அவனுக்குத் தெரியும். திட்டத்தை மனதில் ஒத்திகை பார்த்தபடி தூங்கிப் போனான்.

டெல்லி சென்று இறங்கிய அவனை அழைத்துச் செல்ல ஏஜன்சியின் ஆட்கள் இருவர் காத்திருந்தார்கள். உமேஷ், விஸ்வா என்று தங்களை அறிமுகம் செய்து கொண்டார்கள். அவை

உண்மையான பெயர்கள் அல்ல என்று அவனுக்குத் தெரியும். அவனுக்குக் கூட ஜான் என்ற பெயர் கொடுக்கப்பட்டிருந்தது. மூன்று ஆட்டோக்கள் மாறி பிறகு இரண்டு கிலோ மீட்டர்கள் நடந்து அந்த ஓட்டல் அறைக்கு வந்தார்கள். அவனுக்கு ஜான் என்ற பெயரில் அறை ஏற்பாடு செய்திருந்தார்கள். அவர்கள் இருவரும் அதே ஓட்டலில் அல்லாமல் வேறு இடத்தில் தங்கியிருப்பதாக சொன்னார்கள். அவன் அறையில் ஏற்கெனவே அவன் கேட்டிருந்த பொருட்கள் தயாராக இருந்தன.

ஒரு மேசையில் சிலிண்டர் வடிவ குழாய்கள், வயர்கள், ஒரு செல்போன், சால்டரிங் அயர்ன் உட்பட எலக்ட்ரானிக் வேலைக்கான பொருட்கள் இருந்தன. ஒரு சார்ட் விரித்து ஒட்டப்பட்டிருந்தது. அதில் சர்க்யூட் வரைபடம் ஒன்று இருந்தது.

“உங்க வேலைக்குத் தேவையான எல்லாம் இருக்கு. பாத்துக்கங்க” என்றான் விஸ்வா.

அவன் அருகில் சென்று சற்று நேரம் ஆராய்ந்தான். பிறகு ஒப்புதலாக தலையசைத்தான்.

“அப்புறமென்ன... ஆரம்பியுங்க. யாராவது கதவை தட்டினால் திறக்க வேண்டாம். டிஸ்டர்ப் பண்ண வேணாம்னு கீழே சொல்லியிருக்கோம். நீங்களா கீழே போய் சாப்பிட்டுட்டு வந்துடுங்க. ரெண்டு நாள்தான் டைம் இருக்கு. நாங்க ஸ்பாட் எல்லாம் பாத்துட்டு வந்துட்டோம். நாளைக்கும் போறோம். நீங்க இங்கேயே இருந்து வேலையை முடிங்க.”

இருவரும் கிளம்பிப் போனார்கள். கதவைத் தாழிட்டுவிட்டு வந்த அவன் மேசை மீதிருந்த பொருள்களையே பார்த்தவாறு நின்றான். அவர்கள் இருவரும் வேறு ஓட்டலில் தூரமாகத் தங்கியது ஏனென்று அவனுக்குத் தெரியும். தான் உருவாக்கும் ஆயுதம் திடீரென்று தவறுதலாக வெடித்துத் தொலைக்கும்போது பக்கத்து அறையில் பீர் சாப்பிட்டுக் கொண்டிருப்பது புத்திசாலித்தனமாக இருக்காது. பயத்தை மீறிய பழக்கமான அட்ரினலின் பாய்ச்சலை தனது நரம்புகளில் உணர்ந்தான் அவன்.

★★★

ஏ

மலை அல்லாத கட்டங்களில் நிற்கும் எதிரியின் காய்களை துரத்திச் சென்று அதே கட்டத்தை அடைவது வெட்டுதல் எனப்படும். வெட்டப்படும் காய் எதிரியின் சொந்த மனைக்குத் திரும்பும். மீண்டும் தாயம் அல்லது ஐந்து போட்டுத் தொடங்கி ஒரு முழு சுற்று வந்துதான் பழத்தை அடைய முடியும். வெட்டப்படும் காய் தனது சுற்றில் எத்தனை தூரம் கடந்துள்ளது என்பதை கவனிக்க வேண்டும். சில நேரம் ஆரம்ப கட்டத்தில் இருக்கும் காயை வெட்டுக் கொடுத்து மனைக்கு அருகில் சுற்றி வந்துவிட்ட காய்கள் காக்கப்படும்.

கயல்விழிக்கு காலை நேரத்துக் காபியுடன் ஜன்னலில் கசிந்து வரி வரியாக விழும் சூரிய ஒளியினருகில் தரையில் அமர்ந்து செய்தித்தாள்களுடன் தொடங்கும் நாட்கள் பிடிக்கும். அவளுடைய படுக்கையறை மிகவும் பெரியது. அவள் பால்கனியை ஒட்டிய பெரிய அசோகமரத்தின் வழியாக காலை வெயில் கசிந்து வரும். ஆவி மணக்கும் காபியோடு செய்தித்தாள்களைப் படித்து முடிக்கும்போது கயல்விழி அந்த நாளைத் திட்டமிட்டு விடுவாள். ஆனால் இன்று அப்படி முடியவில்லை. ஏனெனில் இன்றைய செய்தித்தாள்கள் தங்கள் வழக்கமான ட்யூனை மாற்றி முதல் முறையாக கொஞ்சம் வருணின் புகழ் பாடியிருந்தன.

“முதல்வர் அதிரடி. கலவரங்களை அடக்க தடாலடி உத்தரவு.”

“சொந்தக் கட்சியினரை சொறிநாய்கள் என்ற முதல்வர்”

“முதல்வர் அழைப்பை ஏற்று மமுக கட்சியினர் உள்ளிருப்புப் போராட்டம். அமைதி திரும்பியது.”

கயல்விழிக்கு அயர்ச்சியாக இருந்தது. இரண்டு நாட்கள் முன்புவரை இதே பத்திரிகைகள்தான் வருணை மானாவாரியாக திட்டிக் கொண்டிருந்தன. ஒரே நாளில் ஒருவன் எப்படி மாவீரன் ஆகிவிட முடிகிறது இவர்களுக்கு? அவள் குறித்த செய்திகள் இன்று மூன்றாம் பக்கத்துக்குப் போயிருந்தன. இனி மீடியாக்களுக்கு வேறு ஏதாவது கிடைக்கும் வரை இதைத்தான் வைத்துக் காலத்தை ஓட்டுவார்கள். அவள் சீக்கிரம் அவர்களுக்கு ஏதாவது கிடைக்கும்படி செய்தாக வேண்டும். அவளுக்கு வருணைப் பற்றி நன்கு தெரியும். வீடியோவில் இருப்பது நிஜ வருண் அல்ல. அந்த நிஜத்தின் சிறு துண்டு போதுமானது. மொபைலை எடுத்து தொடர்புகளைத் தேடி கல்யாணை அழைத்தாள்.

கல்யாண் வெளி உலகைப் பொருத்தவரை ஒரு போட்டோகிராபர். ஆனால் உண்மையில் பல நிழல் வேலைகளை முடித்துக் கொடுக்கும் புரோக்கர். குறிப்பாக அரசியல்வாதிகளுக்கு நெருக்கமானவன். முக்கியமாக அவன் சிக்கிக் கொண்டாலும் சம்மந்தப்பட்டவர்களின் பெயர் வெளியில் வராமல் பார்த்துக் கொள்வதில் திறமையானவன்.

“கல்யாண்... ஒரு ஹெல்ப் வேணும். வருணோட ப்ரெண்ட்ஸ் சர்க்கிள் எல்லாம் தேடித் பிடிக்கணும்... அதுல முழுக்கத் தேடி பேஸ்புக், ட்விட்டர், இன்ஸ்டாகிராம் ஒண்ணு விடாம வீடியோ, பிக்சர்ஸ் எல்லாம் ஒரு ஹார்ட் டிரைவ்ல சேவ் பண்ணிட்டு வர முடியுமா? சீக்கிரம் பண்ணிடு. எப்ப வேணும்னா அதெல்லாம் டெலிட் ஆகலாம்.. அப்புறம்... அந்த இன்னொரு ப்ளான் என்ன ஆச்சு?”

சிறிது நேரம் பேசி முடித்து போனை வைத்துவிட்டு காபியைக் கையில் எடுத்தாள் கயல்விழி. இந்தக் காலை அப்படியொன்றும் மோசமில்லை என்று நினைத்துக் கொண்டாள்.

★★★

வருணின் மமுக கட்சி அலுவலகத்தில் ஒரே குழப்பம். டெல்லியில் இருந்து அபு தாஹிர் சொன்னதைக் கேட்பதா அல்லது இங்கே இருக்கும் வருண் சொல்வதைக் கேட்பதா என்று விவாதம் நடந்தது. தலைவரின் நேரடி உத்தரவு வராததாலும் சொறிநாய் போல சுடப்படுவதை யாரும் விரும்பவில்லை என்பதாலும் கடைசியில் தலைவரின் மகன் சொல்வதையே கேட்பதென்று முடிவானது. ஏனென்றால் யாராவது சொல்வதைக் கேட்பது தவிர அவர்களுக்கு எதுவும் தெரியாது. வேறு வழியின்றி உள்ளிருப்புப்

போராட்டம் தொடங்கியது. பொழுது போவதற்காக அலுவலக டிவியில் தலைவர் விக்டரி ஸ்டார் வினோதன் நடித்த படங்கள் திரையிடப்பட்டன. அவ்வப்போது விடிவி செய்திகள் பார்த்தார்கள். ஒரு சுவிட்ச் போட்டது போல் கலவரங்கள் அடங்கிப் போயின. கவர்னரின் செயலாளர் மணிக்கொரு முறை வருணை அழைப்பதை நிறுத்தியிருந்தார்.

அபு தாஹிர் நீண்ட முயற்சிக்குப் பின் வருணை போனில் பிடித்தார்.

“என்ன வருண்.. நீ உன் இஷ்டத்துக்கு ஏதேதோ செஞ்சு வெச்சுட்டே.... நாளைக்கு நான் தலைவரைப் பாக்கும்போது என்னைத்தான் காய்ச்சி எடுப்பாரு.”

“அங்கிள்... இதையெல்லாம் என்னை இங்கே கொண்டுவந்து உட்கார வைக்கும் முன்னால உங்க தலைவர் யோசிச்சிருக்கணும்... எப்போ எனக்கு என்ன தோணுதோ அதை நான் செஞ்சுக்கிட்டேதான் இருப்பேன்... சரி.. அங்கே என்ன ஆச்சுன்னு சொல்லுங்க அங்கிள்”

“அப்பீல் பண்ண ரெண்டு நாள் ஆகும். எப்படியும் தண்டனைக்கு ஸ்டே வாங்கிடலாம்னு லாயர் உறுதியா சொல்றார்.”

“ஆனா அதுக்கப்புறமும் அவர் பதவிக்கு வர முடியாது. இல்லையா?”

“ஆமாம். இனி அவர் குற்றவாளி இல்லைன்னு நிரூபணம் ஆகற வரைக்கும் பதவிக்கு வர முடியாது.”

“ஷிட்.. அங்கிள்.. அப்ப என் கதி.. இப்படியேதானா?”

“வருண்... இப்ப என்னை எதுவும் கேக்காதே. தலை சுத்துது. எப்பவுமே தலைவர் என்ன முடிவு எடுக்கிறாரோ அதுதான். அப்பீல் வேலை முடிஞ்சப்புறம்தான் அவரைப் பாக்கப் போகணும். ஒருவேளை- தீர்ப்பு நம்ம பக்கம் வராட்டியும் உடல் நிலையைக் காரணம் காட்டி பரோலில் கொண்டு வந்துடலாம்னு வக்கீல் சொல்லி இருக்கார்.”

போனை வைத்துவிட்டார். வருணுக்கு ஏதோ காரணத்தால் நேற்று இருந்த உற்சாகம் வடிந்து போயிருந்தது. மறுபடி செகரட்டேரியட் போக வேண்டுமென்று தோன்றவில்லை. ஒரு நாளோ, இரண்டு நாட்களோ இந்தக் கூத்து. அதற்குப் பிறகு? ஐபோன் மறுபடி அழைத்தது. மறுமுனையில் மகேந்திரன்.

“வருண், நான் மகேந்திரன் பேசறேன்”

“சொல்லுங்க சார்...”

“இன்னிக்கு சந்திக்கலாம்னு பேசி இருந்தோமே”

வருண் சில வினாடிகள் சிந்தித்தான்.

“ஐ ஆம் சாரி சார்... மறந்தே போயிட்டேன். வேற ஒரு ப்ரோக்ராம் ஃபிக்ஸ் ஆகி இருக்கு. நாளைக்கு பார்க்கலாமா?”

“சரிப்பா” என்று போனை வைத்தார் மகேந்திரன்.

ஷில்பாவை அழைத்தான்.

“ஹேய் ஷில்பா.. கேன் யூ கம் ஓவர்... போர் அடிக்குது. அப்துல், கோகுல் யாராவது வராங்களான்னு கேளு. லெட் அஸ் கோ அவுட்...”

அவள் சிறிது நேரத்தில் வருவதாகச் சொன்னாள்.

நர்மதா மேலே வந்தாள். அனந்தராமன் காலையில் இருந்தே காத்திருப்பதாக சொன்னாள். சலித்தபடி இறங்கிப் போனான் வருண்.

“சொல்லுங்க சார்...”

“சார்.. அந்த வீடியோ நல்லா வேலை செஞ்சிருக்கு.. எல்லா டிஸ்ட்ரிக்டும் இப்ப அமைதியா இருக்கு. டிஜிபி பேசணும்னு சொன்னார்.. அந்த ஸ்கூல் பொண்ணுங்க கேஸ்ல சில பேரை கைது பண்ணணுமாம்...”

பேசிக்கொண்டே போனவரை கை உயர்த்தி தடுத்தான்.

“சார்.. நேத்து ஏதோ எமர்ஜென்சி. நான் வந்தேன். ஏதோ தெரிஞ்சதை செஞ்சேன். கேன் யூ டேக் கேர் ஆஃப் தீஸ் திங்க்ஸ் டுடே?”

“சார்.. ஐ கேன்... ஆனா...”

“தென் வாட் ஈஸ் தி பிராப்ளம்... என்ன வேலை நடக்கணுமோ பாருங்க. இன்னும் ரெண்டு மூணு நாள்ல எப்படியும் அப்பா திரும்பி வந்துடுவார். நேத்து நான் பண்ண காரியத்துக்கு என்னையும் தூக்கிடுவாங்க. ஐ வாண்ட் டூ ரிலாக்ஸ் அண்ட் என்ஜாய் தீஸ் டூ டேஸ்...”

அனந்தராமன் ஏமாற்றமாக வெளியே வந்தார். ஒரே நாளில் தத்துப் பித்தென்றாவது அவருக்கு ஒரு மைக்ரோ நம்பிக்கையைக் கொடுத்திருந்தான் வருண். உடனே மகேந்திரனை அழைத்தார்.

“என்ன சார் சிஎம் மறுபடி முருங்கை மரம் ஏறிட்டாரு.”

“ஆமா… நானும் பேசினேன்.”

அனந்தராமன் அமைதியாக இருந்தார்.

“அனந்தராமன் சார்… இதெல்லாம் நிரந்தரமில்லைன்னு நமக்கும் தெரியும். இந்தக் கொஞ்ச நாளுக்காக எதுக்கு மெனக்கெடணும்னு நினைக்கிறான். அவன் சொல்றதிலும் நியாயம் இருக்கு. இன்னிக்கு விட்டுடுங்க. சமயம் பாத்துதான் பேசணும். நான் பாத்துக்கறேன்.”

“ஓகே சார். நான் அப்புறம் கூப்பிடறேன்” என்று கிளம்பினார் அனந்தராமன்.

அரை மணி நேரத்தில் ஷில்பா வந்தாள். அவளோடு இன்னொரு பெண். உயரமாக இருந்தாள். உலகத்திலேயே மிகச் சிறிய ஜீன்ஸ் பேண்ட் அணிந்திருந்தாள். உள்ளாடையை மறைக்கும் அளவு மட்டுமே இருந்தது அது. சரேலென்று இறங்கின கால்கள். வருணைப் பார்த்ததும் சிறு அடிகளில் ஓடிவந்து மெலிதாக அணைத்துக் கொண்டாள்.

“ஹேய் சில்வியா வாட் எ சர்ப்ரைஸ்.. ஷில்பா இவளை எங்கே புடிச்சே… பாம்பே டெல்லின்னு மாடலிங் பண்ணப் பறந்துட்டே இருப்பாளே…”

சில்வியாவை ஏற்கெனவே ஒரு பார்ட்டியில் சந்தித்திருந்தான் வருண். அவ்வளவு பழக்கமில்லை. ஆனால் வாழ்க்கையை வஞ் சகமில்லாமல் அனுபவிக்கும் வகை என்பது வரை தெரியும்.

“அத ஏன் கேக்கறே… ரெண்டு வாரமா அரிச்சு எடுக்கறா… உன்னைப் பாத்தே ஆகணும்னு… நீ இந்தப் போஸ்ட்டுக்கு வந்ததுல இருந்து யூ ஆர் கைண்ட் ஆப் பிகமிங் ஹாட் வித் கேர்ள்ஸ் டா.. அதுவும் நேத்து உன்னோட வீடியோ அசத்தல்…”

“கமான் ஷில்பா.. என் நிலைமையே இன்னிக்கோ நாளைக்கோன்னு இருக்கு… சரி.. அப்துல், கோகுல் யாரையாவது கூப்பிட்டுப் பாத்தியா?”

“அப்துல் உடம்பு சரியில்லைன்னு சொல்லிட்டான். கோகுல் அவுட் ஆப் டவுன்”

“அப்போ நாம மூணு பேர்தான்… என்ன பண்ணலாம்.”

“மொதல்ல நீ இப்படியெல்லாம் நினைச்ச மாதிரி வெளியில வர முடியுமா? ஆர் யூ அலவ்ட்?”

“தோ பார்ரா... என்னை யார் அலவ் பண்றது. ஒரு நிமிஷம் இரு. பரதன் சார்.”

பரதன் வந்து சல்யூட் அடித்து நின்றார். போனில் தேடி ஒரு பீச் ரிசார்ட் எண்ணைக் கொடுத்தான்.

“இது ரெயின்போ ரிசார்ட்... நாங்க இங்கே போறதுக்கு ஏற்பாடு பண்ணிடுங்க. சைரன் வெச்ச கார் எல்லாம் வேண்டாம். என்னோட வண்டி மட்டும் எடுத்துக்கலாம். செக்யூரிட்டிக்கு நீங்களும் ரந்தீரும் வந்தாப் போதும். இது ஒரு ஜாலி டிரிப்.”

“யெஸ் சார்...” என்றவர் பார்வையை நேராக வைக்க சிரமப்பட்டுக் கொண்டே ஷில்பாவையும் சில்வியாவையும் கடந்து போனார்.

“ஐ லைக் மென் இன் யூனிபார்ம்” என்று கிசுகிசுத்தாள் சில்வியா ஷில்பாவின் காதில்.

“அலையாத.. சுட்டுட கிட்டுட போறாரு..”

“ஹ.. நான் பாக்காத கன்னா...” என்றாள் சில்வியா.

வருண் பூப்போட்ட சட்டையும் பெர்முடாசும் ஒரு குளிர்கண்ணாடியையும் அணிந்திருந்தான். வருணின் ஃபார்ச்சூனரை எடுத்துக் கொண்டார்கள்.

“எவ்வளவு நாளாச்சு.. லெட் அஸ் ஹேவ் அ பார்ட்ட்ட்ட்டீஈஈஈஈஈ” என்றபடி கிளம்பினான் வருண். ஹாலில் இவர்களை எதிர்கொண்ட நர்மதா இவர்களைப் பார்த்த பார்வையில் சிலபல கேவலமான கெட்ட வார்த்தைகள் இருந்தன.

“ஜஸ்ட் எ மினிட்.. ஒரு ப்ரைவேட் கால்” என்றபடி தனது மொபைல் போனுடன் புல்வெளியில் ஒதுங்கினாள் சில்வியா. தனது தொடர்பை அழைத்து சன்னமாகப் பேசினாள்.

“கல்யாண். ஐஆம் இன். ரெயின்போ ரிசார்ட்ஸ் தெரியுமா. அங்கேதான். கிளம்பிட்டோம்” என்றாள்.

“குட்.,, நான் எல்லா ஏற்பாடும் பண்ணிடறேன். யூ நோ வாட் டு டூ” என்றான் கல்யாண். போனை வைத்துவிட்டு வேறொரு போனில் கயல்விழிக்கு போன் செய்தான்.

“மேடம்.. நீங்க பழைய போட்டோ வீடியோதானே டவுன்லோடு பண்ண சொன்னீங்க... இப்போ லைவ் வீடியோவே ரெடியாகுது” என்றான். மறுமுனையில் கயல்விழி ஒரு புன்னகையுடன் போனை வைத்தாள்.

வெட்டாட்டம்

★★★

அதே நேரம், சில ஆயிரம் கிலோமீட்டர்கள் தொலைவில் ஒரு ஓட்டல் அறையில் வியர்வை ஒழுக சர்க்யூட்டுகளின் மீது குனிந்திருந்தான் ஜான் என்ற அவன்.

சாப்பாடு வாங்கிக் கொண்டு வந்து கொடுத்துப் போயிருந்தார்கள் உமேஷும் விஸ்வாவும். ஏனோ பசிக்கவில்லை. இன்னும் வெடிமருந்தை இணைக்கவில்லை. அது கடைசியாக செய்யவேண்டிய வேலை. மற்றபடி வேலை ஓரளவு முடிந்திருந்தது. வெடியுடன் இணைக்கப்பட்டிருந்த சிம்கார்டை ஒரு குறிப்பிட்ட எண்ணிலிருந்து அழைத்தால் சர்க்யூட் முழுமை பெற்று ஒரு சிறிய எல்ஈடி எரியும் வரை செய்து முடிந்திருந்தான். இனி வெடி மருந்தை இணைத்து கடைசியாக ஃப்யூசை செட் செய்ய வேண்டும். அதுதான் ஆபத்தான வேலை. பிசகினால் பரலோகம்தான். நீண்ட நேரம் வேலை செய்ததில் முதுகு வலித்தது.

நாற்காலியிலிருந்து எழுந்து வந்து படுக்கையில் அமர்ந்தான். ஃப்ரைடு ரைஸை எடுத்துப் பிரித்தான். வினோதனின் புகைப்படம் கட்டிலில் கிடந்தது. அவர் நீதிமன்றத்துக்கு வரும்போது தாக்குதல் நடத்தத் திட்டமிட்டிருந்தார்கள். அவனுக்குக் கொலை பிடிக்கும். அதுவும் அரசியல்வாதிகள் என்றால் கொஞ்சம் அதிகமாகவே பிடிக்கும்.

கதவு தட்டப்பட்டது. அவசரமாக ஒரு போர்வையை எடுத்து டேபிளை மூடினான். துவாரம் வழியாகப் பார்த்தான். உமேஷும் விஸ்வாவும் வந்திருந்தார்கள். கதவைத் திறந்து உள்ளே அனுமதித்தான்.

இருவரும் சற்றுத் தளர்வாக உள்ளே வந்தார்கள். "ஒரு பிரச்னை" என்றவாறு வந்து அமர்ந்தான் விஸ்வா.

"என்ன ஆச்சு?"

"நாளைக்கு நடக்கப் போறது வெறும் அப்பீல்தானாம். வினோதன் ஏற்கெனவே ஜெயில்ல இருக்கறதால கோர்ட்டுக்கு வர வாய்ப்பில்லைன்னு சொல்றாங்க" என்றான்.

"அப்ப நம்ம திட்டம்?"

"அதுதான் புரியலை"

அவர்கள் இருவரும் திட்டத்தைக் கைவிடும் முடிவுக்கு வந்திருந்தார்கள். அவன் எழுந்து வேகமாக குறுக்கும் நெடுக்குமாக

நடந்தான். பின்வாங்குவது அவன் ரத்தத்தில் இல்லை. அவ்வளவு சுலபமாக தோல்வியை ஒப்புக்கொள்ளத் தயாராக இல்லை. அவனுக்கு சில யோசனைகள் இருந்தன. மளமளவென தான் நினைப்பதை சொல்லத் தொடங்கினான்.

"நான் சொல்றதை கொஞ்சம் கவனமா கேளுங்க. தீர்ப்பு வரும் வரைக்கும் நாம திட்டத்தைக் கைவிட வேண்டாம். இப்ப ஹைகோர்ட் அந்த தண்டனையை உறுதி செஞ்சுட்டாங்கன்னா அவர் தொடர்ந்து ஜெயில்லதான் இருப்பார். ஆனா விடுதலை கிடைச்சா கண்டிப்பா ஜெயிலை விட்டு வெளியே வருவார். நாம அவரை ஜெயில் வாசல்ல டார்கெட் பண்ணுவோம். இது அவர் மாநிலம் இல்லை. அவர் இப்போ முதலமைச்சரும் இல்லை. ஏன் எம்எல்ஏ கூட இல்லை. அவர் கட்சி எம்பிக்கள் மந்திரிகள் சிலபேர் மட்டும்தான் இருப்பாங்க. டெல்லிதான் நமக்கு இருக்கும் ஒரே வாய்ப்பு"

"ஆனா அந்த ஜெயிலை எப்ப ஸ்டடி பண்ணப் போறோம்? ஹை கோர்ட்டை ஸ்டடி பண்ண நமக்கு நேரம் இருந்தது. இன்னும் ஒரே நாளில் புது இடத்தை தெரிஞ்சுக்கறது எவ்வளவு சாத்தியம்? துல்லியமான இடத்தில் துல்லியமான நேரத்தில் இது எப்படி வெடிக்கும்?"

அவன் போர்வையை எடுத்தான். அங்கே அமைதியாக அமர்ந்திருந்தது அவன் படைப்பு.

"இது எந்த இடத்தில் வேண்டுமானாலும் வேலை செய்யும் தோழர்களே. நம்புங்க."

உமேஷும் விஸ்வாவும் கண்கள் விரிய அதைப் பார்த்து நின்றார்கள்.

★★★

வருண் நான்காவது பியரில் இருந்தான். மூன்று வாரங்களுக்கு மேலாக காய்ந்து போயிருந்ததால் சிகரெட்டுகளை இடைவிடாது ஊதித் தள்ளிக் கொண்டிருந்தான். ரெயின்போ ரிசார்ட்டுக்கென்று தனியாக பீச் இருந்தது. அது அவன் தந்தைக்கு சொந்தமானதென்று தெரியும். ஒரு சிறிய உப்பு நீர் ஏரியின் நடுவே அமைந்திருக்கும் அந்த ரிசார்ட்டை ஒரு பக்கம் மட்டுமே அணுக முடியும். மீதி மூன்று பக்கமும் அகழிகள் போல் சூழ்ந்த நீரில் வாட்டர் ஸ்கூட்டர் முதலிய விளையாட்டுகள் உண்டு. முதலமைச்சர் வருகிறாரென்று தெரிந்ததும் அங்கிருந்த சொற்ப விருந்தாளிகள் அவசர அவசரமாக

வெளியேற்றப்பட்டார்கள். தடித் தடியாக கறுப்பு டிஷர்ட் பவுன்சர்கள் நான்கு பக்கமும் நிறுத்தப்பட்டிருந்தார்கள். ரிசார்ட்டின் நீச்சல் குளத்திற்கு வெளியே இருந்த படுக்கை போன்ற நீண்ட சாய்வு இருக்கையில் வருண் காலை நீட்டிப் படுத்திருந்தான். சட்டையைக் கழற்றி எறிந்திருந்தான். பூப்போட்ட பெர்முடாஸ் மட்டும் அணிந்திருந்தான்.

ஷில்பாவும் சில்வியாவும் நீச்சல் குளத்திற்குள் இருந்தார்கள். சற்றுத் தொலைவில் ஒரு சேர் போட்டு உட்கார்ந்திருந்தார்கள் பரதனும் ராணாவும். பரதன் முகத்தில் கவலை தெரிந்தது. நேரம் ஆக ஆக வருணின் நடவடிக்கைகள் கட்டுப்பாடிழந்து கொண்டிருந்தன. அதிலும் சில்வியாவின் சில்மிஷங்களை அவர் ரசிக்கவில்லை. வருண் மீது பாய்ந்துவிட எந்த நிமிடமும் தயாராக இருந்தாள். பதவியில் இருப்பவர்களோடு பயணித்த தினங்களில் இது போன்ற பல பெண்களை அவர் பார்த்திருக்கிறார். அத்தனையும் காதும் காதும் வைத்த மாதிரி நடக்கும். சில்வியாவைப் பார்த்ததுமே அவள் ஒரு வில்லங்கம் என்று அவருக்குத் தெரிந்தது. அவரது கை எப்போதும் துப்பாக்கிக்கு அருகில் இருந்தது. ராணாவும் பவுன்சர்களைத் தாண்டி சுவரோரங்களில் சுற்றி வந்து கொண்டிருந்தார். அவருக்கும் நெற்றி வியர்த்திருந்தது. ஆனால் பரதனை விட வருணின் சேட்டைகளை அவர் நன்றாக அறிவார் என்பதால் அதிகம் அலட்டிக் கொள்ளவில்லை.

“ஷில்பா.. ஐ வில் கெட் அஸ் எ ட்ரிங்க்” என்று சொல்லி நீச்சல் குளத்தின் ஏணியை நோக்கி நீந்தினாள் சில்வியா. ஈரம் சொட்டச் சொட்ட மேலே ஏறி வந்தாள். சிங்கிள் பீஸ் நீச்சல் உடை எங்கெல்லாம் எவ்வளவு வெட்ட முடியுமோ அங்கெல்லாம் அவ்வளவு வெட்டப்பட்டிருந்தது. உரோமங்கள் நீக்கப்பட்டிருந்த கால்கள் சூரிய ஒளியில் பளபளத்தன. வெற்று மார்பில் வெயிலுக்குக் கண்மூடிப் படுத்திருந்த வருணை நோக்கி நிதானமாக பூனை நடை நடந்தாள். ஷில்பா இதைக் கவனிக்காமல் நீச்சல் குளத்தில் நீந்திக் கொண்டிருந்தாள்.

வருணின் அருகே வந்து அமர்ந்தாள் சில்வியா.

“வருண்... டியர்... யூ லுக் சோ ஹேண்ட்சம்”

“ஓ... சில்வியா... தேங்க்ஸ்.. யூ டூ லுக் குட் பேபி... வாட்ஸ் த மேட்டர்.. வாண்ட் பியர்...” என்றான் வருண் கேள்வியாக. அவனால் தலையைத் தூக்க முடியவில்லை.

“ஐ வாண்ட்... சம்திங் எல்ஸ்” என்றவாறு எழுந்து அவன் மடியில்

அமர்ந்து அவன் மார்பில் விரல்களால் கோலம் போட்டாள் சில்வியா.

வருண் அவளைப் பார்த்தான்.

"யூ மீன் திஸ்..." என்றவாறு கையிலிருந்த சிகரெட்டை நீட்டினான் வருண்.

"நோ.. யூ இடியட்" என்று அவனை இழுத்து உதட்டில் ஆழமாக முத்தமிட்டாள் சில்வியா.

வருணுக்கு போதையில் என்ன நடக்கிறதென்று புரிய சற்று நேரம் பிடித்தது. அவளைப் பிடித்து அவசரமாக விலக்கினான்.

"வாட் ஆர் யூ டூயிங்" என்றான் கண்களை சிரமப்பட்டுப் பிரித்தபடி.

"கம் ஆன் வருண்.. ப்ளீஸ்..."

"சரி வா.. காசா பணமா..." என்றபடி அவளை இழுத்து ஆழமாக முத்தமிடத் தொடங்கினான் வருண். ஷில்பா நீச்சலை நிறுத்திவிட்டு லேசாக வாய் பிளந்து இவர்களைப் பார்த்துக் கொண்டிருந்தாள். அவள் கண்களில் இருந்த வெப்பத்திற்கு நீச்சல் குளம் மெல்ல ஆவியாகிக் கொண்டிருந்தது.

அதே நேரத்தில் நீச்சல் குளத்துக்கு அருகே முதல் மாடியில் பூட்டியிருந்த ரிசார்ட் அறை ஒன்றின் சன்னல் வழியாக டெலி லென்ஸ் பொருத்தப்பட்ட கேமரா ஒன்று இந்தக் காட்சிகளை வீடியோவாகவும் அவ்வப்போது ஸ்டில் படங்களாகவும் பசியோடு சுட்டுத் தள்ளிக் கொண்டிருந்தது. அதை இடது கையில் இருந்த கோக்கைக் குடித்தபடி இயக்கிக் கொண்டிருந்தான் கல்யாண். என்னதான் கயல்விழி இதற்காகப் பணம் தருவதாக இருந்தாலும் தனக்கென்று ஒரு காப்பி எடுத்து பத்திரப்படுத்திக் கொள்ளத் தீர்மானித்திருந்தான் கல்யாண்.

அ

> இரண்டு, மூன்று, நான்கு ஆகியவை விழுந்தால் மறுபடி தாயக் கட்டையை உருட்ட முடியாது. அடுத்த ஆட்டக்காரருக்கு ஆட்டம் சென்று விடும். எனவே இந்த எண்கள் யாருக்கும் பிடிப்பதில்லை. ஆனால் சில நேரம் எதிரியின் காயை வெட்டவோ அருகில் இருக்கும் மலைக்கு சென்று சேரவோ இவை தேவைப்படும். தேவைப்படும் நேரத்தில் விழாமல் ஆட்டம் காட்டவும் செய்யும்.

அபு தாஹிரும் மேலும் இரண்டு மந்திரிகளும் காலையிலேயே உயர்நீதிமன்றத்துக்கு சென்றுவிட்டார்கள். டெல்லி வக்கீல் ராகுல் ஷர்மா இன்னும் வந்திருக்கவில்லை. மூவரும் நீதிமன்றத்தின் உணவகத்தில் அமர்ந்திருந்தார்கள். இன்னும் ஒருமணி நேரம் கழித்துதான் வழக்கை விசாரணைக்கு எடுத்துக் கொள்ளப் போவதாக சொல்லியிருந்தார்கள். பத்திரிகையாளர்கள் கண்ணில் படாமல் ஒதுங்கி இருப்பது பெரிய காரியமாக இருந்தது. மாட்டினால் கேள்விகளால் கொத்த ஆரம்பித்து விடுவார்கள். அதுவும் பல பேர் இழவெடுத்த ஆங்கிலத்தில் கேள்விகள் கேட்பார்கள். இவர்கள் ஆங்கிலத்தில் தத்தித் தத்தி பதில் சொன்னால் அதைவேறு யூடியூபில் போட்டு மானத்தை வாங்குவார்கள். இந்த நடிகைகள் தப்புத் தப்பாக தமிழ் பேசுவதை ரசிப்பது போல் இதையும் ரசித்துத் தொலைத்தால் என்ன இவர்களுக்கு.

"லாயர் என்னங்க சொல்றார்" என்று பேச்சை ஆரம்பித்தார் கல்வி மந்திரி துரைசாமி. சட்ட அமைச்சரும் கட்சியின் தலைமை வக்கீலுமான குமரேசன் பதிலளித்தார்.

"எப்படியும் வெளியே கொண்டு வந்துடலாம்னு நம்பிக்கையா சொல்றார். ஆர்டர் கையில வாங்கினதும் ஜெயில்ல கொண்டு

போய் கொடுத்து அவரைக் கூட்டிட்டு வந்துரலாம். எப்படியும் நாளைக்குதான் போக முடியும். மீடியாவுக்குத் தெரியாம தமிழ்நாட்டுக்குக் கூட்டிட்டுப் போகச் சொன்னார். அங்கே போய் நம்ம அறிக்கை பிரஸ் மீட் எல்லாம் வெச்சுக்கலாமாம்."

"அங்கே ஸ்டேட்ல நிலைமை எப்படி இருக்கு..."

"அதை வேற ஞாபகப் படுத்தாதே.. நேத்து எந்தக் கலவரமும் இல்லையாம். மாநிலமே அமைதியா இருக்குன்னு சொல்றாங்க.. கட்சிக்காரங்க என்ன பண்றதுன்னு குழம்பிப் போய் இருக்காங்க. தலைவருக்குத் தெரிஞ்சா என் தலைய உருட்டுவாரு."

"மூணு தேர்தலா அசைக்க முடியாம இருந்தோம். திடீர்னு இந்த மாதிரி சிக்கல் வந்துருச்சே. அவர் மகனைக் கொண்டு வந்தப்பவே வேண்டாம் வேண்டாம்னு தலைபாடா அடிச்சிக்கிட்டோம். கேட்டாரா?"

"அதெல்லாம் கூடப் பரவாயில்லை. சின்னவர் இப்போ யோசனை கேக்கறது முழுக்க யார்கிட்டேன்னு தெரியுமா?"

"யாரு..."

சட்டென்று குரலைத் தாழ்த்தினார் குமரேசன்.

"மகேந்திரன். நேத்து செகரட்டேரியட் வரைக்கும் வந்தாச்சாம். என்னென்னவோ நடக்குது. மாண்டவன் மீண்டு வந்த கதையா இருக்கு."

குமரேசனின் போன் அடித்தது. எடுத்துப் பேசினார்.

"வக்கீல் வந்துட்டார். வாங்க போகலாம்"

மூவரும் எழுந்து நடந்தார்கள். அவர்கள் சற்று தூரம் சென்றதும் அருகிலிருந்த மேசையிலிருந்து எழுந்து இடைவெளி விட்டுத் தொடர்ந்தான் உமேஷ்.

★★★

வருண் எழுந்தபோது மறுபடி விடிந்திருந்தது. எப்போது இருட்டியது என்று அவனுக்கு நினைவில்லை. சில்வியாவின் பெர்ப்யூம் முத்தமும் முகத்தில் வந்து விழுந்த அவளுடைய ஈரக் கூந்தலும்தான் கடைசியாக அவனுக்கு நினைவிருந்தன. பிறகு நடந்தவை குரல்களாகவும் வாகன அசைவுகளாகவும் வாசனைகளாகவும் மட்டுமே நினைவிருந்தன. ஷில்பா கோபமாக ஏதோ சொல்லிவிட்டுப் போனது நினைவிருந்தது.

அது ஏதோ ஆங்கிலக் கெட்ட வார்த்தை. எப்போதும் இருப்பதை விட அதிகரித்திருந்த தலைவலி நேற்று குடித்தது ஓவர்தான் என்று உணர்த்தியது. எழுந்து உட்கார்ந்தான். அத்தனை போதையிலும் அறைக்கு வந்து சேர்ந்த தன்னுடைய நிதானத்தை நினைத்துக் கொஞ்சம் பெருமையாக இருந்தது. அதீதமான கொண்டாட்டத்துக்குப் பிறகு அடுத்து என்ன செய்வதென்ற ஒரு வெறுமை மனதைச் சூழ்ந்து கொள்கிறது. கதவு தட்டப்பட்டது. எழுந்து சென்று திறந்தான். நர்மதா உள்ளே வந்தாள். எப்போதுமே சிரிப்புப் பட்டாம்பூச்சியாக இருப்பவள் முகத்தில் இப்போதெல்லாம் அழுகைதான் இருந்தது. அப்பா சிறை சென்றதிலிருந்து அழுது கொண்டிருக்கிறாள். அறைக்குள் வந்தவுடன் பொரிந்தாள்.

“வருண்... திஸ் ஈஸ் டூ மச்... அப்பா இல்லாத நேரத்தில எங்களுக்கு சப்போர்ட்டா இல்லாட்டி பரவால்ல.. அதுக்காக இப்படியா.. நேத்து பரதன் சாரும் ராணாவும் பொணம் மாதிரி உன்னைத் தூக்கிட்டு வந்தாங்க. அவ்வளவு குடிச்சிருக்கே நீ.”

அப்படியானால் நாம சுயேட்சையாக நின்று ஜெயிக்கவில்லையா. அவசரப்பட்டு பாராட்டிக் கொண்டோமே. என்று நினைத்தான் வருண்.

“ஓகே.. ஓகே.. இப்ப உடனே அட்வைஸ் மோடுக்குப் போகாதே.”

“வருண்.. இத்தனை வருசத்துல எப்படி எப்படியோ நீ இருந்திருக்கே... நான் என்னைக்காவது ஏன்னு கேட்டிருக்கேனா? எத்தனை தடவை நானே உன்னை போதையோட வீட்ல கொண்டு வந்து சேத்திருக்கேன்.. ஆனா இப்போ வேறண்ணா... நீ எந்த பொசிஷன்ல இருக்கேன்னு புரியுதா? நம்ம வீடு எந்த நிலைமைல இருக்குன்னு தெரியுதா.. அம்மா ரெண்டு நாளா சாப்பிடலை. அப்பாவுக்கு என்ன மாதிரி தீர்ப்பு வருமோன்னு பயமா இருக்கு. நீ ஏன் எதையுமே புரிஞ்சுக்க மாட்டேங்கிறே...”

“நர்மதா... ஐ ஆம் வெரி சாரி... ஆனா அவர் உனக்குத்தான் அப்பா... எனக்கு அப்பாவா அவர் ஒரு நாள் கூட நடந்துக்கலை. அதனால உங்க அளவுக்கு என்னால ஃபீல் பண்ண முடியலை.”

“யோசிச்சுப் பாரு வருண்.. அத்தனை பேர் இருந்தும் அவர் உன்னைத்தானே சிஎம் ஆக்கினார்”

வருண் சிரித்தான். அறையைச் சுற்றி நடந்தபடி பேசத் தொடங்கினான்.

"ஓ அதுவா? ஆமா... சிஎம் ஆக்கினார்.. எதுக்குன்னு உனக்குத் தெரியுமா? எனக்குத் தெரியும். நானே சஸ்பென்ஸ் தாங்க முடியாம சுவாமி சத்யானந்தாவுக்கு போன் போட்டுக் கேட்டுட்டேன். மொதல்ல சொல்லலை.. அப்புறம் ரொம்ப ஸ்ட்ரெஸ் பண்ணினதும் சொன்னார். அப்பாவோட ஜாதகப்படி அவர் அதிகாரத்தின் உச்சியில் இருக்கும்போது கோர்ட்டு தீர்ப்பு வந்தா அது அவருக்குச் சாதகமில்லாம போகறதுக்கு சான்ஸ் இருக்குன்னு சொல்லி இருக்கார். அதே சமயத்துல ஆட்சி ரத்த சொந்தத்தை விட்டு வெளியே போச்சுன்னா அவர் மறுபடி பதவிக்கே வர முடியாம ஆகிடும்னு வேற சொல்லி இருக்கார். உனக்கு இருபத்தஞ்சு வயசு ஆகியிருந்தா நம்ம அப்பா உன்னைத்தான் கொண்டு வந்திருப்பார். இப்போதைக்கு அவருக்கு இருந்த ஒரே சாய்ஸ் நான்தான். கொஞ்ச நாள் தானேன்னு வேற வழியில்லாம என்னை சிஎம் ஆக்க வேண்டியதா போச்சு அவருக்கு. இந்தத் தீர்ப்பு மட்டும்தான் அவர் எதிர்பார்க்காத ஒண்ணு. அதனாலதான் இத்தனை டிராமாவும். பாசமும் இல்லை ஒரு மண்ணும் இல்லை. புரியுதா?"

நர்மதா அமைதியாக இருந்தாள். கண்களில் கண்ணீர் திரண்டு கீழே விழத் தயாராக இருந்தது. சில நேரங்களில் கோபமான வார்த்தைகளை விட அமைதியான கண்ணீர் கனமானது. பெருமூச்சுடன் இரு கைகளையும் உயர்த்தினான்.

"ஓகே.. ஓகே.. இனிமே ஒழுங்கா இருக்கேன். சரியா... கொஞ்சம் இந்த வாட்டர் வொர்க்ஸை நிறுத்திட்டு போய் காபி கொண்டு வாங்க சிஸ்டர். தலை வலி தாங்க முடியலை."

"நிஜமாத்தான் சொல்றியா..."

"என்ன செஞ்சா நம்புவே நீ..."

"என் மேல சத்தியம் பண்ணு."

"மை காட்.. சத்தியம் செஞ்சா காபிக்கு ஏற்பாடு செய்வியா?"

"ம்"

"சரி.. சத்தியம்" என்றான் வருண்.

★★★

ஆங்கிலத்தில் மாறி மாறி ஏதோ பேசிக் கொண்டிருந்தார்கள் அந்த நீதிபதியும் டெல்லி வக்கீலும். கல்வி மந்திரி துரைசாமிக்கு எதுவும் விளங்கவில்லை. தன் சந்தேகங்களை அவ்வப்போது அபு

தாஹிர் காதைக் கடித்து தெரிந்து கொண்டிருந்தார். பெரும்பாலான விவாதங்கள் காதில் விழவேயில்லை. பிரிட்டிஷ் காலத்து மின்விசிறியின் சத்தம்தான் அதிகம் கேட்டது. ஏதோ சொல்லிவிட்டு திடுமென நீதிபதி எழுந்து சென்றுவிட்டார். வக்கீல் ஷர்மா சற்று நேரம் குமாஸ்தாவிடம் பேசிவிட்டு வந்தார். குமரேசன் ஓடிப்போய் அவரிடம் பேசிவிட்டு வாயெல்லாம் பல்லாக வந்தார்.

“தண்டனைய ஸ்டே பண்ணிட்டாங்க.” என்றார்.

“அப்பாடா” என்றார் அபு தாஹிர். ஷர்மா வெளியில் நடக்க அவரைத் தொடர்ந்தார்கள். திபுதிபுவென்று சூழ்ந்து கொண்டன டிவி கேமராக்கள்.

ஷர்மா டெல்லியின் ஆங்கில சேனல்களுக்கும் குமரேசன் தமிழ் சேனல்களுக்கும் பதிலளித்தார்கள்.

“சிபிஐ கோர்ட்டு வழங்கிய தண்டனையை ஹைகோர்ட்டு ஸ்டே பண்ணிருக்காங்க. இதனால் வினோதன் உடனடியாக சிறையை விட்டு வெளியே வந்து விடுவார். மேல் முறையீட்டு வழக்கு முடியும் வரை அவர் சிறையில் இருக்கத் தேவையில்லை.”

“மேல் முறையீடு எப்போது செய்வீர்கள்?”

“ஒரு மாதத்திற்குள் முறையீடு செய்து மூன்று மாதங்களுக்குள் வழக்கை முடிக்கச் சொல்லி இருக்கிறார் நீதிபதி. நாங்கள் அதன்படி நடப்போம்.”

“வினோதன் எப்போது சிறையிலிருந்து வெளியே வருவார்?”

“கோர்ட் ஆர்டர் டைப் பண்ணி கையில் கிடைக்க இன்று மாலை ஆகிவிடும். நாளைக்குதான் சிறையில் அதைக் கொடுக்க இருக்கிறோம். இப்போதைக்கு விடுதலை எப்போது என்று சொல்ல முடியாது. நாளையோ அதற்கு மறுநாளோ இருக்கலாம்”

மேற்கொண்டு கேள்விகளை எதிர்கொள்ளாமல் கிளம்பினார் ஷர்மா. தன்னுடைய சேம்பருக்கு வருமாறு மூன்று மந்திரிகளையும் அழைத்தார்.

அவர் ஆங்கிலத்தில் சொல்வதை மொழிபெயர்த்தார் குமரேசன்.

“நாளைக்கு ஜெயில் வாசல்ல நிறைய கூட்டம் சேருமாம். பத்திரிகைகள், மீடியாக்கள்கிட்டே தேவையில்லாம சிக்க வேண்டாம்னு சொல்றார். இது நம்ம ஊர் இல்ல பாருங்க.”

“ஆனா அவங்ககிட்டே இருந்து எப்படி தப்பிக்க முடியும்?

இந்நேரம் ஜெயில் வாசல்ல பெட்டி படுக்கையோட டேரா போட்டு இருப்பாங்களே?"

"ஒரு வழி இருக்கு. ஜெயிலுக்கு ரெண்டு கேட் இருக்கு. வழக்கமா கைதிகள் விடுதலை ஆகும் போது தெற்குப்பக்கம் பெரிய கேட் வழியாத்தான் வருவாங்க. ஷர்மா சாருக்கு ஜெயிலர் பழக்கமாம். மேற்கு வாசல் வழியா தலைவரைக் கூட்டிட்டுப் போயிடலாமாம்"

"அப்படியும் தெரிஞ்சுடுமே...."

"நம்ம கட்சி ஆளுங்க எல்லோரையும் தெற்கு வாசல் பக்கம் கூட்டமா நிறுத்தி பெருசா கோஷம் போடச் சொல்றாரு. மொத்த மீடியாவும் அந்தப் பக்கம் இருக்கும்போது நாம மூணு பேர் மட்டும் தலைவரோட மேற்கு வாசல் வழியா நழுவிடணும். அங்கே ஒரு கார் தயாரா இருக்கும். நேரா ஏர்போர்ட் போயிடுவோம். ஊர்ல போயி இறங்கிட்டா நம்ம ராஜ்யம்தானே"

"ஏர்போர்ட் வாசல்லயும் மீடியா நிக்குமே"

"நீங்க டெல்லி ஏர்போர்ட் போகப் போறதில்லை. நேரா ஆக்ரா ஏர்போர்ட் போயிடுங்க. அங்கே இருந்துதான் டிக்கெட் போட்டிருக்கு"

இந்தியாவின் திறமையான வக்கீல் என்று அவரை ஏன் சொல்கிறார்கள் என்று புரிந்தது அவர்களுக்கு.

அங்கே குழுமியிருந்த கட்சிக்கரை வேட்டிகளில் குறிப்பிட்ட சிலரை மட்டும் உள்ளே தனியாக அழைத்தார்கள். திட்டத்தை விளக்கினார்கள்.

"நான் போன் பண்ணி சொல்ற வரைக்கும் கூச்சல் கொண்டாட்டத்தை நிறுத்திடாதீங்கடா..." என்றார் துரைசாமி.

"அப்ப நாங்க தலைவரைப் பாக்க முடியாதா.. அதுக்காகத்தானே அண்ணே ஊர்ல இருந்து வந்து மூணு நாளாக் காத்திருக்கோம்"

கேட்டவன் கதிரவன். துரைசாமியின் ஊர்க்காரனாம். ஒருவகையில் தூரத்து உறவு என்று வேறு சொன்னான். மூன்று நாட்களாக இங்கேயே கிடக்கிறான். வினோதனின் தீவிர ரசிகனாம்.

"அவசரப்படாத தம்பி.. எதிர்க்கட்சிகளின் இந்த சதியை முறியடிச்சு தலைவர் பத்திரமா ஊர் போயிச் சேர உங்க எல்லார் ஒத்துழைப்பும் வேணும். அவர் அங்கே போனதும் கட்சி ஆபீசுக்கு நீ வந்து என்னைப் பாரு.. தனியா பார்ட்டியே கிடைக்க ஏற்பாடு

பண்றேன். இத்தனை தூரம் நீ வந்தேன்னு தலைவருக்குத் தெரிஞ்சா தலைவர்கிட்டே உனக்கு ஸ்பெஷல் மரியாதைதான். யாரு கண்டா நம்ம பையன் நீ.. ஒரு கட்சிப் பதவி கூட கொடுப்பாரு.”

கதிரவன் கைகட்டி சிலிர்த்து நின்றிருந்தான். இப்போதே தலைவர் தோளில் கை போடுவது போல் அவன் உடல் குறுகி நின்றது.

“சரி எல்லாரும் போயிட்டு நாளைக்கு காலைல வந்துடுங்க. ஜெயில் எங்கேன்னு தெரியும்ல..”

அனைவரும் வெளியேறினார்கள். கதிரவனும் வெளியேறினான். கதிரவனை வாசலில் சந்தித்தான் உமேஷ். கட்டை விரலை உயர்த்திக் காட்டிவிட்டு அவனுடன் நடக்க ஆரம்பித்தான் கதிரவன் என்ற பெயரில் இருந்த விஸ்வா.

★★★

கயல்விழி புத்தகம் படித்தபடி காத்திருந்தாள். அது ஒரு ஐந்து நட்சத்திர விடுதியின் உணவகம். நாமாகக் கூப்பிடும் வரை கண்ணில் படும் தூரத்தில் மணிக்கணக்காக நம்மையே பார்த்தபடி நிற்பார்கள் பணியாளர்கள். கயல்விழி பெரும்பாலும் மக்கள் அதிகம் வராத வேலை நாட்களில் வருவாள். சில நாட்களில் அவளை சந்திக்க யாராவது வருவார்கள். சில நாட்களில் புத்தகம் படித்துவிட்டு பேசுவதற்கு குறிப்புகள் எழுதிக் கொண்டிருந்துவிட்டு எழுந்து சென்று விடுவாள். இன்று அவள் கல்யாணை எதிர்பார்த்திருந்தாள். மடிப்புக் கலையாத இளநீல நிறத்தில் சல்வார் அணிந்திருந்தாள்.

வருணும் சில்வியாவும் செய்த லீலைகளை ஒரு வினாடி கூட விடாமல் தன்னுடைய கேமராவில் பதிவு செய்திருந்ததாக சொன்னான் கல்யாண். அவனுக்கு இதுதான் தொழில். பணமும் சில பெரிய இடத்து நட்புகளும் அவனுக்குப் பிரதானம். வருணுக்குத் தெரிந்த வட்டத்தில் இருந்து அவனே சில்வியாவைத் தேர்வு செய்து அவளுக்கு நிறையப் பணம் கொடுத்து இதற்கு சம்மதிக்கச் செய்திருந்தான். நிறைய என்றால் நிறைய்ய. பழம் நழுவிப் பாலில் விழுந்தது போல் எல்லாமே சரியாக அமைந்தன. சில்வியா தந்திரமாக வருணை படம் எடுக்கத் தோதான இடத்தில் அமரவைத்தாள். பட்டப்பகலில் நல்ல வெளிச்சத்தில் ஒவ்வொரு பிரேமும் அத்தனை தெளிவாக வந்திருப்பதாகச் சொன்னான் கல்யாண்.

கயல்விழியின் மனதில் அவள் பேசவேண்டிய பேச்சு ஓடிக் கொண்டிருந்தது. “தந்தை சிறையில் இருக்கும் நேரத்தில், தன்

மாநிலமே பற்றி எரியும் நேரத்தில், சின்னஞ்சிறு குழந்தைகள் எரிந்து சாம்பலாகும் நேரத்தில், ஒரு முதல்வர் என்ன செய்ய வேண்டும் என்று தெரியுமா?" இந்த இடத்தில் நிறுத்த வேண்டும். சில வினாடிகள் அமைதி, அந்த அமைதி நிறைய வார்த்தைகள் பேசக்கூடியது.

"யார் செத்தால் என்ன என்று நன்றாகக் குடித்துவிட்டு அரைகுறை ஆடை அணிந்த பெண்களுடன் காமக் களியாட்டம் நடத்த வேண்டும். இப்படிப்பட்டவரா இந்த மாநிலத்தின் எதிர்காலம்? இப்படிப்பட்டவரா மக்களின் பிரச்னைகளைப் பற்றிக் கவலைப்படப் போகிறார்? என்ன வெட்கக் கேடு. ஒரு பெண்ணாக இதற்கு மேல் அதைப் பற்றிப் பேசவே எனக்குக் கூசுகிறது."

கையில் தனது கேனன் எஸ்எல்ஆர் கேமராவுடன் வந்து சேர்ந்தான் கல்யாண். எதிரில் வந்து அமர்ந்தான்.

"ஒரு காபி சொல்லுங்க மேடம்" என்றான். படு உற்சாகமாக இருந்தான். புத்தகத்திலிருந்து நிமிராமலே கையை உயர்த்தினாள் கயல்விழி. ஒரு காத்திருப்பாளன் ஓடி வந்தான். உயர்த்திய கையின் ஒரு விரலை கல்யாணை நோக்கி நீட்டினாள். நீயே ஆர்டர் செய்து கொள் என்று பொருள்.

பிறகு கையை விரித்து நீட்டினாள். கல்யாண் பேசாமல் அதில் கேமராவை வைத்தான். புத்தகத்தைக் கீழே வைத்துவிட்டு கேமராவின் பின்புறமிருந்த எல்இடியில் தேடினாள். அவள் முகத்தையே பார்த்தான் கல்யாண். இதனால் தனக்குக் கிடைக்கவிருக்கும் பணத்தை விட அவள் அழகிய முகத்தில் விரியும் புன்னகைக்காக அவன் காத்திருந்தான். கேமராவின் திரையையும் அவனையும் மாறி மாறிப் பார்த்தாள் கயல்விழி. அவள் முகம் மாறியிருந்தது.

"வாட் ஈஸ் திஸ்" என்றாள் சூடாக.

"கொடுங்க.. என்ன ஆச்சு" என்று வாங்கினான் கல்யாண்.

கேமராவை வாங்கிப் பார்த்தவனுக்கு வாய் உலர்ந்து போனது. அதில் இருந்தவை அத்தனையும் அவனுடைய புகைப்படங்கள். வருணையும் காணவில்லை, சில்வியாவையும் காணவில்லை. ரிசார்ட் அறையில் தூங்கிக் கொண்டிருப்பவனை வித விதமான கோணங்களில் யாரோ எடுத்த படங்கள். திறந்த வாய், மூக்கு என்று க்ளோஸ் அப்களில் எடுக்கப்பட்ட சில படங்கள்.

வெட்டாட்டம்

முன்னூறு படங்களிலும் கல்யாண்தான் மட்டையாகக் கிடந்தான். வருணையும் சில்வியாவையும் படம் பிடித்து அவற்றை மீண்டும் ஓட்டிப்பார்த்தது நன்றாக அவனுக்கு நினைவிருந்தது. அதன் பிறகு ஏனோ அப்படி ஒரு தூக்கம் அசத்தியது. காலை வரை எழ முடியவில்லை. எழுந்து அறையைக் காலி செய்துவிட்டு வீட்டுக்குச் சென்று குளித்துவிட்டு வருகிறான். ரெயின்போ ரிசார்ட்டில் குடித்த கோக் நினைவுக்கு வந்தது.

"மே.. மேடம்.. சத்தியமா நான் படம் எடுத்தேன்.. நானே செக் பண்ணிப் பாத்தேன்.. யாரோ நான் தூங்கின போது மாத்தி இருக்காங்க... நான் கு.. குடிச்ச கோக்ல ஏதோ இருந்திருக்கு... சத்தியமா..."

"இடியட்.." விருட்டென்று எழுந்தாள் கயல்விழி. தனது கைப்பையையும் புத்தகத்தையும் எடுத்துக் கொண்டு கிளம்பினாள்.

காபிக்கு மட்டுமல்ல சில்வியாவுக்கும் பில்லை தானேதான் செட்டில் செய்யவேண்டும் என்று புரிந்தது கல்யாணுக்கு. இப்படி இதுவரை சறுக்கியதில்லை.

★★★

கயல்விழி பயணம் செய்த பென்ஸ் கார் ஹோட்டலில் இருந்து இரண்டு கிலோமீட்டர் தொலைவில் சென்று கொண்டிருந்தது. ஒரு ஹெல்மெட் அணிந்த மனிதன் தனது சிவப்பு ஸ்போர்ட்ஸ் பைக்கை வாகனங்களுக்கு இடையில் நெளித்தும் வளைத்தும் லாவகமாக ஓட்டி அந்தக் காரைத் தொடர்ந்து கொண்டிருந்தான்.

ஒரு சிக்னலில் கயல்விழி உட்கார்ந்திருந்த இடது பின்னிருக்கையின் அருகில் வந்து நின்றான். சொல்லி வைத்தது போல் கண்ணாடி கீழே இறங்கியது. கயல்விழியின் முகம் பக்கவாட்டில் தெரிந்தது. அவள் நேராகப் பார்த்தபடி அமர்ந்திருந்தாள். தனது சட்டைக்குள் இருந்து ஒரு பழுப்பு நிற காகித உறையை எடுத்தவன் கண்ணாடியின் திறப்பினுள் போட்டான். கண்ணாடி மீண்டும் ஏறிக் கொண்டது. இந்த மொத்த நிகழ்வும் இரண்டு வினாடிகளுக்குள் முடிந்துவிட்டன.

சிக்னலில் பச்சை விழுந்து வாகனங்கள் மீண்டும் நகரத் தொடங்கின. பென்ஸ் கார் தன் வழியில் செல்ல பைக் அடுத்த திருப்பத்தில் மறைந்துவிட்டது. தனது மடியில் விழுந்த கவரை எடுத்துத் திறந்தாள். 32GB என்று எழுதப்பட்டிருந்த மைக்ரோ எஸ்டி நினைவகம் அவள் மடியில் விழுந்தது..

அருகில் இருந்த லேப்டாப்பில் அதை நுழைத்தாள். வினாடிகளில் திரையில் வருணுடன் முத்தமிட்டுக் கொண்டிருந்தாள் சில்வியா. நல்ல லைட்டிங்கில் நன்றாகவே எடுத்திருந்தான் கல்யாண். இப்போது இந்த வீடியோ லீக் ஆனாலும் அதில் கயல்விழி சம்மந்தப்பட்டிருக்கிறாள் என்று யாருக்கும் தெரியாது. வீடியோவை எடுத்த கல்யாண் உட்பட. அவன் ஒரு டபுள் கிராஸ் என்று கயல்விழிக்குத் தெரியும். ஆனால் தவிர்க்க முடியாத ஆள்.

மொபைலை எடுத்து உசுப்பினாள். அப்பாவை அழைத்தாள்.

"வீடியோ கையில் வந்துடுச்சு. பாத்துட்டேன். இன்னிக்கே அப்லோட் பண்ணிடுவோமா" என்றாள்.

"வெயிட்... வெயிட்... உனக்கு நியூஸ் வரலையா இன்னும். வினோதன் விடுதலை ஆகிட்டார். இப்போ வேண்டாம். இந்தப் பரபரப்பு அடங்கட்டும்." அவர் சொல்லிக் கொண்டிருக்கும் போதே காரின் கண்ணாடியைத் தாண்டி வெளியில் சரவெடிகளின் சத்தம் கேட்டன. வினோதனின் ரசிகர்கள் தெருமுனைகளில் குதித்துக் கூத்தாடிக் கொண்டிருந்தார்கள்.

சூ

எதிரியின் காயை வெட்டிய பிறகு போனசாக ஒரு ஆட்டம் கிடைக்கும். அதற்குப் பெயர் வெட்டாட்டம். வெட்டாட்டம் ஆடும்போது இன்னொரு காயை வெட்டினால் மறுபடியும் வெட்டாட்டம் கிடைக்கும். எதிரிகளை வெட்டிக்கொண்டே இருப்பது ஒரு போதை. வெட்டாட்டம் தரும் போதைதான் இந்த விளையாட்டுகளை நோக்கி மனிதர்களை இழுக்கிறது. போர்களை நோக்கியும்.

தேசியத் தலைநகரத்தின் முக்கிய சிறைச்சாலை அது. அரசியல் குற்றவாளிகளுக்காக நட்சத்திர வசதி அறைகளுடன் இருந்ததால் பதவியில் இருப்போர் அடிக்கடி வந்து செல்லும் இடமாக இருந்தது. பணம் மட்டும் இருந்தால் மொபைல், பெண் உட்பட எல்லா வசதிகளும் கிடைக்கும். இங்கே இருந்த மூன்று நாட்களில் வினோதனுக்கு எந்தக் குறையும் இல்லாமல் கவனிக்கப்பட ஜெயிலர் நன்கு கவனிக்கப்பட்டிருந்தார். அவரிடம் கேட்டால் அவரது மகன் திடீரென்று புதிய யூனிகார்ன் பைக்கில் ஊர் சுற்றிக் கொண்டிருப்பதற்கும் இதற்கும் யாதொரு சம்மந்தமும் இல்லை என்பார். வினோதனுக்கு இந்தியக் கழிவறை மட்டும் சவுகரியப்படவில்லை. உட்கார்ந்து எழுந்திருக்க மூட்டு வலித்தது. மேற்கத்தியக் கழிவறை ஒரே ஒரு அறையில் மட்டுமே இருந்தது. அங்கே பீகார் அமைச்சர் ஒருவர் நீண்டகால அடிப்படையில் தங்கி இருந்தார். தனது மகனுக்கு ப்ளே ஸ்டேஷன் வாங்கித் தந்தவர் என்ற வகையில் அவரையும் ஜெயிலர் தொந்தரவு செய்ய முடியாது. முழங்கால் வலிக்கு தைலம் மட்டும் ஸ்பெஷலாக ஏற்பாடு செய்திருந்தார்.

வினோதன் மனதளவில் நிறைய உடைந்து போயிருந்தார். சிறைவாசம் அவரைக் கொஞ்சம் அசைத்து விட்டிருந்தது.

கட்சிக்காரர்கள் யாரையும் பார்க்கப் பிடிக்கவில்லை. இந்தியாவின் சிறந்த வக்கீலை செலவு பாராமல் அமர்த்தியும் சத்யானந்தா சொன்ன அத்தனை பரிகாரங்களையும் செய்தும் தனக்கு இப்படி தண்டனை கிடைக்கும் என்று அவர் எதிர்பார்க்கவில்லை. இத்தனைக்கும் இந்த ஊழல் விவகாரம் அவர் நினைவிலேயே இல்லை. வெறும் ஐந்து கோடி ரூபாய். ஆட்சியில் இருந்த பன்னிரண்டு வருடங்களில் எவ்வளவு சம்பாதித்திருப்பார் என்று அவருக்கே தெரியாது. அசையும் அசையாத சொத்துகள், ரொக்கம், பத்திரங்கள், முதலீடுகள், வெளி நாடுகளில் நிழல் நிறுவனங்கள் என்று இருபதாயிரம் கோடியைத் தாண்டும். இது சென்ற ஆண்டு கணக்குதான். அவர் கண்ணசைத்தால் பொங்கி எழுவதற்கு கோடிக்கணக்கான ரசிகர்களும் தொண்டர்களும் காத்திருக்கிறார்கள். திரைப்படங்களிலும் சரி, அரசியல் வாழ்க்கையிலும் சரி கடந்த இருபது வருடங்களில் அவர் தோல்வியையே கண்டிருக்கவில்லை. இந்த திடீர் சறுக்கலை அவர் சற்றும் எதிர்பார்த்திருக்கவில்லை. சிறையில் கொசுக்கடிக்கு நடுவில் இருக்கிறதா இல்லையா என்று தெரியாத ஒரு சன்னமான மெத்தையில் படுத்திருந்தபோது அவருக்குத் தூக்கம் கொள்ளவில்லை. காரணமே இல்லாமல் சித்ராவின் முகம் நினைவுக்கு வந்தது.

முதல் மனைவி சித்ரா மீது அவருக்கு இருந்த வெறுப்பு வருண் மீதும் தொடர்ந்தது. அவன் ஒரு காட்டு மரம் போல் அவரது தோட்டத்தில் வளர்ந்தான். வெட்டி எறியவும் முடியவில்லை. அரசியல் காரணங்களுக்காக வருணை வீட்டை விட்டுத் துரத்தாமல் இருந்தார் என்று வேண்டுமானால் சொல்லலாம். சித்ராவின் கண்களை அப்படியே கொண்டிருந்தான் வருண். அது ஒன்று மட்டுமே போதும் அவர் அவனை வெறுப்பதற்கு. வேறு ஒருவரைக் காதலிக்கிறாள் என்று தெரிந்தும் சித்ராவை அவள் விருப்பத்துக்கு மாறாகத்தான் திருமணம் செய்து கொண்டார். கணவன் என்று ஒருவன் வந்த பிறகு அவன் விருப்பத்துக்கு ஏற்பத் தன்னை மாற்றிக் கொள்ளும் பெண்களுக்கு நடுவில் பிறந்து வளர்ந்தவர் அவர். அவரது அம்மாவோ அக்காவோ அப்படித்தான் இருந்தார்கள். குடித்துவிட்டு வந்து அடிக்கும் அப்பா தூங்கியதும் வந்து ஃபேன் போட்டுவிட்டு போர்த்திவிட்டுப் போகும் அம்மாவைத்தான் அவர் பார்த்திருக்கிறார்.

ஆனால் சித்ரா அப்படியில்லை. திருமணமான புதிதில் சற்று அமைதியாக இருந்தவள் வருண் பிறந்த பிறகு நிறைய சண்டை போடத் தொடங்கினாள். அவருடைய தொழிலில் கொஞ்சம் அப்படி

இப்படி இருப்பது சகஜமானதுதான். பிரபலமான ஹீரோ என்பதால் பெண்கள் வழிய வந்து விழும்போது அவர் என்ன செய்வார். தினமும் இரவில் சண்டை நடக்கும். தாலி கட்டிய கணவன் என்றும் பாராமல் எதிர்த்துப் பேசும்போது இரண்டு போட்டு அடக்கவேண்டியதுதானே என்று தனது அம்மா சொன்னதற்கேற்ப மனைவியை அடிக்க வேண்டுமென்று நினைப்பார். ஆனால் சித்ராவின் அருகில் தன்னை ஒரு பலசாலியாக வினோதனால் உணர முடிந்ததே இல்லை. அவளுடைய சொற்கள் ஒரு கத்தியைப் போல் அவரைக் கிழித்தன. அதென்னவோ அப்படியான சொற்களை அவளால் ஒவ்வொரு முறையும் தேர்ந்தெடுக்க முடிந்திருந்தது. அந்தச் சொற்கள் பல நாட்கள், பல வாரங்கள் அவரை ஒரு சர்ப்பத்தைப் போல் தொடர்ந்தன. தொடர்ந்து கொத்திக் குதறின. அந்த சர்ப்பங்களை விரட்ட மதுவின் துணையை நாடுவார். ஒரு நாள் இவரது போதையும் அவளது கோபமும் அளவைக் கடந்திருந்தன. இருவருமே அடுத்தவரை வார்த்தையால் துண்டு போடும் நோக்கத்திலிருந்தார்கள்.

“நான் கூப்புட்டா ஆயிரம் பேரு வர ரெடியா இருக்காளுங்க.. போயும் போயும் உன்னைப் போயி கட்டிக்கிட்டேன் பாரு...”

“சும்மாவா கட்டிக்கிட்ட.... ஆதாயம் இருந்ததாலதானே கட்டிக்கிட்டே.... எல்லாக் கதையும் தெரிஞ்சும் என்னைக் கல்யாணம் பண்ணிக்கிட்ட சீப் கிரியேச்சர் நீ...”

“என்னடி ஓவராப் பேசறே... எம்மேல ஆசை இருந்துதானே கூடப் படுத்து ஒரு பையனைப் பெத்துக்கிட்டே?”

சித்ரா வெறி பிடித்தவள் போல் சிரித்தாள்.

“நான் சொல்லித்தானே தெரியும்.. அது உனக்குப் பொறந்ததுன்னு... நீ ஷூட்டிங் போன போதெல்லாம் நான் வீட்லதானே இருந்தேன். உன்னை மாதிரியே நானும் ஊர் மேயலைன்னு உனக்கு எப்படித் தெரியும்? யுவர் சன் குட் ஹேவ் பார்ன் ஃபார் எனிபடி...”

அத்தனை நாள் அடைத்து வைத்திருந்த கோபம் அணை உடைத்தது. வினோதன் தன்னிலை மறந்தார். காலால் ஓங்கி உதைத்ததில் மூன்றடி தள்ளிச் சென்று சுவரோரம் சுருண்டு விழுந்தாள் சித்ரா. எவ்வளவு நேரம் அடித்தார் என்று தெரியாது. எத்தனை அடித்தாலும் வலியில் அலறினாலும் அழாமல் இருந்தாள் சித்ரா. இவரது கோபத்தை வன்மத்தை அவள் ரசிப்பது போலிருந்தது. இவ்வளவு பலவீனமானவனா நீ என்று ஏளனம்

செய்வது போலிருந்தது. கை ஓய்ந்தபிறகுதான் நிறுத்தினார். அதன் பிறகு சரியாக ஒரு வாரம்தான் உயிருடன் இருந்தாள் சித்ரா. அவரிடம் பேசிய கடைசி வார்த்தைகளும் அவைதான். ரூபஸ்ரீ என்ற நடிகையுடன் ஓட்டல் அறையில் தூங்கிக் கொண்டிருந்தபோது போன் வந்தது. மிச்சம் இருந்த ஸ்காட்சை குடித்துவிட்டுத்தான் வீட்டுக்கு வந்தார். அளவுக்கு மிஞ்சிய தூக்க மாத்திரை என்றார்கள். அரசியல் பலத்தைப் பயன்படுத்தி வழக்கு இல்லாமல் பார்த்துக் கொண்டாகிவிட்டது.

அதன் பிறகு வருணைப் பார்க்கும் போதெல்லாம் அவன் மூக்கு வேறு யாருடையது மாதிரியோ இருப்பது போல் தோன்றும். அவன் கண்கள் கண்டிப்பாக சித்ராவுடையவை. சில நேரம் காதுகளையே பார்த்தபடி அமர்ந்திருப்பார். தன்னை விட உயரமாக அவன் வளர்ந்தபோது யார் யாருடனோ தொடர்புபடுத்திப் பார்த்தார். சித்ரா ஒரு முறைதான் இறந்தாள். வருணை அவர் முன்னால் வளரவிட்டு அவரை தினம் தினம் கொன்றாள். முடிந்த அளவு வருணைத் தவிர்த்தார் வினோதன். அவனுடைய புத்திசாலித்தனம், வெடுக்கென்று பேசும் குணம், திமிர் என்று அத்தனையிலும் சித்ரா தெரிந்தாள். அதைவிட வேறு யாராவது தெரிந்துவிடுவார்களோ என்ற அச்சமே வருணை விட்டு அவரை மேலும் விலக்கியது. வருணை வீட்டை விட்டு விரட்டினால் தனது அரசியலுக்கு ஆபத்து என்பதால் மட்டுமே அவர் பல்லைக் கடித்துக் கொண்டு அவனை சகித்துக் கொண்டிருந்தார்.

இப்போது அதே வருண் கையில் லட்டு போல் ஆட்சியை தூக்கிக் கொடுத்துவிட்டு இங்கே வந்து பெருச்சாளி போல் சிக்கிக் கொண்டிருப்பது அவரை மேலும் உளைச்சலுக்கு ஆளாக்கியது. அத்தனையும் சுவாமிஜி சத்யானந்தாவால் வந்தது. சத்யானந்தா சொல்வதை இதுவரை அவர் மீறியதில்லை. ஒரு சாதாரண ஒளிப்பதிவாளராக வாழ்க்கையைத் தொடங்கியபோது சத்யானந்தா வெறும் ஜோதிடர். சில தயாரிப்பாளர்களோடு அவரது வீட்டுக்குப் போனபோது பழக்கம். முதல் படத்தில் நடித்த காலத்தில் இருந்து அவருடைய ஆலோசனைப்படிதான் எல்லாம் நடந்தது. வினோதன் வளர வளர சத்யானந்தாவும் வளர்ந்தார். அல்லது சத்யானந்தா வளர்ந்தபோது இவர் வளர்ந்தார். பல மத்திய மந்திரிகள், ஏன் சில பிரதம மந்திரிகள் கூட சத்யானந்தாவின் கண்ணசைவிற்குக் காத்திருந்தனர். அவர் குறித்துக் கொடுக்கும் நேரத்தில்தான் எல்லாவற்றையும் செய்துவந்தார் வினோதன். இந்தமுறைதான் இவ்வளவு பெரிய சொதப்பல். ஒரு வேளை அவர் சொன்னது

அனைத்தையும் தான் முறையாகப் பின்பற்றவில்லையோ என்ற சந்தேகமும் வினோதனுக்கு இருந்தது.

நேற்று மாலை வந்த செய்திதான் இரண்டு நாட்களில் முதல் முறையாக அவரை முதல் முறையாக உற்சாகமூட்டியிருந்தது. தண்டனையைத் தற்காலிகமாக நிறுத்தி வைக்கும் உத்தரவை ஹைகோர்ட் கொடுத்திருப்பதால் குறைந்த பட்சம் வீட்டுக்காவது சென்று விடலாம். முதல்வர் பதவியில் இருக்க முடியாதென்பது பெரிய இடிதான் என்றாலும் கட்சியில் சொன்னதைக் கேட்கும் பொம்மைகளுக்குப் பஞ்சமில்லை. ஆறு மாதங்களுக்கு ஒரு அடிமை என்று கொலுவில் வைத்து அழகு பார்த்தால் போகிறது. நிழலாடியதும் நிமிர்ந்தார்.

"சார் நீங்க கேட்ட புத்தகம்" கம்பி வழியே புத்தகத்தைக் கொடுத்துவிட்டு அகலமாக இளித்தான் காவலாளி. ஜெயிலர் புத்தகத்தினுள் மறைத்துக் கொடுத்திருந்த 4ஜி மொபைலை அவசரமாக எடுத்தார். தனது விடிவியின் இணைய தளத்தில் தனக்கு விடுதலை கிடைத்த செய்தியையும் அதைப் பட்டாசு வெடித்து மக்கள் கொண்டாடுவதையும் வீடியோவாக ஆசை தீரப் பார்த்து ரசித்தார். மெல்ல மீண்டும் நம்பிக்கை பரவியது. இந்த மக்கள் ஆதரவு இருக்கும் வரை தன்னை யாரும் அசைக்க முடியாது என்று நினைத்துக் கொண்டார். அந்த செய்தியை அடுத்து வருணின் அதிரடி வீடியோ குறித்த செய்தி வெளியாகி இருந்தது. நெற்றி சுருங்க அதைத் தொட்டார்.

★★★

ஆளரவமற்ற ஒதுக்குப்புறமான காட்டுப் பகுதி அது. தரையில் அமர்ந்திருந்த அந்த வெள்ளை இயந்திரம் இறக்கை விரித்த ஒரு பெரிய கழுகைப் போலிருந்தது. நீண்டிருந்த நான்கு கரங்களின் நுனிகளில் சிறிய காற்றாடிகள் இருந்தன. ஃபேண்டம் என்று எழுதப்பட்டிருந்த கருவியின் அடிப்பகுதியில் ஒரு கேமரா இருந்தது. தான் உருவாக்கியிருந்த ஆயுதத்தைப் பெருமையாகப் பார்த்தான் அவன். இது வரை பத்து லட்சம் ரூபாய்க்கு மேல் செலவாகி இருந்தது. ஆனால் ஏஜன்சிக்குப் பணம் என்றுமே ஒரு பொருட்டாக இருந்ததில்லை.

"இது வேலை செய்யுமா ஜான்?" என்றான் விஸ்வா. அந்தக் குரலின் மரியாதை இப்போது பல மடங்கு கூடியிருந்தது.

"ராணுவம், உளவுத்துறை மட்டுமே வெச்சிருந்த எத்தனையோ டெக்னாலஜி இப்போ சந்தையில் சல்லி விலைக்குக் கிடைக்குது

நண்பா. இது ஒரு ட்ரோன். மிலிட்டரி கிரேட் என்பதால் விலை அதிகம்தான். நாலு காத்தாடி இருக்கறதால குவாட்ரா காப்டர்னு சொல்லுவாங்க. இதை நம்ம மொபைல்ல இருந்து இயக்க முடியும். ஜிபிஎஸ் வசதி இருக்கு. எதிலும் மோதிக்காம தானாவே விலகிப் பறக்க சென்சார்ஸ் இதுல இருக்கு. இதை வெச்சு நிறைய செய்ய முடியும். நம்ம வேலைக்காகக் கொஞ்சம் மாத்தி வடிவமைச்சு இருக்கேன். பாமையும் கூட இணைச்சிருக்கேன்.''

“செம மேட்டரா இருக்கே தோஸ்த். அரசாங்கம் இன்னுமா இதைத் தடை பண்ணலை?.''

“முக்கிய இடங்கள்ல ட்ரோன் பறக்க விடறதுல இப்போவே தடை இருக்கு. ஆனா இந்த மாடலைப் பறக்க விட நாம பக்கத்துல இருக்கணும்னு கூட அவசியம் இல்லை. கிட்டத்தட்ட அஞ்சு கிலோமீட்டர் தூரம் வரைக்கும் மொபைல்ல இருந்து இதை இயக்க முடியும். ரொம்பவே ஆபத்தானது.''

அவன் தனது மொபைலில் அதன் பிரத்யேக செயலியை இயக்கினான். சப்தமின்றி அதன் காற்றாடிகள் உயிர் பெற்றன. ஒரு தும்பியைப் போல் ஓசையின்றி எழும்பிப் பறந்தது. அதில் இருந்த கேமராக்கள் மொபைலுக்கு உடனடியாக காட்சிகளை அனுப்பின. அவன் இயக்கிப் பயிற்சி பெற்றிருந்த பல மட்ட ரக ட்ரோன்களை விட இது நன்றாக இயங்கியது. ஒரு மணி நேர சோதனைக்குப் பிறகு திருப்தியடைந்து அதை மீண்டும் தங்கள் ஸ்கார்ப்பியோவுக்குள் கொண்டு வந்து மின்னேற்றியை இணைத்து வைத்தான் அவன். அங்கிருந்து கிளம்பி வந்து சிறைச்சாலையின் மேற்கு வாசல் கண்ணில் படும் தொலைவில் காத்திருந்தார்கள். அது ஒரு சிறிய இரும்புக் கதவு. ஃபேண்டம் அமைதியாக அவன் மடியில் கனத்திருந்தது.

★★★

சம்பிரதாயங்கள் முடிந்து வினோதனை ஜெயிலர் கூட்டி வரும்போது மதியம் மூன்று மணி. வினோதன் வெளியே வரும்போது அவர் முகத்தில் காலையில் இருந்த மகிழ்ச்சி இல்லை. முகம் இறுகி இருந்தது. டை அடிக்காததால் வெள்ளை முடிகள் தலையிலும் தாடையிலும் தெரிய ஆரம்பித்திருந்தன. மூன்று நாட்களில் பத்து வயது முதிர்ந்திருந்தார். மூன்று மந்திரிகளும் குனிந்து கும்பிட்டார்கள். பதிலுக்கு அவர் கும்பிடவில்லை. வெடித்துப் பேச ஆரம்பித்து விட்டார்.

“என்னய்யா நடக்குது அங்க. நான் இல்லைன்னதும் அவனவன்

ஆடறீங்களா? அவன் இஷ்டத்துக்குப் பேசி ஏதோ வீடியோ போட்டிருக்கான். இதெல்லாம் அவன் தனியா செய்யலை. யார் இருக்காங்க அவன் கூட... இதெல்லாம் யாரு சொல்லிக் கொடுக்கறாங்க. பாய்.. உங்ககிட்டே நான் என்ன சொன்னேன்... நீங்க என்ன #$#@#" அதன் பிறகு அவர் சொன்ன வார்த்தைகள் அனைத்தும் பீப் வகையறா.

"தலைவரே... நீங்க சொன்னதைத்தான் நான் அப்படியே வருண் கிட்டே சொன்னேன். உங்களுக்கு தண்டனைன்னு கேள்விப்பட்டதும் நான் இங்கே ஓடி வந்துட்டேன். அந்த நேரத்துல கேக்காம இப்படிப் பண்ணிட்டாரு. எதுவா இருந்தாலும் நாம ஊர்ல போயிட்டு பேசிக்கலாம். சீக்கிரம் புறப்படுங்க."

வருணின் வீடியோவை விட அதில் இருந்த சார் அவரை அச்சுறுத்தியிருந்தது. அவனை இனியும் அந்தப் பதவியில் வைத்திருக்க முடியாதென்று அப்போதே முடிவு செய்துவிட்டார்.

"எதுக்கும் இதை போட்டுக்கங்க" ஒரு தொப்பியையும் குளிர் கண்ணாடியையும் கொடுத்தார் அபுதாகிர். கோஷங்களை தெற்கு வாசல் அருகே எழுப்பிக் கொண்டிருந்தார்கள் தொண்டர்கள். டிவி, கேமராக்கள் குவிந்திருந்தன. குமரேசன் ஓரிரு முறை வெளியே சென்று அவர்கள் எதிர்பார்ப்பை அதிகரித்துவிட்டு வந்திருந்தார். நிறைய சேனல்கள் நேரலையாக அவர் விடுதலையை ஒளிபரப்பு செய்து கொண்டிருந்தன.

ஜெயிலர் கூடவே வந்து அவர்களுக்கு சிறையின் மேற்கு வாசல் கதவைத் திறந்துவிட்டு யூனிகார்னுக்காக செஞ்சோற்றுக் கடனாற்றினார். அதிகம் உபயோகமில்லாமல் அந்தப் பகுதியில் புதர்கள் அடர்ந்திருந்தன. முதலில் வெளியே சென்று நோட்டம் பார்த்தார் துரைசாமி. பிறகு அவர் வரச்சொல்லி சைகை காட்டியதும் வினோதனும் மற்றவர்களும் தொடர்ந்தார்கள். வேகமாக வெளியேறி அங்கே தயாராக கதவு திறந்து காத்திருந்த இன்னோவாவில் ஏறிக் கொண்டார்கள். அது தாமதிக்காமல் உடனே கிளம்பியது.

★★★

இதை சற்றுத் தொலைவிலிருந்து கவனித்துக் கொண்டிருந்த விஸ்வா வேகமாக ஸ்கார்ப்பியோவுக்குள் ஏறி அதைக் கிளப்பினான். இன்னோவாவிலிருந்து மூன்று வாகனங்கள் இடைவெளியில் அதைத் தொடர்ந்தான். அவனுக்கு அருகே ஜான் என்ற அவன் தனது மடியில் இருந்த வெடிகுண்டு பொருத்தப்பட்ட ட்ரோன்

அதிகம் அதிராமல் பிடித்தபடி வந்தான். அதன் பேட்டரியை ஒரு முறை சோதித்துக் கொண்டான். பின் சீட்டில் அமர்ந்து நகம் கடித்தபடி உமேஷ்.

"நகரத்தோட எல்லை தாண்டியதும் இதைப் பறக்க விட்டுடணும். மடியில வெச்சுட்டு இருக்கறது ரிஸ்க். வண்டி குலுங்கறதால வெடிச்சா என் சந்ததி கருகிப் போகும்."

"கார்ல போகும் போது இதை இயக்க முடியுமா?"

"முடியும். அதுதான் இதனோட ஸ்பெஷாலிட்டி" என்றான் செல்வா.

அரை மணி நேரம் இன்னோவாவைத் தொடர்ந்தார்கள். ஒரு மறைவான இடத்தில் ஓரமாக நிறுத்தச் சொன்னான் செல்வா. ஸ்கார்ப்பியோவின் மறைவில் தரையில் பூப்போல ஃபேண்டமை வைத்தான். பிறகு ஓடிவந்து வாகனத்தில் ஏறிக்கொண்டு மொபைல் மூலம் அதை உயிர்ப்பித்தான். பேண்டத்தின் இறக்கைகள் உயிர் பெற்றன. அது ஒரு பல்லக்கைப் போல் எழும்பி மேலே பறக்கத் தொடங்கியது. மொபைல் ஆப்பில் ட்ரோன் தனது கேமரா பதிவுகளை பறவைப் பார்வையில் நேரலையாக அனுப்பியது.

"ம்ம்... சீக்கிரம்... கிளம்பலாம்" என்றான் அவசரமாக. தன்னுடைய மொபைல் திரையில் பேண்டம் பறவையின் ஜிபிஎஸ் லாக்கில் தங்களது வாகனத்தைத் தொட்டு தெரிவு செய்தான். அதன் இமேஜ் ரெகக்னிஷன் ப்ராசசர் அவர்கள் வாகனத்தின் படத்தை ஓரிரு வினாடிகள் ஆராய்ந்து ஒரு ப்ளிங் சத்தம் மூலம் தனது இலக்கை உணர்ந்து கொண்டதாக அறிவித்தது.

"இனி நான் இதை இயக்க வேண்டியதில்லை. முன்னூறு அடி உயரத்துல நம்ம ஸ்கார்ப்பியோவைத் தொடர்ந்து தானா வரும்."

"அது எப்படி?"

"விஷுவல் ஆப்ஜெக்ட் ரெகக்னிஷன்.. நம்ம முகத்தை ஃபேஸ்புக் கண்டுபிடிக்கற மாதிரிதான். நம்ம வண்டியை அது தொடரும்."

அவன் மொபைல் திரையில் அவர்களின் ஸ்கார்ப்பியோவையும் நெடுஞ்சாலையையும் பறவைத் தோற்றத்தில் காட்டியபடி அந்த ட்ரோன் அவர்களுக்கு மேலே எங்கோ பறந்தபடி வந்து கொண்டிருந்தது. ஸ்கார்ப்பியோ நின்றால் நின்றது. வேகமெடுத்தால் அதுவும் வேகமெடுத்தது. சற்று நேரத்தில் ஒரு டோல்கேட் அருகே இன்னோவாவை எட்டிப் பிடித்து விட்டார்கள்.

மொபைலில் ட்ரோனின் கட்டுப்பாடுகளை உயிர்ப்பித்து அதை ஜிபிஎஸ் லாக்கில் இருந்து விடுவித்தான் அவன். இப்போது ட்ரோன் மீண்டும் அவன் கட்டுப்பாட்டிற்கு வந்திருந்தது. அதன் கேமராவை தொலை இயக்கத்தில் திருப்பி இன்னோவாவை திரைக்கு நடுவில் கொண்டுவந்து மீண்டும் ஜிபிஎஸ் லாக் செய்தான். மறுபடி ஒரு ப்ளிங் சத்தம். இந்த முறை ஃபேண்டம் வினோதன் பயணம் செய்த இன்னோவாவை ஒரு நாய்க்குட்டியைப் போல் வானத்தில் பின் தொடரத் தொடங்கியது. கண்ணுக்குத் தெரியாத நூலில் கட்டப்பட்ட பட்டம் போல அது இன்னோவாவுடன் இணைந்திருந்தது.

“இனி நாம அவங்களை விட்டுட்டாலும் அது விடாது” என்றான் அவன்.

“ஜான்.. நீ ஒரு விஞ்ஞானிய்யா. கலக்கிட்டே” என்றான் விஸ்வா.

“நண்பரே.. இதெல்லாம் வெளிநாட்டில் குழந்தைப் பசங்க விளையாட்டு. நம்ம ஊர்ல இன்னும் நிறைய வரலை. அவ்வளவுதான்” என்றான்.

இப்போது ட்ரோன் உதவியால் கிட்டத்தட்ட ஒரு கிலோமீட்டர் இடைவெளியில் அவர்களால் இன்னோவாவைத் தொடர முடிந்தது. சரியான சமயத்திற்காகக் காத்திருந்தார்கள். பயணம் தொடர்ந்தது.

★★★

வினோதனின் வாகனத்தில் பெரிய விவாதம் நடந்து கொண்டிருந்தது. வருணை உடனடியாக நீக்கினால் குழப்பம் விளையுமென்று கூறினார் அபு தாஹிர். ஒரு மாதம் முன்புதான் ஏதேதோ சொல்லி வருணைப் பதவியில் அமர்த்தியதை அவர் நினைவு கூர்ந்தார். ஆனால் அப்போது போலவே இப்போதும் வினோதன் கேட்பதாக இல்லை. வருணை உடனடியாகப் பதவியிலிருந்து இறக்குவது என்ற முடிவை அவர் சிறையிலேயே எடுத்துவிட்டிருந்தார். ஆனால் அதற்கு பதிலாக வரப்போவது யார்? அபு தாஹிரும் இருபது வருடங்களுக்கு மேலாக வினோதனுடன் குப்பை கொட்டிக் கொண்டிருக்கிறார். மனதின் மூலையில் மெல்ல ஒரு ஆசை எட்டிப் பார்த்தது. அதே ஆசை, வந்திருந்த மற்ற மந்திரிகளின் மனதிலும் ஓடிக் கொண்டிருக்கும் என்று அவருக்குப் புரிந்தது. வினோதன் அது குறித்து ஏதும் சொல்லவில்லை. பேச்சு அவரது வழக்கின் பக்கம் திரும்பியது. குமரேசனை ஒரு சுற்று காய்ச்சி எடுத்தார் வினோதன். அத்தனை கெட்ட வார்த்தைகளையும் அமைதியாக வாங்கிக் கொண்டிருந்தார்

குமரேசன். குறுக்கே பேசினால் இன்னும் அதிகமாக வசவு கிடைக்கும். சில நேரங்களில் அறை கூடக் கிடைக்கும். கோடிகளில் சம்பாதிக்க இதையெல்லாம் தாங்கிக் கொண்டுதான் ஆகவேண்டும்.

"நல்ல ஓட்டல் இருந்தா நிறுத்துய்யா, நல்ல சாப்பாடு சாப்பிட்டு நாலஞ்சு நாளாச்சு"

"தலைவரே எனக்கென்னவோ அது ரிஸ்க் மாதிரி தெரியுது."

"அட விடுய்யா... இங்கே நம்மை யாருக்குத் தெரியப் போகுது. ஒரு தாபா மாதிரி ஏதாவது இருந்தா நிறுத்தச் சொல்லு சாப்பிட்டுட்டு போவோம். ப்ளைட்டுக்குதான் டைம் இருக்குல்ல"

இன்னோவாவேகம் குறைவதைப் பார்த்ததும் பரபரப்படைந்தான் அவன்.

மொபைல் செயலியில் விரல்களை வைத்தபடி காத்திருந்தான். இன்னோவா ஒரு தாபாவினுள் நுழைந்து நின்றது. அவனுக்கு இதுதான் தனது சந்தர்ப்பம் என்று அனுபவத்திலிருந்து தெரிந்திருந்தது. ஃபேண்டம் தனது நீண்ட பயணத்தால் கணிசமான பேட்டரியை இழந்திருந்தது. இப்போது தாக்கினால்தான் உண்டு. இல்லையென்றால் இந்தத் திட்டம் பணாலாகிவிடும்.

இந்தியில் மட்டுமே பெயரிடப் பட்டிருந்த சாலையோர உணவகத்தின் முன்பு நிறுத்தப்பட்ட இன்னோவாவில் இருந்து மந்திரிகள் மூவரும் இடது பக்கம் இறங்கினார்கள். தளர்ந்திருந்த வேட்டிகளை இறுக்கிக் கட்டினார்கள். வினோதன் வலதுபக்கம் இறங்கினார். சோம்பல் முறித்தார். யாராலும் அடையாளம் கண்டு கொள்ளப்படாமல் இருப்பது சவுகரியமாக இருந்தது. சுதந்திரமாகவும் இருந்தது. இன்னோவாவின் கண்ணாடியில், டை அடிக்காததால் தென்படும் நரையைப் பார்த்தார். வீட்டுக்குப் போனதும் முதலில் அதை சரி செய்ய வேண்டும் என்று நினைத்துக் கொண்டு கண்ணாடியிலிருந்து திரும்பும் போதுதான் அதை கவனித்தார்.

ஒரு பெரிய வெண்ணிறப் பறவை போல அது வானத்திலிருந்து இறங்கியது. அவருக்கு ஐந்தடி தூரத்தில் அவரது முகத்துக்கு நேராக மிதந்தது. அதில் இருந்த கேமரா அவரையே பார்த்தது. அது காற்றில் மிதந்த லாவகம் அதை ஒரு உயிருள்ள பறவை போல் தோன்ற வைத்தது. அது ஒரு இயந்திரம் என்பது அவரை ஆச்சரியப்படுத்தியது. அதே ஆச்சரியத்துடன் அதை நோக்கி

வெட்டாட்டம்

நகரப்போனார். மறுமுனையில் கேமரா மூலம் அவரைப் பார்த்துக் கொண்டிருந்த அவன் மொபைல் போனின் அழைக்கும் பொத்தானை அழுத்தினான். அந்த வெண்ணிறப் பறவை எந்தவித முன்னறிவிப்புமின்றி பேரோசையுடன் வெடித்தது.

அரை கிலோ மீட்டர் தள்ளி சாலையோரம் நின்றிருந்த ஸ்கார்ப்பியோவில் அந்த அதிர்வு தெரிந்தது. வினோதனின் முதல் படத்தை யார் எடுத்தார்கள் என்று தெரியவில்லை. ஆனால் கடைசிப் படத்தை எடுத்தது தான்தான் என்று நினைத்துக் கொண்டான் அவன். இத்தனை துல்லியமாக ஒரு ஆபரேஷனை ராணுவத்தில் கூட செய்திருக்க மாட்டார்கள் என்றான் விஸ்வா அவனைக் கட்டிக் கொண்டு. மொபைலில் தெரிந்த ஃபேண்டம் செயலியில் திரை இருண்டிருந்தது. ஆனால் வினோதனின் இறுதி வீடியோ அவன் மொபைலில் சேமிக்கப்பட்டிருந்தது. காலம் தாழ்த்தாமல் ஸ்கார்ப்பியோவில் ஏறிக் கிளம்பினார்கள்.

அங்கே அபு தாஹிர்தான் முதலில் மெல்ல எழுந்து அமர்ந்தார். அவருக்குப் பெரிய சப்தம் மட்டும் நினைவிருந்தது. அவர் வாழ்க்கையில் கேட்டிராத ஓசை. அவர்கள் மூவரும் இன்னோவாவுக்கு மறுபுறம் நின்றிருந்தார்கள். வெடிப்பின் அதிர்வில் தரையில் வீசப்பட்டிருந்தார்கள். மற்றபடி பெரிய பாதிப்பில்லையென்றுதான் தோன்றியது. துரைசாமி அசையாமல் கிடந்தார். குமரேசன் எழுந்து அமர்ந்திருந்தாலும் அதிர்ச்சியிலிருந்து மீளாமல் எங்கோ பார்த்தபடி சம்மணமிட்டு அமர்ந்திருந்தார். உலகம் அமைதியாக இருந்தது. அங்கும் இங்கும் சிலர் ஓடிக் கொண்டிருந்தார்கள். குப்பைத் தொட்டி எரிந்து கொண்டிருந்தது. அப்போதுதான் அவருக்கு வினோதன் நினைவு வந்தது. தடுமாறி எழுந்து விழுந்து எழுந்து ஓடினார். இன்னோவா வெடிப்பின் அதிர்ச்சியில் சற்றே பக்கவாட்டில் நகர்ந்திருந்தது. பல இடங்கள் கருகியிருந்தன. உள்ளே இருந்த சீட்கள் எரிந்துகொண்டிருந்தன. வினோதன் உள்ளே இல்லை. வாகனத்தைச் சுற்றிக் கொண்டு ஓடிவந்து பார்த்தார். நெஞ்சில் கைவைத்துக் கொண்டார். ரத்தத்தில் தோய்ந்த துணி போல் வாகனத்தின் அருகில் கிடந்த வினோதன் உயிரோடு இருக்க சாத்தியமில்லை என்று தோன்றியது அவருக்கு. ய்ய்ய்ங்கென்று கண்ணை இருட்டிக் கொண்டு வந்தது.

★★★

வருண் இன்னும் தூங்கிக் கொண்டிருந்தான். விடாமல் அடித்துக் கொண்டிருந்த மொபைல் அவனை எழுப்ப முயன்று கொண்டிருந்தது. நீண்ட நேரத்திற்குப் பின் மெல்ல அசைந்தான்.

யாரும் இப்படி அவனை விடாமல் கூப்பிட்டதில்லை. போனை எடுத்து தூக்கத்தினூடே "அலோ" என்றான். அப்துல்தான் பேசினான். குரல் நடுங்கியது.

"வருண்... எங்கடா இருக்கே... போனை எடுத்துத் தொலைய மாட்டியாடா."

"தூங்கிட்டேன்டா.. உனக்கு இப்போ உடம்பு பரவால்லயா..."

"டேய்.. அப்பா... அப்பா... " என்று சொல்ல வந்தவன் பிறகு விசும்ப ஆரம்பித்துவிட்டான். கேவிக் கேவி அழுகை.

வருணுக்குத் தூக்கம் பறந்துவிட்டது. சடக்கென்று துள்ளி அமர்ந்தான்.

"டேய்.. என்னடா.. புரியற மாதிரி சொல்லு.. ஏதாவது ப்ராப்ளமா."

வெளியில் இருட்டியிருந்தது.

"என்னென்னமோ சொல்றாங்கடா வருண்... பயமா இருக்குடா... உங்கப்பாவை ரிலீஸ் பண்ணி ரகசியமா கூட்டிட்டு வந்தாங்களாம். வந்துட்டு இருக்கும்போது ஏதோ பாம் பிளாஸ்ட்டாம். எங்க அப்பா, உன் அப்பா, இன்னும் ரெண்டு மினிஸ்டர்ஸ் ஹாஸ்பிட்டல்லயாம். ரொம்ப நேரமா உன்னைக் கூப்பிட ட்ரை பண்றேன்"

"இப்போ எங்கே இருக்கே நீ.."

"நான் ஏர்போர்ட் போறேன்... நீயும் வந்துடு... அனந்தராமன் அடுத்த ப்ளைட்ல டிக்கெட் போட்டிருக்கார்."

"அது ஓகேடா.. இப்போ எப்படி இருக்காங்களாம்" என்று எழுந்தான் வருண்.

"லாயர் குமரேசனுக்கு அதிக அடி இல்லை. அவர்தான் பேசினார். என் அப்பாவுக்கும் பெரிய அடி இல்லை. ஆனா அவரும் துரைசாமியும் இன்னும் ஐசியூல இருக்காராம்... ஆனா மச்சான்.." என்றவன் தயங்கினான்.

"டேய்.. பரவால்ல சொல்றா."

"உங்கப்பாவுக்கு ரொம்ப பக்கத்துல குண்டு வெடிச்சிருக்கு. அவருக்குத்தான் அடி அதிகம்னு சொல்லி இருக்காங்க. நிறைய ரத்தம் போயிருக்காம். ரொம்ப சீரியஸ்னு சொல்றாங்களாம்"

வருண் எதுவும் பேசாமல் உறைந்தான். தனது பிறந்த நாளில்

பதினைந்து மாடி உயரத்தில் கைப்பிடி சுவரில் குதூகலமாக நின்ற தருணம் நினைவு வந்தது. அந்த நாளில் இருந்து இந்த தினம் வரை வாழ்க்கை அவனை ஒரு காட்டாறு போல் இழுத்துப் போய்க் கொண்டிருக்கிறது. எதையாவது பிடித்துக் கரையேறிவிட முயலும்போதெல்லாம் காலம் இப்படியான சூழல்களை அனுப்பி அவனை இழுத்துத் தள்ளி தன் போக்கில் செலுத்திக் கொண்டிருந்தது. இப்போதைய தருணம் ஓடிக் கொண்டிருந்த அந்த ஆறு ஒரு அருவியாகி விழும் உணர்வு. பிடிப்பு எதுவுமின்றி விழுந்து கொண்டிருந்தான்.

"டேய் அப்புறம் இன்னோரு விஷயம். வேற யாருக்கும் பிரஸ்சுக்கும் இந்த விஷயம் தெரியாது. அம்மாவையும் நர்மதாவையும் உன் கூட கூட்டிட்டு வந்துடு. ஆனா பயப்படற மாதிரி எதுவும் இல்லைன்னு சொல்லியே கூட்டிட்டு வா.. ஐ ஆம் சாரிடா வருண்.."

சற்று நேரம் இருட்டில் அமர்ந்திருந்தவன் மொபைலில் மகேந்திரனின் எண்ணைத் தேடி அழுத்தினான். விஷயத்தை சுருக்கமாக சொன்னான். பிறகு அனந்தராமனை அழைத்தான்.

"விஷயம் கேள்விப்பட்டீங்களா?"

"எஸ் சார்.. ஐ ஆம் வெரி சாரி சார்... ப்ளைட் டிக்கெட் ஏர்போர்ட்ல ரெடியா இருக்கும். பரதன் அங்கேதான் இருக்கார்."

"இருக்கட்டும். இது எல்லோருக்கும் லீக் ஆகும் முன்னால உடனடியா டிஜிபிகிட்டே சொல்லி கலவரம் செய்வாங்கன்னு சின்ன சந்தேகம் இருந்தாலும் அவங்களை அரஸ்ட் பண்ணி உள்ளே போடச் சொல்லுங்க. நான் சொல்ற வரைக்கும் யாரையும் ரிலீஸ் பண்ண வேண்டாம்" வருண் குரலில் நிதானம் இருந்தது. முன்பு எப்போதும் இல்லாத நிதானம்.

★★★

௧௦

ஒரு முழுச் சுற்று என்பது உங்கள் மனையில் இருந்து வெளியேறி எதிரிகளின் மனைகளை சுற்றி வந்து மீண்டும் சொந்த மனையில் மேலே ஏறி வந்து முடிப்பது. இதை பழம் எடுத்தல் என்பார்கள். பழம் எடுக்க உள்ளே ஏறிவிட்டால் எதிரணியின் காய்களால் நம்மை வெட்ட முடியாது. ஆட்டத்தின் போது வித்தியாசம் காட்ட பழம் எடுக்க ஏறும் காய்களை கட்டங்களில் வைக்காமல் கோடுகளின் சந்திப்புகளில் வைப்பார்கள்.

அடுத்த ஐந்து நாட்கள் டெல்லியின் எய்ம்ஸ் மருத்துவமனையில் அதி தீவிர சிகிச்சைப் பிரிவில் இருந்தார் வினோதன். எக்குத்தப்பாக விழுந்ததில் துரைசாமியின் கை எலும்பு முறிந்திருந்தது. டிரைவர் உட்பட அவருடன் இருந்த மற்றவர்கள் சிறு காயங்கள், அதிர்ச்சிகளுடன் தப்பி விட்டார்கள். வெடிப்பின் மொத்தப் பாதிப்பையும் இடையில் இருந்த இன்னோவா வாங்கிக் கொண்டிருந்தது. வெடிகுண்டு வினோதனுக்கு அருகில் வெடித்ததால் அவர் அதிவேகமாகத் தூக்கி எறியப்பட்டு நின்றிருந்த வாகனத்தின் மீது பின்பக்கமாக மோதியதில் அவரது பின்னந்தலையில் பலத்த அடிபட்டிருந்தது. தண்டுவடத்திலும் சேதம் ஏற்பட்டிருந்தது. நாட்டின் சிறந்த மருத்துவர்கள் குழு பல மணி நேரம் செய்த அறுவை சிகிச்சைகளுக்குப் பிறகு வினோதன் கோமா நிலையை அடைந்ததாக அறிவித்தார்கள். மூன்று நாட்களுக்குப் பிறகு வினோதன் தனி விமானத்தில் ஸ்பெஷல் மருத்துவர் குழுவுடன் சொந்த மாநிலம் கொண்டு வரப்பட்டார்.

தலைநகரின் பெரிய மருத்துவமனையின் இரண்டாவது மாடி முற்றிலுமாக அவருக்கு ஒதுக்கப்பட்டது. அவர் மீண்டும் சுயநினைவை அடைவது எப்போது என்று யாரும் சொல்ல

முடியாது என்றார்கள். ஆனால் உடலின் பிற உள்பாகங்கள் சரிவர இயங்குவதால் அவரது உயிருக்கு உடனடி ஆபத்து இல்லை என்று கூறியிருந்தார்கள். அவரை யாரும் பார்க்க அனுமதிக்கப்படவில்லை. தினமும் ஒரு அறிக்கை மட்டும் வெளியிடப்பட்டது. அவர் ஆரோக்கியமாக இருக்கிறார் என்றும் மருத்துவ சிகிச்சைகளால் நல்ல முன்னேற்றம் தெரிகிறது என்று மட்டும் அது சொன்னது. உண்மை நிலை இன்னும் மக்களுக்குச் சொல்லப்படவில்லை.

மருத்துவமனைக்கு வெளியே ஒரு பெரிய மக்கள் கூட்டம் திரண்டிருந்தது. பலர் அழுதார்கள். அரற்றினார்கள். மாநிலமெங்கும் பிரார்த்தனைகள் நடைபெற்றன. மந்திரிகள் பால் குடம் எடுத்தார்கள். மகளிர் அணியினர் மண் சோறு சாப்பிட்டார்கள். எதிர்க்கட்சியினர் அவர் விரைவில் உடல் நலம் பெற அறிக்கைகள் வெளியிட்டார்கள். எப்படி இருக்கிறார் என்பதைத் தெரிந்து கொள்ளவாவது மருத்துவமனை வந்தார்கள். வினோதனுக்கு தண்டனை வாங்கித் தந்த மத்திய அரசின் மீது மக்களிடையே கடும் அதிருப்தி நிலவியது. இப்போதைக்கு அரசைக் கலைத்தால் மீண்டும் வினோதனின் ஆட்சியே ஏற்படும் என்பதால் அந்த எண்ணத்தை மத்திய அரசு கைவிட்டதாக கிசுகிசு செய்திகள் வந்தன.

வருண் வீட்டுக்குச் சென்று ஐந்து நாட்களாகிவிட்டன. மாற்று ஆடைகள் வேண்டும்போது கடையில் வாங்கி வரச் செய்தான். திடீரென்று தோளில் விழுந்த பொறுப்புகள் தன்னை மூச்சுத் திணற அழுத்துவதை உணர்ந்தான். அனைவரும் அதிர்ச்சியில் இருந்தார்கள். சாலைகளில் கூடியிருந்த மக்கள்தான் அவனுக்கு ஒரு புதிராக இருந்தார்கள். அவனால் கடுமையாக வெறுக்கப்படும் அவனுடைய தந்தை கோடிக்கணக்கானவர்களால் நேசிக்கப்படுகிறார் என்பது அவனுக்கு வினோதமாக இருந்தது. இதனால் அவர்கள் அடைந்த பயன் என்னவென்று யோசித்தால் எதுவுமில்லை. கட்சியைச் சேர்ந்த ஒரு பெண்மணி அவன் கைகளைப் பற்றிக் கொண்டு கதறினாள். இந்த நாடே அந்தக் கைகளில் இருப்பதாகக் கூறி கண்களில் ஒற்றிக் கொண்டு அழுதாள். அவள் கண்ணீரால் ஈரமான விரல்களை நீண்ட நேரம் துடைக்காமல் பார்த்தபடி அமர்ந்திருந்தான் வருண். எப்படி இவர்களால் தங்கள் நம்பிக்கையை ஒரு முன்பின் அறிமுகமில்லாத மனிதனின் மீது அவ்வளவு எளிதாக இறக்கி வைக்க முடிகிறது? தன்னைப் பற்றி அந்தப் பெண்ணுக்கு என்ன தெரியும்? அவனுடைய மூளையின்

தர்க்கரீதியான பகுதிக்கு இவை எதுவும் விளங்கவில்லை.

நர்மதாவும் கவுசல்யாவும் இன்றுதான் நீண்ட நாட்களுக்குப் பிறகு வீட்டுக்குப் போயிருந்தார்கள். அவன்தான் போகச்சொன்னான். நாட்டின் தலைவன் என்ற பொறுப்போடு குடும்பத்தின் தலைவன் என்ற பொறுப்பும் அவன் சற்றும் எதிர்பாராத ஒரு தருணத்தில் சேர்ந்து கொண்டது. அந்தக் குடும்பத்தில் ஒருவனாக வருண் என்றுமே தன்னை நினைத்ததில்லை. அவனது தந்தையும் அவனை அப்படி நடத்தியதில்லை. தனது தாயின் சமாதியின் மீது நடந்து தன் வாழ்க்கைக்குள் வந்தவளாகவே அவன் கவுசல்யாவைப் பார்த்தான். அதில் அவள் தவறு ஒன்றுமில்லை என்றாலும் அவளை வருண் மன்னிக்கவே இல்லை. ஆனால் நர்மதாவை அவனால் அப்படி ஒதுக்க முடியவில்லை. அவள் மீதிருந்த பாசம்தான் அவளுடைய இடைவிடாத கண்ணீர்தான் அவனை இத்தனை சிலுவைகளையும் சுமக்கச் செய்தது.

அந்த ஸ்பெஷல் ஐசியு வார்டின் வெளியே இருந்த இருக்கையில் அமர்ந்திருந்தான். புலனாய்வு அதிகாரிகள் டெல்லியில் இருந்து வந்திருந்தார்கள். சிராய்ப்புகளுடன் தப்பிய அபு தாஹிர் அவர்களோடு பேசிக் கொண்டிருந்தார். அவர்கள் தங்கள் கையில் இருந்த சிறு நோட்டுப் புத்தகத்தில் அவர் சொல்வதைப் பதிவு செய்து கொண்டிருந்தார்கள். யார் இதை செய்திருப்பார்கள் என்பது ஒரு தலைவலி. எதற்காக செய்தார்கள் என்று கண்டுபிடிப்பது இன்னொரு தலைவலி. மாநிலத்துக்கு வெளியே நடந்தது என்பதால் நேரடியாக சிபிஐ விசாரணை கோரச் சொன்னார் சந்தானராமன். வருணும் அவ்வாறே செய்திருந்தான்.

எதிர்க்கட்சித் தலைவர் வரதராஜன் வருவதாக செய்தி வந்திருந்தது. தினமும் தலைவர்கள் யாராவது வந்து செல்வது வாடிக்கையாக இருந்தது. மத்திய மந்திரிகள், அண்டை மாநில முதல்வர்கள், கட்சித் தலைவர்கள் என்று வரிசையாக வந்தார்கள். சிசி டிவியில் வினோதன் படுத்திருந்த காட்சி தெரிவதைப் பார்த்துச் சென்றார்கள். நோய்த்தொற்று அபாயம் என்று கூறி யாரும் உள்ளே அனுமதிக்கப்படவில்லை. தொடர்ந்து பெரிய ஆட்கள் வந்து கொண்டே இருந்ததாலும் அந்த நேரத்தில் அங்கு அவன் இல்லாவிட்டால் மரியாதையாக இருக்காது என்று பலரும் கேட்டுக் கொண்டதாலும் அவன் தனது வீட்டுக்கே செல்லவில்லை. வருணுக்கு அங்கேயே அறை ஒதுக்கியிருந்தார்கள்.

“ஹலோ வருண்” என்ற கம்பீரமான குரலுக்கு நிமிர்ந்தான். அடர் நீல சேலை அணிந்த கயல்விழி நின்றிருந்தாள். செய்தியில்,

புகைப்படங்களில் பார்ப்பதைவிட நேரில் இன்னும் அழகாக இருந்தாள். துயரமான நிகழ்வு என்பதால் அதிகம் மேக்கப் அணியாமல் வந்திருந்தாள். பொட்டு வைக்காத அந்த முகத்திலும் ஒரு புலர்ந்த காலையின் அழகிருந்தது.

“ஹாய்” என்றான் பலவீனமாக.

அவளுடைய தந்தை வரதராஜன் அருகில் நின்றார். மெல்ல எழுந்து நின்றான். அவரை நேரில் இப்போதுதான் முதல் முறையாகப் பார்க்கிறான். தனது தந்தையை எதிர்த்து ஒருவர் நீண்ட காலமாக அரசியல் செய்கிறார் என்பதே அவர் மீது மரியாதை கொள்ளப் போதுமானதாக இருந்தது.

அவர் இவனுடைய கைகளைப் பிடித்துக் கொண்டார்.

“பயப்படாதீங்க... உங்கப்பா எவ்வளவு வலிமையானவர்னு உங்களுக்கெல்லாம் தெரியாது. ஆனா அவரோட அரசியல் எதிரியான எனக்குத்தான் உங்க எல்லாரையும் விட நல்லாத் தெரியும். சீக்கிரம் பழையபடி எழுந்து வந்துடுவார். தைரியமா இருங்க.” என்றார்.

“தேங்க்ஸ்” என்றான். சில வினாடிகள் அமைதியாகக் கழிந்தது.

“உனக்கு ரொம்ப மோசமான மாதம் இது இல்லையா” என்றாள் கயல்விழி.

“ஆமாம்...” என்றான் வருண். அவர்களிடம் என்ன பேசவேண்டும், எப்படிப் பேசவேண்டும் என்று மூளை அவனுக்கு எந்தக் கட்டளையும் இடவில்லை. விரோதிகளாக பொதுவெளியில் காட்டிக் கொள்ளும் அரசியல்வாதிகள் தனியாக சந்தித்துக் கொள்ளும்போது என்ன மாதிரி பழகுவார்கள் என்பது குறித்து அவனுக்கு யாரும் சொல்லித் தந்திருக்கவில்லை. மருத்துவர்கள் என்ன சொல்கிறார்கள். சிபிஐ விசாரணை ஆகியவை குறித்துப் பேச்சு வந்தது. ஒரு சில கோணங்களில் விசாரித்து வருவதாகவும் நவீனக் கருவிகளைப் பயன்படுத்தி புதுமையான முறையில் தாக்குதல் நடத்தப்பட்டிருப்பதால் எந்த இயக்கத்துடனும் தொடர்புபடுத்த முடியவில்லை என்று புலனாய்வு செய்யும் அதிகாரிகள் தெரிவித்திருந்தார்கள். சிறிது நேரத்தில் அவர்கள் விடைபெற்றார்கள். வரதராஜன் வெளியே நடக்க கயல்விழி இவனை நோக்கித் திரும்பி வந்தாள்.

“வருண்.. நான் இங்கே உன்னோட... அப்படி ஒருமையில சொல்லலாம்ல... உன்னோட ஃபிரண்டாதான் வந்தேன்.

எதிர்க்கட்சின்னெல்லாம் பாக்க வேண்டாம். உனக்கு எந்த ஹெல்ப் வேணும்னாலும் என்னை கான்டாக்ட் பண்ணு" என்றவள் அவளுடைய விசிட்டிங் கார்டை கையில் தந்துவிட்டுப் போனாள். அரசியல் அப்படி ஒன்றும் சாக்கடை இல்லை என்று அவள் விட்டுப் போன மென்மையான பெண்மையான பர்ஃப்யூம் மணம் சொன்னது.

★★★

அவன் மும்பை வந்து சேர்ந்திருந்தான். ஜான் என்ற பெயரைத் துறந்திருந்தான். வேலை முடிந்த பிறகு ராஜஸ்தானில் இரண்டு நாட்கள் தங்கியிருந்துவிட்டு பாதி தூரம் ரயிலில் வந்து இறங்கி ஒரு சில பேருந்துகள் மாறி வந்திருந்தான். அவனுக்குப் பெரிய ஏமாற்றமாக இருந்தது. இன்னும் சற்று அருகில் கொண்டு சென்று வெடித்திருக்கலாமோ என்று தன்னைத்தானே சபித்துக் கொண்டிருந்தான். ஆனால் அது ஒரு சக்தி வாய்ந்த வெடிப்பு. அந்தப் பகுதியே குலுங்கியது. வினோதனைத் தவிர அனைவரும் வாகனத்தின் மறுபக்கம் இருந்ததால் பெரிய பாதிப்பு இல்லை என்பது அவனுக்குப் புரிந்தது. ஆனால் வினோதன் பிழைத்தது இதுவரை அவனுக்குப் புரியாத புதிராக இருந்தது.

இப்படி ஒரு வாய்ப்பு மறுபடி வருமாவென்று தெரியவில்லை. இனி வினோதன் மட்டுமல்ல அத்தனை அரசியல்வாதிகளும் முன்னை விட அதீத எச்சரிக்கையுடன் இருப்பார்கள் என்று அவனுக்குத் தெரியும். ஏஜன்சியில் தோல்விக்கு தண்டனை பெரிதாகவே இருக்கும். ஆனால் தப்பிக்க முடியாது. காத்திருப்பதைத் தவிர அவனுக்கு வேறு வழியில்லை.

★★★

சுவாதி கோபமாக கண்ணாடி முன் நின்று கொண்டிருந்தாள். மகேந்திரன் ஹாலில் அமர்ந்தபடியே இவள் வருகிறாளா என்று திரும்பிப் பார்த்தபடி இருந்தார். மருத்துவமனையில் இருக்கும் வினோதனைப் பார்க்க தன்னுடன் வரும்படி இரண்டு நாட்களாகக் கெஞ்சி இன்றுதான் அவளை சம்மதிக்க வைத்திருந்தார். வேறு யாரையாவது கூட்டிச் செல்ல வேண்டியதுதானே என்றாலும் அவர் ஒப்புக்கொள்ளவில்லை. ஒரு பக்கம் வருணை நினைத்து மெல்லிய பரிதாபம் இருந்தாலும் அவன் மீதான வெறுப்பு தணியவில்லை அவளுக்கு. இத்தனைக்கும் அவள் அனைவரிடமும் சகஜமாகவே பழகக்கூடியவள்தான். வருண் என்றால் மட்டும் ஏனோ பற்றிக் கொண்டு வந்தது.

வருண் இருக்கும் நிலைமையில் இருவருமாக சென்று பார்த்து வருவதுதான் சரியாக இருக்கும் என்று அவர் அவளிடம் தொடர்ந்து கட்டாயப்படுத்தினார். நிறைய மறுப்புகளைத் தொடர்ந்து ஒரு வழியாக சம்மதித்திருந்தாள். காலையிலிருந்தே கடுகடுவென்ற ஒரு மனநிலையில் இருந்தாள். இன்று சமைப்பது அவள் முறை. அவருக்குப் பிடிக்காத எலுமிச்சை சாதம் செய்து வைத்திருந்தாள். தட்டை வைத்த போது இவர் அவளை நிமிர்ந்து பார்க்க என்ன என்றாள் புருவம் உயர்த்திய பார்வையில். இவர் ஒன்றுமில்லை என்று அவசரமான வெள்ளைக் கொடியோடு முடித்துக் கொண்டார்.

இருவருமாக ஆக்டிவாவில் சென்று இறங்கியபோது மருத்துவமனை இருந்த தெருவின் முனையிலேயே போலீஸாரால் நிறுத்தப்பட்டார்கள். பல கேள்விகளுக்குப் பிறகு ஆக்டிவாவை அங்கேயே ஓரமாக நிறுத்திவிட்டுப் போகும்படி அனுமதிக்கப்பட்டார்கள். மழை தூற ஆரம்பித்திருந்தது. தனது அழகிய வெள்ளை ஆடையில் சேறு தெளிப்பதை சுட்டிக் காட்டி நீங்களும் உங்க சிஎம் பிரெண்டும் என்று சபித்தபடியே ஸ்டாண்ட் போட்டுவிட்டு வந்தாள் சுவாதி. அவர்கள் சென்றபோது வாயிலில் காத்திருந்தார் பரதன். மகேந்திரனையும் சுவாதியையும் அழைத்துப் போனார்.

வருண் ஒரு ஓரமாக அமர்ந்து ஐபோனில் ஏதோ ஒரு விளையாட்டை விளையாடிக் கொண்டிருந்தான். சற்றுத் தொலைவில் நர்மதா அமர்ந்திருந்தாள். மந்திரிகளின் சிறு குழுவொன்று இருந்தது. மகேந்திரன் வருணை நோக்கி நடந்தார். நர்மதா அவரைப் பார்த்ததும் எழுந்து வந்தாள்.

நெருங்கி தோளைத் தொட்டதும் நிமிர்ந்தான் வருண்.

“சார்” என்றான். பலவீனமாக புன்னகைத்தான். அவன் கண்களில் அத்தனை சோர்வையும் தளர்வையும் அவர் இதுவரை பார்த்ததில்லை.

“வருண்..” என்றபடி அவனருகில் அமர்ந்தார். அவருக்கு அருகில் அமர்ந்தாள் சுவாதி. அவளுக்கும் பாவமாகத்தான் இருந்தது.

“டாக்டர்ஸ் என்ன சொல்றாங்க”

“ப்ச்.. டாக்டர்ஸ் நாங்க இங்கே காத்துட்டு இருக்கறதில எந்த பிரயோஜனமும் இல்லைன்னு சொல்றாங்க. எப்போ அவர் கான்சியஸ்க்கு வருவார்னு யாரும் சொல்ல முடியாதாம். ஆனா உயிருக்கு இப்போதைக்கு ஆபத்தில்லைன்னு சொல்றாங்க.. அது

ஒண்ணுதான் ரிலீஃப்''

"அதுவும் சரிதான். எமோஷனைக் குறைச்சுட்டு பாத்தா நீ இங்கே இருந்து ஆகப்போறது எதுவுமே இல்லை''

சுவாதி எதுவும் பேசாமல் நின்றாள். வருணை நேரில் பார்த்து ஓரிரு வருடங்கள் இருக்கும். கல்லூரியில் படித்தபோது இருந்ததை விட பளபளப்பு கூடியிருந்தான். ஆனால் இன்னும் கல்லூரிக்குக் கட் அடித்துவிட்டு சினிமாவுக்குப் போகும் ரவுடி மாணவன் மாதிரிதான் இருந்தான். மீசையும் தாடியும் இந்த ஐந்து நாட்களில் வளர்ந்திருந்தன. தலை வாரப்படாமல் காமா சோமாவென்று கிடந்தது. காலில் ஒரு ரப்பர் செருப்பு. ஒரு முதலமைச்சர் இப்படியா இருப்பார்?.

"ஹலோ ஐயாம் நர்மதா'' என்று சுவாதியிடம் வந்தாள் நர்மதா. வருணுக்குத் தங்கை இருக்கிறாள் என்று தெரியும். இப்போதுதான் பார்க்கிறாள் சுவாதி.

"அவங்க பேசட்டும் வாங்க'' என்று சுவாதியின் கையைப் பிடித்து அழைத்துப் போனாள்.

"நான் உங்க ப்ரோகிராம் எல்லாம் பாத்திருக்கேன். உங்களைப் பாத்தாலே எங்கப்பாவுக்கு ஆகாது, உடனே சேனல் மாத்தச்சொல்லி திட்டுவாரு.'' என்றாள்.

"உனக்கு ஒரு ரகசியம் சொல்றேன். நானே என் ப்ரோகிராம் வந்தா அதைத்தான் செய்வேன்'' என்றாள் சுவாதி.

இருவரும் சிரித்தார்கள். பேசிய ஐந்து நிமிடங்களில் வருணை வாரு வாரென்று வாரிய அவளை நிமிடத்துக்கு நிமிடம் பிடித்துப் போனது சுவாதிக்கு. முக்கியமாக தனது டிரெஸ்ஸிங் சென்ஸ் பிடிக்கும் என்று நர்மதா சொன்ன வினாடியில்.

வருணும் மகேந்திரனும் அடுத்த மூலையில் அமர்ந்திருந்தார்கள்.

"வருண்... இனி என்ன செய்யப்போறே?''

"தெரியலை சார்... ஸ்விம்மிங் தெரியாத ஒருத்தனை நடுக்கடல்ல தூக்கிப் போட்டுட்டு என்ன செய்யப்போறேன்னு கேட்டா அவன் என்ன சொல்லுவான்?''

"சோமசுந்தரம்னு என் பிரெண்டு இருந்தான். ஷிப்பிங்ல வேலை பாத்தான். வருஷத்துல ஆறு மாசம் கடலில் இருப்பான். கடைசி வரைக்கும் நீச்சல் கத்துக்கலை. ஏன்னு கேட்டேன். நடுக் கடலில்

கப்பல் மூழ்கும் போது நீச்சல் தெரிந்து எந்தப் பிரயோசனமும் இல்லை என்பான். நீச்சல் தெரியாதவன் சீக்கிரம் செத்துருவான், நீச்சல் தெரிஞ்சவன் கொஞ்ச நேரம் போராடி சாவான், அதிலும் லைப் ஜாக்கெட் போட்டு மிதக்கறவன் பசியில துடிதுடிச்சு மெல்ல மெல்ல சாவான்னு சொல்லுவான். ”

“யாரோ என்னை இந்த நாற்காலியோட சேத்துக் கட்டி வைக்க தொடர்ந்து ட்ரை பண்ற மாதிரியே பீல் பண்றேன். மூச்சுத் திணறுது.”

“உன்னோட பாஷைல சொல்றேன். ஒரு கம்ப்யூட்டர் கேம்ல என்னிக்காவது நேரா கடைசி லெவலுக்குப் போய் விளையாடிப் பாத்திருக்கியா?”

“ம்…”

“எப்படி பீல் பண்ணுவே…”

“ரொம்பக் கஷ்டமா இருக்கும்…”

“ஏன் அப்படி?”

“கம்ப்யூட்டர் கேம் முழுக்க முழுக்க ஒரு லேர்னிங் ப்ராசஸ்தான்… நாம ஒவ்வொரு லெவல்லயும் கத்துக்கிட்டே மேல மேல போவோம். ஒவ்வொரு லெவலுக்கும் போக முன்னாடி லெவல்லதான் ப்ராக்டிஸ் கிடைக்கும். நேரா கடைசி லெவல் போகும்போது அந்த லேர்னிங் கிடைச்சிருக்காது. ரொம்ப சேலஞ் சிங்கா இருக்கும்.”

“இப்போ கிட்டதட்ட அப்படி ஒரு நிலைமைலதான் நீ இருக்கே. நேரா உன்னைக் கடைசி லெவல்ல இறக்கி விட்டிருக்காங்க. இந்த ஆட்டத்தை விளையாண்டுதான் பாரேன்.”

“அப்படியா நினைக்கறீங்க.”

“ஆமா.. ஒரே வித்தியாசம். அங்கே மாதிரி தோத்துட்டா மறுபடி லைஃப் கிடையாது. இங்கே உயிர் போனா போனதுதான். யாராவது செத்து விழுந்தா அது முழுக்க நிஜம். வருண் ஒரு பெரிய மாற்றத்தைக் கொண்டுவர உனக்கு ஒரு வாய்ப்பு இருக்கு. நீ ஏன் இந்த ஆட்டத்தை இறங்கி ஆடக் கூடாது?”

வருண் விரல்களுக்கிடையில் ஐபோனை சுழற்றியபடியே சிந்தனையில் இருந்தான்.

“இந்த ஆட்டத்துல நீ கனவுல கூட நினைக்காத சேலஞ்சஸ்

இருக்கு. லெவல்ஸ் இருக்கு. ஆபத்து இருக்கு. ரிவார்ட்சும் இருக்கு. இதற்கு மேல் ஒரு அட்வெஞ்சர் உனக்கு எங்கே கிடைக்கும் வருண்?"

அவர் பேசிக் கொண்டிருந்தபோதே டிஜிபி நம்பியார் வந்து சேர்ந்தார். நேராக வருண் இருக்கும் இடத்துக்கு வந்தார்.

"சொல்லுங்க சார்.."

மகேந்திரனை தயக்கமாகப் பார்த்தார்.

"ஹீ ஈஸ் ஆல்ரைட்.. சொல்லுங்க"

குரலைத் தாழ்த்திக் கொண்டு சொன்னார். "இன்டெலிஜென்ஸ் ரிப்போர்ட் வந்திருக்கு. உங்க அப்பா மேல நடந்த தாக்குதல் உள்நாட்டு ஆளுங்க செஞ்சதுதான். அது மட்டும் இல்ல. உங்க மொத்த ஃபேமிலிக்கும் அந்த த்ரெட் இருக்கு. உங்க வீட்டுல எல்லாருக்கும் பாதுகாப்பை இன்னும் அதிகரிக்கச் சொல்லி எனக்கு உத்தரவு வந்திருக்கு. முக்கியமா உங்களுக்கும் உங்க சிஸ்டருக்கும்"

"நர்மதாவுக்கா?"

"யெஸ்.." ஒரு வினாடி தயங்கினார். பிறகு சொன்னார்.

"சார்... இது அரசியல் போர்வையால நடந்த மாதிரி இருந்தாலும் இதுல பிளேக் மணி, ஹவாலா சம்மந்தப்பட்டிருக்கலாம்னு சந்தேகப்படறாங்க. வெளிப்படையா இதை அறிக்கைல சொல்ல முடியாது. உங்க மொத்த குடும்பத்தையும் எலிமினேட் பண்ணிட்டா யாரோ சில பேருக்கு ஆதாயம் இருக்கலாம். அந்த ஆங்கிள்லயும் இதைப் பாக்கறாங்க அவங்க. அன் அஃபிசியலா கேக்கறேன்... உங்க அப்பாவோட சொத்து, இன்வெஸ்ட்மென்ட் பத்தி உங்களுக்கு ஏதாவது தெரியுமா?"

இந்தக் கேள்வியை தன்னிடமே தைரியமாகக் கேட்கும் நம்பியாரை வருணுக்குப் பிடித்திருந்தது.

"சார்.. நான் எப்போ எப்படி இதுக்குள்ள வந்தேன்னு உங்களுக்கே தெரியும். அப்பா சம்மந்தமா எனக்கு எந்த விஷயமும் தெரியாது. அவருக்கு யார் நெருக்கம், யாரைக் கேட்டா இந்த விஷயம் பத்தி தெரியும்னு கூட எனக்குத் தெரியாது."

"நீங்க தெரிஞ்சுக்க வேண்டிய நேரம் வந்தாச்சு. ரெண்டு காரணம்.. நம்பர் ஒன்.. உங்க குடும்பத்தை அழிக்கணும்னு

நினைக்கிறது யாருன்னு கண்டுபிடிக்க அது உதவும்.. ரெண்டாவது இதுவும் அன் அஃபிசியலாத்தான் சொல்றேன்.. கிட்டத்தட்ட பத்தாயிரம் கோடிக்கு மேல இதுல சம்மந்தப் பட்டிருக்குன்னு பேசிக்கறாங்க...."

"வாட்.. பத்தாயிரம் கோடியா" வருண் இதயம் ஒரு வினாடி நின்று துடித்தது.

"சார்.. இது ஸ்ட்ரிக்ட்லி கான்பிடென்ஷியல்.. நான் எதுவும் சொல்லலை.. நீங்க ரெண்டு பேரும் எதுவும் கேக்கலை" மகேந்திரன் புரிந்துகொண்டதாக தலை அசைத்தார்.

"நான் கிளம்பறேன்... உங்களோட ஓன் சேஃப்டிக்காகவாவது உங்க அப்பாவோட டீலிங்க்ஸ் பத்தி தெரிஞ்சுக்க முயற்சி பண்ணுங்க. ஏதாவது தகவல் கிடைச்சா சொல்லுங்க." என்று சொல்லிவிட்டு தொப்பியைக் கையில் எடுத்துக் கொண்டு தயாரானார் நம்பியார்.

"சார் ஒன் மோர் திங்.. அந்த ஸ்கூல் கேர்ள்ஸ் கேஸ்ல அக்யூஸ்ட்டுங்க யாருன்னு தெரிஞ்சிருக்கு. அதுல ஒருத்தர் மினிஸ்டர் துரைசாமியோட பையன்.. அதான் உங்ககிட்டே ஒரு வார்த்தை... "

"சார்.. நான் ஏற்கெனவே உங்களுக்கு ஆர்டர் கொடுத்தாச்சு. அதை மாத்தினதா எனக்கு ஞாபமில்லை."

"ஆர் யூ ஷ்யூர் சார்...? அரெஸ்ட் பண்ணிடலாமா"

"செஞ்சுடுங்க" என்ற வருண் திரும்பி மகேந்திரனைப் பார்த்தான்.

"சார்.. லுக்ஸ் லைக் எனக்கு வேற வழியில்லை... நான் இந்த ஆட்டத்தை ஆடித்தான் ஆகணும்" என்றான்.

"அப்படின்னா உனக்கு மொதல்ல ஒரு டீம் வேணும்" என்றார் மகேந்திரன் கைகளை பரபரவெனத் தேய்த்தபடி. வெளியே மழை வலுத்துப் பெய்து கொண்டிருந்தது.

★★★

சந்திரன் பொதுப்பணித்துறையின் தலைமைப் பொறியாளர். அவருடைய வாகனம் நகரத்துக்கு நீர் தரும் அந்த மாபெரும் ஏரியின் அணைக்கட்டுப் பகுதியில் நின்றிருந்தது. வானம் அந்த மதியத்திலும் கருத்து இருண்டிருந்தது. பதினைந்து சதுர கிலோமீட்டருக்கு அலையடிக்கும் நீர்ப்பரப்பு அவர்முன் விரிந்திருந்தது. எப்போதும்

பெருமிதத்தை அளிக்கும் அந்தக் காட்சி இன்று ஏனோ இவருக்குள் பெருத்த அச்சத்தை எழுப்பியபடி இருந்தது. குடை பிடித்தபடி காத்திருந்தவரை பொறியாளர்கள் குழு ஒன்று நெருங்கியது. அவர்கள் ரெயின் கோட் அணிந்திருந்தார்கள்.

"ரீடிங் என்ன சொல்லுது" என்றார் சந்திரன்.

"நிலைமை மோசமாகிட்டே போகுது. அணையை உடனே திறக்காட்டி அதுவா உடைஞ்சுடும். இன்னொரு பெரிய மழை இருக்குன்னு ஃபோர்காஸ்ட் சொல்லுது. நீங்க மேலே பேசுனீங்களா?"

"எல்லோரையும் கூப்பிட முயற்சி செஞ்சுட்டேன். முக்கியமான ஆளுங்க ஆஸ்பத்திரில இருக்காங்க. மத்தவங்க எனக்கெதுக்கு வம்புன்னு கேக்கறாங்க. மந்திரிங்க எல்லாம் காவடி தூக்கவும் பால் குடம் எடுக்கவும்னு அலையறாங்க..."

"புது சிஎம் கிட்டே பேசிப் பாருங்க சார். கொஞ்சம் துடிப்பா இருக்காரு..."

சந்திரன் யோசிக்கத் தொடங்கினார்.

கக

தாயக்கட்டத்தை நான்கு பேர் தனித்தனியாக விளையாடலாம். மொத்தம் உள்ள நான்கு மனைகளை ஆளுக்கு ஒன்றாக எடுத்துக் கொண்டு விளையாடலாம். அல்லது இரண்டு அணிகளாகப் பிரிந்து இரண்டு மனைகளில் மட்டும் காய்கள் வைத்து விளையாடலாம். அவற்றில் ஒருவர் காய்களை நகர்த்துவதில் சாமர்த்தியசாலியாக இருக்கவேண்டும். ஆட்டம் தொடங்க குறைந்த பட்சம் இரண்டு பேராவது தேவை. எதிரியில்லாமல் ஏது போர்?

ராமசாமி பெரிய அரசியல் புள்ளி அல்ல. அவர் அரசாங்கத்தின் எந்தப் பதவியிலும் இல்லை. அவருக்கு இருந்த ஒரே தகுதி அவர் முன்னாள் முதலமைச்சரின் ஒன்று விட்ட மச்சான் என்பதுதான். இப்போதைய முதலமைச்சர் வருணின் மாமா. கவுசல்யாவின் சித்தப்பா மகன். இதற்கு முன்பாக ஊரில் புண்ணாக்கு மண்டி வைத்திருந்தவருக்கு இப்போது நாற்பத்தெட்டு வயதில் சொந்தமாக மூன்று மது தயாரிக்கும் தொழிற்சாலைகள் இருந்தன. ஒரு சிமெண்ட் கம்பெனியில் பெரும்பான்மை பங்குகளை வைத்திருந்தார். ஒரு கபாடி லீக் அணியையும் ஹாக்கி லீக் அணியையும் வைத்திருந்தார். ஆண்டுக்கு ஒருமுறை பாங்காக், மக்காவ், லாஸ் வேகாஸ் என்று பறந்து பல முக்கியமான 'தொழில்' முறை சந்திப்புகளை நிகழ்த்துவார்.

மக்களாட்சியின் ஊழல் பொருளாதாரக் கட்டமைப்பில் முகம் தெரியாத இது போன்றவர்கள்தான் மிகவும் முக்கியமானவர்கள். பலம் பொருந்தியவர்கள். இவர்கள் இந்த உலகில் இருப்பது பொதுமக்களில் பலருக்குத் தெரியவே தெரியாது. கட்சியிலோ

அரசியலிலோ இவர்கள் நேரடியாகவும் பங்கு பெற மாட்டார்கள். விழாக்களிலோ புகைப்படங்களிலோ தென்படமாட்டார்கள். ஆனால் இவர்களைத் தாண்டியோ தொடாமலோ நீங்கள் முக்கிய அதிகார வட்டத்தை நெருங்கி விட முடியாது. பதவியில் இருப்பவர்களின் ஊழல் பணத்தை உலகத்தின் பார்வையிலிருந்து மறைக்க இந்த அடுக்கு தேவைப்படுகிறது. அசிங்கமான காரியங்களை முடித்துக் கொடுக்கவும், தேவை ஏற்பட்டால் குற்றத்தை ஏற்கவும் இவர்கள் எப்போதும் தயாராக இருந்தார்கள். அதற்கு விலையாகவே ஒரு திடீர் செல்வந்தராக வாழும் வாய்ப்பைப் பெற்றிருந்தார்கள். எங்கு வேண்டுமானாலும் நுழைந்து வெளியேறும் திறமை அவர்களுக்கு இருந்தது. இப்போது ராமசாமி முக்கியமான ஒருவரை சந்திக்க நகரின் பெரிய ஐந்து நட்சத்திர விடுதியின் உணவகத்தில் காத்திருந்தார்.

லஞ்சம், ஊழல் என்றால் பெட்டியில் கட்டுக் கட்டாக நோட்டுகளை அடுக்கி மேசை மீது வைத்து சூட்கேசைத் திறந்து திருப்பிக் காட்டுவது சினிமாவில் மட்டும்தான். இன்றைய அளவில் கைமாறும் தொகைகளை கட்டுகளாகக் கொடுப்பதென்றால் கண்டெயினர் லாரிகளில் போட்டுதான் கொடுக்க வேண்டும். அதையும் அவ்வப்போது செய்கிறார்கள் என்றாலும் நடைமுறைக்கு ஒத்துவராத விஷயம் அது. இருநூறு, முன்னூறு கோடிகள் என்று லஞ்சம் தரப்படும்போது அதை நுட்பமான வேறு வழிகளில்தான் செய்யவேண்டும். இப்போது அதை சிரமமின்றி சட்டத்துக்கு உட்பட்டே செய்து கொடுக்க பெரிய நெட்வொர்க் இருக்கிறது. உலகின் மிகப்பெரிய சட்டபூர்வமான வங்கிகளின் ஆதரவு இவர்களுக்கு இருந்தது. இன்றைய சூழலில் ஒருசில தனியார் வங்கிகளில் நுழைந்து 'என்னிடம் இருநூறு கோடி ரூபாய் இருக்கிறது அதை எப்படி அதிக வரி செலுத்தாமல் முதலீடு செய்வது' என்று கேட்டால் உள்ளே அழைத்துச் சென்று அவர்களே படம் வரைந்து காட்டுவார்கள். ஏதோ ஒரு வகையில் பணம் தங்களின் கல்லாவை அடைந்தால் சரி என்று அத்தனை வங்கிகளும் நினைக்கிறார்கள். சட்ட விரோதமாக பணத்தைப் பதுக்குவது குறித்து பல அரசியல்வாதிகளுக்கு இந்த வங்கிகள்தான் கற்றுக் கொடுக்கிறார்கள். அதற்கான ஏஜண்டுகளை இவர்களே அறிமுகம் செய்தும் வைப்பார்கள்.

இந்த ஏஜண்டுகள் முதலில் ஊழல் பணத்தை ஒரு நிழல் நிறுவனத்தின் பங்குகளாக மாற்றுவார்கள். அதற்காக உங்கள் பெயரிலோ உங்கள் பினாமி பெயரிலோ ஒரு நிறுவனம்

தொடங்கப்படும். அது பிரிட்டிஷ் விர்ஜின் தீவுகளிலோ, மொரீஷியஸ் தீவிலோ, பனாமா தீவுகளிலோ பதிவு செய்யப்பட்டிருக்கும். இது அந்தத் தீவுகளில் சட்டப்படி அனுமதிக்கப்பட்டிருக்கிறது. நம் அரசாங்கம் நினைத்தால் கூட அவை தொடர்பான ஆவணங்களை எளிதில் அடைய முடியாது. அந்தத் தீவுகளில் இது ஒரு குடிசைத்தொழில். அந்த நிறுவனத்தின் வங்கிக் கணக்கில் இந்தப் பணம் அவற்றின் பங்குகளை வாங்கிக் கொண்டதாக சொல்லி தகுந்த ஆவணங்களுடன் டெபாசிட் செய்யப்படும். அடுத்த நாளே இந்த நிறுவனம் வேறொரு குட்டி நாட்டில் உள்ள இன்னொரு உப்புமா கம்பெனிக்கு இந்தப் பணத்தைக் கடனாகக் கொடுக்கும். கொடுத்த கையோடு முதல் நிறுவனம் மூடப்படும். கடனாக வாங்கிய நிறுவனம் அடுத்த நாளே இன்னொரு நிறுவனத்தின் பங்குகளை வாங்கும். பத்தே நாட்களில் இந்தப் பணம் இருபது நிறுவனங்கள் மாறிவிடும். குறிப்பிட்ட இடைவெளியில் பணம் பறந்து கொண்டே இருக்கும். விசாரணை என்று வந்தால் இந்த நூலைப் பிடித்துப் போக மூன்று நான்கு நாடுகளின் ஒத்துழைப்பு தேவைப்படும். இப்படிப் பணத்தை இடம் மாற்றிக் கொண்டே இருக்கும் வேலையைத்தான் கமிஷன் வாங்கிக் கொண்டு இந்த ஏஜண்டுகள் செய்தார்கள். எப்போதாவது பணம் தேவையென்று சொல்லி அனுப்பினால் எவ்வளவு வேண்டுமானாலும் ரொக்கமாகவே கொண்டுவந்து தருவார்கள். மற்றபடி விஷயத்தைப் பரம ரகசியமாக வைத்துக் கொள்வதில் பெயர் பெற்றவர்கள் இவர்கள். நம்பகத்தன்மைதான் இந்த ஏஜண்டுகளின் மூலதனம்.

ராபர்ட் அப்படி ஒருவன். ஹாலந்து நாட்டைச் சேர்ந்தவன். வெளிப்பார்வைக்கு நகருக்கு வெளியே ஒரு அனாதை இல்லம் நடத்தி வந்தான். பத்து ஆண்டுகளுக்கு முன் சுவாமி சத்யானந்தாவால் வினோதனுக்கு அறிமுகம் செய்யப்பட்டவன். பல அரசியல்வாதிகளின் இருட்டு சொத்துக்களை அவன் நிர்வகித்து வந்தான். ஆனால் ஒருவரின் கணக்கு இன்னொருவருக்குத் தெரியாது. ராபர்ட் அந்த வகையில் சிறந்த ஒரு ப்ரொபஷனல். கட்சிப் பாகுபாடின்றி அவனிடம் கஸ்டமர்கள் வந்தார்கள்.

பருமனான ராபர்ட் மூச்சு வாங்க உள்ளே வந்தான். கன்னங்கள் ஒவ்வொன்றிலும் கால் கிலோ சதை தொங்கியது. வெளியெ மழை பெய்து கொண்டிருக்க வேண்டும். அவன் சட்டையில் தீற்றல் தீற்றலாக மழைத்துளிகள். ராபர்ட் இங்கே பாதி நாள், சிங்கப்பூரில் பாதி நாள் என்று வாழ்ந்ததில் உடைத்து உடைத்து தமிழ் பேசவும் தெரிந்து வைத்திருந்தான்.

"ஹல்லோ ராம்சேமி... ஹவ் ஆர் யூ" என்றான். ராமசாமியும் தன் பங்குக்கு உடைந்த ஆங்கிலத்தில் சரளமாக உரையாடுவார். ராபர்ட்டுக்கு ஆங்கிலம் தாய்மொழி அல்ல என்பது கூட அவருக்குத் தெரியாது. வெள்ளையாக இருந்தால் ஆங்கிலேயன் என்று அவருக்குப் பதிவாகியிருந்தது. வெளியே மழை பூனைகளாகவும் நாய்களாகவும் பெய்து கொண்டிருக்கிறது என்று ஆங்கிலத்தில் கூறியபடி அமர்ந்தான் ராபர்ட்.

"மீ வாட்.. குட் கோயிங்" என்றார் ராமசாமி. அது 'எனக்கென்ன நல்லாதான் போயிட்டிருக்கு' என்பதன் ஆங்கிலமாக்கம். "சரி.. நான் கேட்டதைக் கொண்டு வந்தியா" என்றார் குரலைத் தாழ்த்தி.

"கொண்டு வந்திருக்கேன்.. பட் லிசன்.. இதுல மொத்த அசெட்ஸ் ஸ்டேட்மெண்ட் மட்டும் இருக்கு. பிரைமரி பார்ட்டி உங்களை ஹேண்ட்லரா அப்ரூவ் பண்ணி இருக்கார். அதனால இந்த டீடெயில் தரேன். ஆனா இது பாக்க மட்டும்தான். எடுத்துட்டுப் போக முடியாது."

ராமசாமி அந்தக் காகிதங்களை வாங்கிப் பார்த்தார். கடந்த பத்து வருடங்களில் வினோதனுக்காக ராபர்ட் உருவாக்கிய அயல்நாட்டு நிறுவனங்களும் அவற்றின் மதிப்புகளும் அந்தக் காகிதங்களில் வரி வரியாக ஓடியிருந்தன. வினோதன் நேரடியாக இறங்கமுடியாது என்பதால் ராமசாமியைத் தனது ஹேண்ட்லராக நியமித்திருந்தார். இப்படி ஒவ்வொரு அரசியல்வாதிக்கும் ஒருவர் இருப்பார். அல்லது பலர் இருக்கலாம். டீலிங் முடிப்பதெல்லாம் அவர்கள் மட்டுமே.

"யூ ஹேவ் ஃபைவ் மினிட்ஸ்" என்று கடிகாரத்தைப் பார்த்தான் ராபர்ட். ராமசாமி வேக வேகமாகப் படிக்கத் தொடங்கினார். பட்டியல் பக்கம் பக்கமாக நீண்டது. கிட்டத்தட்ட 20700 கோடி வெவ்வேறு வடிவங்களில் இருந்தது. அவரது இதயத்துடிப்பு எகிறத் தொடங்கியது. நிறைய இருக்கும் என்று எதிர்பார்த்திருந்தார். இவ்வளவு இருக்குமென்று எதிர்பார்க்கவில்லை.

ராபர்ட் கையை நீட்டினான். அந்தக் காகிதத்தை அவர் திருப்பிக் கொடுத்ததும் வேகமாக மடக்கித் தன்னுடைய சட்டைக்குள் வைத்துக் கொண்டான்.

"ராபர்ட்.. யூ நோ சிச்சுவேஷன். மெயின் பார்ட்டி ஈஸ் இன் ஹாஸ்பிட்டல். இப் ஐ வாண்ட் மணி மீன்ஸ் ஹவ் வில் ஐ கெட்? பிசினஸ் நீட் ரன்னிங்."

“ராம்... ஒன் இயர்ல பத்து கோடி வரைக்கும் மெயின் பார்ட்டி கன்செண்ட் இல்லாம வித்ட்ரா பண்ண உங்களுக்குப் பவர் இருக்கு. ஆனா அதைத் தாண்டி பணத்தை எடுக்கவோ, வேற பேருக்கு மாத்தவோ முடியாது. அதுக்கு பிரைமரி அக்கவுண்ட் ஹோல்டர் சைன் போடணும்.”

“திடீர்னு அவர் செத்துப் போயிட்டாருன்னா?”

“எங்க டேட்டாபேஸ்ல அவரோட வாரிசுன்னு யார் பேரைப் போட்டிருக்காரோ அவங்களுக்கு இது மாறிடும். அதுக்கு முன்னாடி மாத்தனும்னா அவர்கிட்டே மட்டும் ஒரு சீக்ரெட் பாஸ்கோடு இருக்கும். அதை வெச்சு அவங்களே வேற ஓனர் மாத்தலாம்...”

“வாரிசு இல்லைன்னா?”

“அப்படி இல்லாம ஏஜென்சி அக்கவுண்ட் ஆரம்பிக்கவே முடியாது. கண்டிப்பா இருக்கும்”

“அந்த வாரிசு யார்னு தெரியுமா?”

“ரூல்ஸ் படி அதை வெளியே சொல்ல மாட்டாங்க”

“என்னய்யா அநியாயமா இருக்கு”

“நியாய அநியாயம் பத்தியெல்லாம் பேசற பிசினஸ்ல நீங்களும் இல்லை நானும் இல்லை ராம்சேமி...” என்று எழுந்து கொண்டான்.

“சரி அந்த கோடு... அது எப்படி இருக்கும்?”

“ஐ ஆம் சாரி ராம்சேமி.. அதையெல்லாம் நான் டிஸ்கஸ் பண்ணக் கூடாது. பை தவே நீங்க கேட்ட ஃபைவ் க்ரோர்ஸ் கேஷ் உங்க கார்ல ஏற்கனவே லோட் பண்ணியாச்சு. கவனமா எடுத்துட்டுப் போங்க” என்று சொல்லிவிட்டு வெளியேறினான் ராபர்ட். இருபதாயிரம் கோடியின் சைபர்கள் ராமசாமியின் கண் முன்பாக ஒரு ரயிலைப் போல ஓடின. வெளியில் பட்டப்பகலிலேயே இருண்டிருந்தது. இடிச்சத்தம் கேட்டது. மழை பொத்து விட்டாற்போல் ஊற்றிக் கொண்டிருந்தது.

★★★

சட்ட அமைச்சர் குமரேசனின் வீட்டில் கூடியிருந்தார்கள் மமுகவின் முக்கிய மந்திரிகள். இந்தக் கூட்டத்தை குமரேசன்தான் கூட்டியிருந்தார். ஆனால் கூட்டச் சொன்னவர் கல்வி அமைச்சர் துரைசாமி. கையில் மாவுக்கட்டுடன் ஒரு மணி நேரம் முன்பிருந்தே வந்து அமர்ந்திருந்தார். அவருக்கு உட்காரும் இடத்தில் வருணால்

நெருப்பு வைக்கப்பட்டிருந்தது குமரேசனுக்குத் தெரியும். அபு தாஹிர் உட்பட மூத்த அமைச்சர்கள் வந்திருந்தார்கள். துரைசாமிதான் பேச்சை ஆரம்பித்தார்.

"இப்ப என்ன பண்றதா இருக்கோம். தலைவர் எப்போ கண்ணு முழிப்பார்னு தெரியலை. எல்லாமே மர்மமா இருக்கு. ஆனா அவர் இப்படி ஆகறதுக்கு முன்னால எங்ககிட்டே அவர் மகன் வருணை ஊருக்கு வந்ததும் முதல் வேலையா பதவியில் இருந்து இறக்கணும்னு சொல்லிட்டு இருந்தார். நீங்க நான் சொல்றது சந்தேகம்னா பாய்கிட்டயும் குமரேசன்கிட்டயும் கேட்டுப் பாத்துக்கலாம்."

இருவரும் அரைகுறையாக தலையசைத்து ஆமோதித்தார்கள். அப்படிப் செய்யாவிட்டால் ரத்தக் கொதிப்பு வந்து துரைசாமி அங்கேயே மயங்கிவிடுவார் போலிருந்தது.

"இப்போ தலைவருக்கு இப்படி ஆகிட்டாலும் அவர் சொன்ன மாதிரி செய்யறதுதானே சரி. நமக்குள்ள ஒரு வாக்கெடுப்பு நடத்துவோம், யாருக்கு செல்வாக்கு இருக்கோ அவங்க முதல்வரா இருக்கட்டும். என்ன நாஞ் சொல்றது"

கூட்டத்தில் சலசலப்பு ஏற்பட்டது. அபு தாஹிர்தான் முதலில் உரத்துப் பேசினார்.

"துரைசாமி.. தலைவர் அப்போ நம்மகிட்டே கோபமா பேசுனது உண்மைதான். ஆனா அது நமக்கு மட்டும்தான் தெரியும். மக்களுக்கோ மீடியாவுக்கோ தெரியாது. ஏற்கெனவே தலைவருக்கு இப்படி ஒண்ணு நடந்து போச்சுன்னு மக்கள் துக்கத்துல இருக்காங்க. இந்த நேரத்துல அவரோட மகனைப் பதவியில் இருந்து நாம இறக்கினா கொதிச்சுப் போயிடுவாங்க. நம்மை எல்லாம் தெருவில் போகும்போது கல்லால அடிச்சாலும் ஆச்சரியப் படறதுக்கில்லை"

"என்னங்க பாய்.. அப்போ தலைவரோட விருப்பத்துக்கு எதிரா நடக்கச் சொல்றீங்களா" என்று எழுந்து கூச்சலிட்டார் துரைசாமி.

"யோவ் துரைசாமி.. சும்மா நடிக்காத.. உன் பையன் ஜெகநாதன் மேல எப்ஐஆர் போடச் சொல்லி சின்னவர் சொல்லிட்டாரு. அதான உன்னோட பிரச்னை?" பின்னாலிருந்து குரல் வந்தது. அது பாலாஜி. இருவருக்கும் ஏற்கெனவே புகைச்சல். துரைசாமி பாலாஜியை நோக்கி தனது துண்டை எடுத்து வீச பதிலுக்கு பாலாஜி ப்ளாஸ்டிக் சேரைத் தூக்கி வீச சற்று நேரம் கூச்சல் நிலவியது.

மூத்த அமைச்சர்கள் இருவரையும் அதட்டி அமைதிப்படுத்தி அமரவைத்தார்கள்.

“பாய் சொல்றதுதான் சரி. இந்த நேரத்துல நாம ஏதாவது செஞ்சு குழப்பம் வந்தா ஆட்சியைக் கலைக்க கவர்னர் ரெடியா இருக்கார். உள்ளதும் போச்சுடான்னு ஆயிரும். இப்பவே கான்டிராக்டர்லாம் பாண்டு பத்திரத்துல கையெழுத்து வாங்கிட்டுதான் பணம் குடுப்பானுங்க போல..” என்றார் இன்னொரு மூத்த மந்திரி. பலரும் அதை ஆமோதித்தார்கள்.

துரைசாமி எவ்வளவோ போராடிப் பார்த்தார். பிறகு தன்னுடைய பேச்சு எடுபடாது என்று புரிந்துகொண்டார்.

“பாத்துட்டே இருங்கய்யா... உங்க சின்னவருக்கு எதைப் பத்தியும் அக்கறை இல்லை. உங்களுக்கெல்லாம் இதே மாதிரி ஒரு நாள் ஆப்பு வரும்யா.. அப்ப நானும் கைகொட்டி சிரிக்கிறேன்” என்று கோபத்துடன் கூறிவிட்டுத் துண்டை உதறிக்கொண்டு கிளம்பினார்.

“என்னண்ணே.. பொசுக்குன்னு சாபம் எல்லாம் விடறீங்க... நாங்க என்ன உங்க எதிரிகளா... எலிக்கு பயந்து வீட்டைக் கொளுத்த வேணாம்னு சொல்றோம். நானே நல்ல வக்கீலா வெச்சுத் தரேன்.. ஜெகநாதனுக்கு முன் ஜாமீன் எடுத்துடுவோம்” என்று அவர் தோளில் கைவைத்து அழைத்துச் சென்றார் குமரேசன். வெளியே இப்போது முழுக்க இருண்டிருந்தது. நிற்காமல் இன்னும் மழை கொட்டிக் கொண்டிருந்தது.

★★★

அவன் பெயர் தாமஸ் வாங். பிறப்பால் சீனன் என்றாலும் சிங்கப்பூர் குடிமகனாகி பத்து வருடங்களாகின்றன. சரளமாக ஆங்கிலமும் பேசுவான். தமிழையும் புரிந்து கொள்ள முடியும். பத்து வயதில் ஒரு கம்ப்யூட்டர் ஹார்ட்வேர் கடையில் வேலை பார்க்கத் தொடங்கிய அவன் இயற்கையாகவே அது குறித்த அதீத புரிதல் உடையவனாக இருந்தான். பதினைந்தாவது வயதில் திடீரென்று அவன் முதலாளியை விட நிறைய சம்பாதிக்கத் தொடங்கினான். வேலையை விட்டு வீட்டுக்குள்ளேயே முடங்கிக் கிடந்தான். கிரெடிட் கார்டு மோசடி குற்றத்துக்காக பதினேழாவது வயதில் முதல் முறையாகக் கைதாகி இரண்டு ஆண்டுகள் சிறையில் இருந்தான். வெளியில் கற்றுக் கொண்டதை விட ஏராளமாக சிறையில் கற்றுக்கொண்டான். அதன் பிறகு அவ்வப்போது சிறை செல்வது அவனுக்கு வாடிக்கையான ஒன்று. கடந்த சில வருடங்களில் சிறைக்குத் திரும்ப வராமல்

எப்படித் திருடுவது என்பதையும் கற்றுக் கொண்டிருந்தான். இப்போதெல்லாம் போலீசே அவனிடம் உதவிக்கு வருகிறது. சில சைபர் குற்றங்களில் குற்றவாளியின் முகவரி வரை அவர்களுக்குத் தேடிக் கொடுத்திருக்கிறான். இதற்காக வாங் மனம் திருந்திவிட்டான் என்று பொருள் இல்லை. யாரிடம் திருடினால் அவர்களால் போலீசுக்குப் போக முடியாதோ அங்கே திருடிப் பழகியிருந்தான். வாரத்தில் ஒரு நாள் சில மணிநேரங்கள் வேலை செய்தால் போதும். ஒரு மாதத்துக்குத் தேவையான தொகையை சம்பாதித்து விடுவான். அதே நேரம் அளவுக்கு மீறி ஆசைப்பட மாட்டான். அந்தத் தொகை சேர்ந்ததும் தொழிலை ஏறக்கட்டிவிடுவான். அந்த லேப்டாப்புகள், ஐபி முகவரிகள் முழுதாக அணைத்து வைக்கப்படும். இதன் காரணமாக அவனைப் பிடிப்பது காவல்துறைக்குக் கடினமாக இருந்தது.

இன்று அந்தப் பூங்காவின் மத்தியில் அவனுடைய லேப்டாப்புடன் அமர்ந்திருந்தான். இது அவன் சொந்த வேலை அல்ல. அவன் உயிர் நண்பன் வருணுக்காக. வருணை முதன் முதலாக ஒரு கேமிங் தொடர்பான விவாதத்தில்தான் இணையத்தில் சந்தித்தான் வாங். அவர்கள் இருவருக்குமிடையே இயல்பான ஒரு புரிதல் இருந்தது. வருணின் ப்ரோக்ராமிங் திறமை மீது வாங் பெரிய மதிப்பு வைத்திருந்தான். வருண் போகிற போக்கில் எழுதிய சில 3டி ரெண்டரிங் அல்காரிதம்கள் ஓபன் சோர்ஸாக பல முன்னணி நிறுவனங்களால் உபயோகிக்கப்படுவதை அவன் அறிவான். அவர்கள் இருவரும் இணைந்து கம்ப்யூட்டர் கேம்களை உருவாக்கி வந்தார்கள். மணிக்கணக்கில் கணினி பற்றியும் ஜெனடிக் அல்காரிதம் பற்றியும் பேசிக் கொண்டிருப்பார்கள்.

வாங்கின் தாய் அவனது சிறு வயதிலேயே இறந்து விட்டாள். தந்தையும் இவன் திசையை மறந்து விட்டார். பாட்டியின் அரவணைப்பில்தான் வளர்ந்தான். தன்னந்தனியாகப் போராடி இவனை வளர்த்தது அந்த சீனக்கிழவிதான். அந்தக் கிழவி சாகக் கிடந்தபோது இவன் சிறை செல்ல நேரிட்டது. கதறி அழுதான். எப்படியோ விஷயம் தெரிந்து அடுத்த விமானத்தில் வந்து இறங்கி அவன் பாட்டியின் அருகில் இருந்தான் வருண். பாட்டி இறந்துவிட அவரது ஈமச் சடங்குகளை அவனே முன்னின்று நடத்தினான். அதன் பிறகு வருண் என்ன சொன்னாலும் கேட்கும் நண்பனாக மாறியிருந்தான் வாங். வருண் ஒரு சுதந்திரமான ஆத்மா. அவனுக்குக் கட்டுப்பாடுகள் இல்லை. எவ்வளவு திறமையான ப்ரோகிராமர். அவன் தந்தை அவனை ஒரு சாதாரண

முதல் மந்திரியாக்கிவிட்டார் என்ற தகவல் வந்தபோது மிகவும் வருந்தினான் வாங். ஒரு மாஸ்டர் ப்ரோக்ராமருக்கு அதைவிட வாழ்க்கையில் பெரிய தண்டனை என்ன இருந்துவிடப் போகிறது? 'ட்யூட் ரெஸ்ட் இன் பீஸ்' என்று செய்தி அனுப்பினான்.

இன்று காலையில் வருணிடம் இருந்து அழைப்பு வந்தது. அவன் தந்தையின் விபத்து குறித்து செய்தி மூலம் அறிந்திருந்ததால் வருத்தம் தெரிவித்தான் வாங்.

"ஓகே.. வாங்.. எனக்கு உன் உதவி தேவை."

"உனக்கில்லாததா... ஜஸ்ட் ஷூட் ட்யூட்"

வருண் தன்னுடைய தந்தையின் ரகசிய கணக்குகள் குறித்து விளக்கினான். அவரது கொலைக்கான மர்மம் அங்கே இருப்பதையும் கூறினான். அவருடைய அறையில் டைரிகளில் தேடியபோது குறிப்பிட்ட வங்கியின் அக்கவுண்ட் எண் மட்டும் கிடைத்ததாகவும் அது ஹாங்காங்கைச் சேர்ந்த வங்கியின் சிங்கப்பூர் கிளை என்பது வரை கண்டுபிடித்ததாகவும் சொன்னான். அந்த வங்கிக் கணக்கு யார் பெயரில் இருக்கிறது, அதில் நடந்த பரிமாற்றங்கள் அனைத்தும் வேண்டுமென்றான் வருண்.

"பீஸ் ஆப் கேக்" என்று சொல்லிவிட்டு அந்தப் பூங்காவிற்கு வந்திருந்தான் வாங். பூங்காவைச் சுற்றிலும் விண்ணை முட்டும் கட்டிடங்கள். அதில் ஒன்று அந்த வங்கிக்கு சொந்தமானது. வாங் தன்னுடைய லேப்டாப்பில் அவனே எழுதிய ஒரு ப்ரோகிராமை ஓட விட்டிருந்தான். அது வங்கியின் வைஃபை இணைப்புகளைப் பயன்படுத்தும் மொபைல் கருவிகளை ஒவ்வொன்றாக ஆராய்ந்து அவற்றில் பலவீனமான ஒன்றைக் கண்டுபிடிக்க முயன்று கொண்டிருந்தது. அவனால் எந்த வைஃபை இணைப்பையும் உடைத்து உள்ளே செல்ல முடியும்தான். அதற்கு ப்ரூட் ஃபோர்ஸ் என்று பெயர். ஆனால் அதற்கு நேரம் பிடிக்கும். எப்போதுமே கோட்டையின் பலவீனமான இடத்தில் புகுந்து பிறகு உள்ளிருந்து கதவுகளைத் திறந்துவிடுவதுதான் புத்திசாலித்தனம்.

இன்னொரு பக்கம் அந்த வங்கியின் இணையதளத்தை உடைக்க முயன்று கொண்டிருந்தான். இந்த வேலைகளுக்கு அருகே இருந்த ஒரு உணவகத்தின் வைஃபை இணைப்பைப் பயன்படுத்தியிருந்தான். ட்ரேஸ் செய்து கண்டுபிடித்தால் அந்தக் கடை முதலாளியைப் பிடித்து உலுக்குவார்கள். அவருடைய மகளின் பெயரைத்தான் பாஸ்வேர்டாக வைத்திருந்தார் அவர். அவள் அவருடைய ஃபேஸ்புக் பக்கத்தில் நண்பியாக இருந்தாள்.

பக்கத்து இருக்கையில் அமர்ந்திருந்த சர்தார்ஜியின் மொபைல் டெதரிங் இணைப்பு கூட உடைப்பதற்கு சுலபமாக இருந்தது. இப்போது வாங் நினைத்தால் அதன் வழியாக நுழைந்து இந்த வேலைகளைச் செய்து அவரைப் பத்து ஆண்டுகள் வரை உள்ளே அனுப்ப முடியும். அவரைப் பார்த்தால் பாவம் குடும்பஸ்தர் போலிருந்தார். கடைக்காரராவது யாரோ கடைக்கு வந்தவர்களின் வேலை என்று சொல்லி தப்பித்துக் கொள்வார்.

வங்கிகளின் பாதுகாப்புகள் எப்போதும் கூடுதல் சவாலானவை. ஆனால் உடைக்க முடியாதவை அல்ல. அவனுடைய லேப்டாப்பின் வைஃபை ஸ்கேனில் வங்கியின் மூன்றாவது மாடியில் இருந்த நெட்வொர்க் எஞ்சினியர் ஒருவனின் மொபைல் சிக்கியது. அது ஏற்கனவே ரூட் செய்யப்பட்டு இருந்ததோடு அல்லாமல் வங்கியின் நெட்வொர்க்கோடு நேரடி தொடர்பிலும் இருந்தது. அவன் நெட்வொர்க் எஞ்சினியர் என்பதால் நிறைய கதவுகள் எளிதாகத் திறந்தன. அடுத்த அரைமணி நேரம் வாங்கின் கைகள் கீபோர்டில் விளையாடின. பழைய வங்கிகளில் பாதுகாப்பு அடுக்குகள் மட்டுமே பலமாக நவீனமாக இருக்கும். உள்ளே இருக்கும் அக்கவுண்டிங் சிஸ்டங்களோ பத்து வருடங்கள் முன்பு வழக்கொழிந்த அரதப்பழையவையாக இருக்கும். இங்கேயும் அப்படித்தான் இருந்தது. வருண் தந்த கணக்கின் விவரங்களைத் திறந்து பார்த்தான். பெரிய பெரிய தொகைகள். அத்தனையும் வேறு வேறு நாடுகளின் நிறுவனங்களில் இருந்து போடப்பட்டிருந்தன. அதன் பிறகு செஷல்ஸ் தீவில் இருந்த ஒரு வங்கியின் கணக்குக்கு மாற்றப்பட்டிருந்தன. அது யார் பெயரில் இருக்கிறதென்று பார்த்தான். ராபர்ட் என்பவனின் பெயரில் இருந்தது. ஒரு சிங்கப்பூர் முகவரியும் தொலைபேசி எண்ணும் கிடைத்தன. போனை எடுத்து வருணை அழைத்தான். வருண் எடுத்தபோது லைன் சரியாக இல்லை. குழறியது. பிறகு அழைத்து விவரம் சொல்வதாக சொன்னான் வாங். பின்னணியில் மழை வலுத்துப் பொழியும் ஓசை கேட்டது.

★★★

மகேந்திரன் ஜன்னல் வழியாகப் பெய்து கொண்டிருந்த மழையைப் பார்த்தவாறு நின்றிருந்தார். எங்கோ அருகில் தகரக் கூரையின் மீது விழுந்த மழை பேரிரைச்சலாக ஒலித்தது. இப்படி ஒரு பேய் மழையை அவர் வாழ்நாளில் பார்த்ததில்லை. மழை கடந்த 24 மணி நேரமாகத் தொடர்ந்து பெய்து கொண்டிருந்தாலும் ஒரு ஆண்டு முழுவதும் பெய்ய வேண்டிய மழை அளவு கடந்த

நான்கு மணி நேரத்தில் பெய்திருப்பதாக அளவீடுகள் சொல்லின. தாழ்வான இடங்களில் ஏற்கனவே மழை நீர் நுழைந்திருந்தது.

மழையின் இரைச்சலில் உள்ளே அவரது மொபைல் அடித்ததை அவர் கேட்கவில்லை. நேரம் பார்ப்பதற்காக எடுத்தபோது பதினைந்து மிஸ்டு கால்கள் இருந்தன. அழைத்திருந்தவர் சந்திரன். அவருடைய பழைய நண்பர்களில் ஒருவர். அவருடைய டாக்டரேட்டுக்கு மகேந்திரன் உதவியிருக்கிறார். இப்போது பொதுப்பணித்துறை தலைமைப் பொறியாளர்.

அவசரமாக அவரை அழைத்தார் மகேந்திரன்.

“மகேந்திரன் சார்.. வணக்கம்... நான் சந்திரன் பேசறேன்..” என்று பதட்டமாக ஆரம்பித்து சுருக்கமாக பிரச்னையை சொன்னார். “விஷயம் லைப் அண்ட் டெத் மாதிரி சார்.. இப்ப இருக்கிற நிலைமைல யார் கிட்டே போறதுன்னே தெரியலை. வழக்கமான ரெட் டேப்புக்கு நேரமில்லை. எல்லோரும் முடிவெடுக்க பயப்படறாங்க. நீங்க சொன்னாதான் சிஎம் கேப்பார்னு சொல்றாங்க... ஒரே ஒரு ஆர்டர்தான் எனக்கு வேணும்.. இல்லாட்டி வேலை போனாலும் பரவாயில்லைன்னு நானே முடிவுகளை எடுக்க வேண்டியதுதான்”

தலைநகரத்துக்குக் குடிநீர் தரும் முக்கியமான 3800 ஏக்கர் பிரம்மாண்ட ஏரி அதி வேகமாக நிரம்பிக் கொண்டிருந்தது. அதிகாரிகள் நீர்மட்டத்தைக் கவனித்துக் கொண்டிருந்தார்கள். ஆனால் அணை நிரம்பும் வேகம் வழக்கத்தை விட இரண்டு மடங்காக இருந்ததை அவர்கள் கணக்கெடுப்பு கவனிக்கவில்லை. அது தவிர கன மழையால் ஏற்கனவே ஆற்றிலும் வெள்ளம் ஓடிக் கொண்டிருந்தது.

பத்து நாட்களாகவே அணையைத் திறப்பது தொடர்பாக ஒரு முடிவெடுக்க முட்டி மோதி முயன்று கொண்டிருந்தார் சந்திரன். ஆனால் வினோதன் மீதான தாக்குதலைத் தொடர்ந்து மொத்த அமைச்சரவையும் மருத்துவமனை வாசலிலேயே கிடந்தார்கள். வினோதனைத் தவிர யாருக்கும் முடிவெடுத்தே பழக்கம் இல்லாத சூழலில் நாளை நாளை என்று ஒத்தி வைத்து, இப்போது பிரச்சினை தீவிரமாகிவிட்டதை உணர்ந்திருக்கிறார் சந்திரன். ஒரு வேளை ஏரி உடைந்து விட்டால் நகரத்தில் இருபது சதவீத மக்களை அடித்துச் சென்றுவிடும் என்ற ஒரு இக்கட்டான நிலைமையில் வந்து நின்றிருக்கிறது. அவரது முப்பது வருட அனுபவத்தில் இப்படி ஒரு வேகத்தில் அணை நிரம்பி அவர் பார்த்ததில்லை. வருணிடம்

விஷயத்தைக் கொண்டு சேர்க்க மகேந்திரன்தான் சரியான ஆள் என்று தெரிந்து அவரை அரை மணி நேரமாக அழைக்க முயன்று கொண்டிருந்தார்.

"சந்திரன்.. என்ன இப்படி கடைசி நிமிஷத்துல வந்திருக்கீங்க.." என்று கோபமாக ஆரம்பித்த மகேந்திரன் அப்படியே நிறுத்தி "சரி.. என்னோட கால்க்கு வெயிட் பண்ணுங்க" என்று போனை கட் செய்துவிட்டு உடனடியாக வருணை அழைத்தார். வருண் மறுமுனையில் போனை எடுத்ததும் "வருண் மே டே" என்றார்.

கஉ

தாயம் விளையாட்டு ஆடம்பரம் இல்லாதது. ஒரு கரித்துண்டும் கல் தரையும் கொஞ்சம் நிழலும் இருந்தால் கூட போதும். புளியங்கொட்டைகளை காரையில் தேய்த்து பகடைகள் செய்துவிடலாம். காய்கள் அல்லது நாய்களாக காட்டில் கிடக்கும் கற்களும் விதைகளும் பயன்படும். இது போர் விளையாட்டு என்றாலும் மாடு மேய்ப்பவர்களும் மரத்தடிப் பெரியவர்களும் வீட்டுப் பெண்மணிகளும்தான் இதை நிறைய விளையாடுவார்கள். போரில்லாத மனிதன் யார்?

"எனக்கு ஒரு சிட்டி மேப் வேணும்.. ஐ நீட் அ மேப்" என்றான் வருண். யாரோ ஓடினார்கள்.

"டோண்ட் வீ ஹேவ் எ ப்ரொஜெக்டர்... என்னங்க அது கூட இங்கே இல்லையா.. " இன்னும் யாரோ ஓடினார்கள். லெட்ஜரில் கையெழுத்துப் போட்டு எடுத்து வரவேண்டும்.

அவர்கள் அந்த மாலை வேளையில் முதல்வர் அறையில் அவசர அழைப்பில் கூடியிருந்தார்கள். அபு தாகிர், மகேந்திரன், அனந்தராமன், நம்பியார், பொதுப்பணித்துறையின் மூத்த பொறியாளர் சந்திரன் மற்றும் சில செயலாளர்களும்.

"சந்திரன் சார்.. சொல்லுங்க.. ஹவ் சீரியஸ் ஈஸ் திஸ்..."

"சார்.. நான் சொல்றது அரைமணி நேரம் முந்திய நிலவரம். சிட்டில இருக்கிற எல்லா ஏரிகளும் ஏற்கெனவே நிரம்பிடுச்சு. அதனால அந்த ஏரிகளுக்கு தண்ணீரைத் திறந்து விட முடியாது. பெரிய ஏரித் தண்ணிய நேரா ஆத்துலதான் திறக்கணும்."

"திறக்க வேண்டியதுதானே..."

அதற்குள் ஒருவர் மேப்பைக் கொண்டுவந்து விரித்தார்.

"சார்.. சிட்டில இருந்து நாப்பது கிலோமீட்டர் தூரத்துல ஏரி இருக்கு. அதுக்கு அப்புறம் இருபது கிலோ மீட்டர் பெரிய பிரச்னை இல்லை. அதிக ஜனத்தொகை இல்லை. வழியில் சில கிராமங்கள், விவசாய நிலங்கள்தான் இருக்கு. ஆனா ஆறு கடல்ல கலக்கறதுக்கு முன்னால இருபது கிலோமீட்டர் சிட்டிக்கு நடுவுல போகுது. நாம இப்போ திடீர்னு ஷட்டரைத் திறந்தா இந்த இருபது கிலோ மீட்டர்ல பல இடங்கள் தண்ணிக்குள்ள போயிடும்."

"கொஞ்சம் கொஞ்சமா திறந்து விடலாமே"

"இப்ப அதுக்கு நேரமில்லை வருண். தண்ணி வேகமா நிரம்பிக்கிட்டு இருக்கு. கடந்த பத்து நாளாவே நாம படிப்படியா டிஸ்சார்ஜ் பண்ணி இருக்கணும். இப்போ தண்ணி வர வேகத்துக்கு அணைய முழுசா திறந்தாத்தான் அணையக் காப்பாத்த முடியும். இல்லைன்னா ஏரி உடைஞ்சுரும்.. அப்படி நடந்தா தண்ணி ஆறு வழியா வராது. கிடைச்ச இடத்துல பாயும். நினைச்சே பாக்க முடியாத அளவுக்கு சேதம் இருக்கும்." என்றார் அபு தாஹிர்.

"அப்ப ஏன் பத்து நாள் முன்னாடி செய்யலை..?"

அறையில் ஒரு நிசப்தம் நிலவியது. ஒருவர் முகத்தை ஒருவர் பார்த்துக் கொண்டார்கள்.

"எப்பவும் தலைவர் உத்தரவில்லாம அணையைத் திறக்க மாட்டாங்க..." என்று நெளிந்தார் அபு தாஹிர்.

"ஷட்டரை முழுசாத் திறக்கறதுதான் நமக்கு இப்போ இருக்கும் ஒரே ஆப்ஷன்னு சொல்றீங்க.. நல்லா யோசிச்சு சொல்லுங்க. நமக்கு வேற ஆப்ஷனே இல்லை.. ஈஸ் தட் கரெக்ட்..." அனைவரையும் பார்த்துக் கேட்டான் வருண். ஒவ்வொருவராக ஆமோதித்துத் தலையசைத்தனர்.

"ஆமாம்.. ஆனா" என்று இழுத்தார் அனந்தராமன்.

"சொல்லுங்க."

"ஆத்தங்கரையோரம் இருக்கும் வீடுகளுக்குக் கடுமையான சேதம் ஏற்படும். உயிர்கள் கூட போகலாம். எல்லோரையும் வெளியேத்தற அளவுக்கு நமக்கு நேரம் இருக்குமான்னு தெரியலை."

"பட் நமக்கு வேற வழியில்லைன்னு நீங்கதானே சொல்றீங்க. வீ ஹேவ் டு சூஸ் தி லெஸ்சர் ஈவில். சந்திரன் சார்... அணையத்

திறக்கறதை எவ்வளவு நேரம் டிலே பண்ண முடியும்?"

"மேக்சிமம் ரெண்டு மணி நேரம்.. அதுவே கொஞ்சம் ரிஸ்க்தான்..."

"அணையைத் திறந்தா சிட்டி பார்டருக்கு வெள்ளம் வர எவ்வளவு நேரம் ஆகும்.."

"வழக்கமா நாலு மணி நேரம் ஆகும். இப்போ ஏற்கெனவே ஆத்துல வெள்ளம் போறதால மூணு மணி நேரத்துல வந்துரும்."

"சரி.. நமக்கு தோராயமா நாலு மணி நேரம்தான் டைம் இருக்கு.. இந்த நேரத்துல கரையோரம் இருக்கறவங்களை எவாகுவேட் பண்ணனும்.. முடியுமா?"

"வழக்கமா ரெண்டு நாள் முன்னால இருந்தே செய்யற வேலை இது. நிறைய மேன் பவர் தேவைப்படும் சார்... பகலா இருந்தாக் கூட சுலபம்.. ராத்திரில கஷ்டம்."

"சரி.. வேற மாதிரி கேக்கறேன்.. நாலு மணி நேரத்துல இங்கே இருக்கற எல்லாரையும் ஒருத்தர் விடாம வெளியே கொண்டு வரணும்னா என்ன பண்ணணும்?"

"வழக்கமா ஜீப்ல போயி லவுட் ஸ்பீக்கர்ல சொல்லுவோம். தண்டோரா போடுவோம். இந்த மழையில அதெல்லாம் காதுல கேக்குமான்னும் தெரியலை..."

"அதுக்கெல்லாம் நேரமில்லை... மகேந்திரன் சார்.. பேஸ்புக், ட்விட்டர்ல ஆக்டிவ்வா இருக்கற ஆளுங்க ஒரு பத்து பேரைத் தேடிப் புடிச்சு வைங்க.. சந்திரன் சார்.. நீங்க இந்த ஆத்தை ஒட்டி இருக்கற ஏரியாக்களை நம்பர் படி வரிசைப்படுத்துங்க.. அதாவது வெள்ளம் வரும் பாதையில் முதல்ல அடிபடப் போற இடம் 1, அடுத்தது 2, அடுத்தது 3 இப்படி.. அந்த வரிசைல லிஸ்ட் எடுத்து இந்த போர்டுல அந்த இடத்தோட பெயர்களை எழுதுங்க... ரெண்டு மணி நேரம் கழிச்சு அணையைத் திறக்கவும் இப்பவே ஆர்டர் போட்டுருங்க.. அதுல எந்தக் குழப்பமும் வேண்டாம். இப்ப மணி ஆறு நாப்பது.. எட்டு நாப்பதுக்கு அணையைத் திறக்க சொல்லுங்க. அந்த நேரத்தை ஆரம்பமா வெச்சு இந்த வரிசைப் படுத்துன இடத்துக்கு வெள்ளம் என்ன டைம்ல வந்து சேரும்னு கணிச்சு எழுதுங்க.. மகேந்திரன் சார்... லெட் அஸ் கிரியேட் எ வார் ரூம்.."

வார் ரூம் என்பது போர் முகாம்களில் அரசர்களின் அல்லது

தளபதிகளின் பாசறைகளில் கூட்டப்படுவதுதான். வேகமும் விவேகமும் மிகுந்தவர்கள் அனைவரும் ஒன்றாகக் கூடி அன்று நிகழ்ந்த போர் எப்படி நடந்ததென்றும் மறு நாளுக்கான வியூகங்கள் குறித்தும் விவாதிப்பார்கள். போர் அனுபவம் மிக்கவர்கள் அறிவுரை கூறுவார்கள். தகவல்கள் உடனுக்குடன் பறிமாறப்படும். முடிவுகள் விரைந்து எடுக்கப்பட்டு செயல்படுத்தப்படும்.

வார் ரூமுக்காக முதல்வர் அறையின் மேசை சுவர் ஓரமாக ஒதுக்கப்பட்டது. மூன்று சிறிய மேசைகள் இடப்பட்டன. ஒரு மேசையில் சந்திரன் பாதிக்கப்பட இருக்கும் இடங்களை நேர வரிசைப்படுத்தி குறித்துக் கொண்டிருந்தார். அவருக்கு உதவிக் கொண்டிருந்தார் அபு தாஹிர். அது ஆய்வு மேசை. இன்னொரு மேசையில் அனந்தராமன் போன்களுடன் சுறுசுறுப்பாக இருந்தார். அவரது உதவியாளர்கள் காவல் துறை, தீயணைப்புத் துறை அதிகாரிகளுடன் பேசிக் கொண்டிருந்தார்கள். அது செயல்பாட்டு மேசை. மூன்றாவது மேசையில் மகேந்திரன் அவரது மாணவர்கள் மூலம் இணையத்தில் இயங்க ஒரு குழுவை உருவாக்கிக் கொண்டிருந்தார். அது செய்தித் தொடர்பு மேசை. அந்தக் குழுவினர் அனைவரையும் ஒரு கூகுள் ஹேங் அவுட்டில் வரச் சொன்னான் வருண். பன்னிரண்டு பேர் உடனடியாக வந்திருந்தார்கள்.

"சார் இதை ரெக்கார்டும் பண்ணனும்" என்று மகேந்திரனிடம் அவனது ஐபோனைத் தந்தான்.

"ஹாய் ப்ரெண்ட்ஸ்" என்றான் வருண் வீடியோவில்..

"இப்ப இன்ட்ரோக்கு எல்லாம் டைம் இல்லை. நேரா மேட்டருக்கு வரேன். கடந்த ரெண்டு நாளா சிட்டி முழுக்க வெள்ளம்னு உங்களுக்கே தெரியும். அதன் காரணமா நாம இப்ப ஒரு ஆபத்தான நிலைமைல இருக்கோம்" என்று சொல்லி சூழ்நிலையை வேகமாக விளக்கினான். தான் அமைத்திருக்கும் வார் ரூம் பற்றியும் விளக்கினான்.

"இப்ப நான் உங்ககிட்டே எதிர்பார்க்கறது இதுதான்.. இந்த செய்தியை நாம உடனே வைரல் ஆக்கணும்... நீங்க அத்தனை பேரும் சேர்ந்து இதை பதிவா போட்டு கூடவே எல்லா சேனல்லயும் உடனே வந்தா அது கண்டிப்பா வைரல் ஆகும். நான் இப்போ சொல்ற பன்னிரெண்டு ஏரியா ஹாட் ஸ்பாட்ஸ்.. இந்த ஏரியாவுல இருக்கற உங்க நெட்வொர்க் ப்ரெண்ட்ஸ் கிட்டே இல்லை தெரிஞ்சவங்ககிட்டே சொல்லி எத்தனை பேரை வெளியேத்த முடியுமோ அத்தனை பேரை வெளியேத்தணும்.. அதே நேரத்துல

அடிச்சுப் பிடிச்சு ஓடாம முடிஞ்ச அளவு அமைதியா வெளியே போகணும். இந்த ஒவ்வொரு ஏரியாவுக்கும் ப்ரைமரி ஸ்கூல்ல ஒரு கேம்ப் அமைச்சிருக்காங்க.. அப்படி முகாம் இல்லாதவங்க அல்லது முகாம் எங்கேன்னு தெரியாதவங்க உயரமான ஆஃபீஸ் பில்டிங்க்ஸ்ல ஒரு நைட்டு தங்கிக்கலாம். அங்க இருக்கிற பில்டிங் ஓனர்ஸ் எல்லோரையும் தயவு செஞ்சு கொஞ்சம் கோஆபரேட் பண்ணச் சொல்லுங்க... இதுக்கு அந்த ஏரியா லோக்கல் போலீஸ் உதவி செய்வாங்க..”

சற்று இடைவெளி விட்டான்.

“ப்ரெண்ட்ஸ்... இந்த விஷயத்துல கவர்ன்மெண்ட் முடிஞ்ச அளவு முயற்சி பண்ணுது.. ஆனா இது அரசாங்கம் மட்டுமே செஞ்சு முடிக்கற விஷயம் மாதிரி தெரியலை.. அதைத் தாண்டி சிச்சுவேஷன் போயாச்சு. உங்களுக்கெல்லாம் என் மொபைல்ல எடுத்த ஒரு போட்டோ அனுப்பப் போறேன்.. எந்த நேரத்துல எந்த இடத்துல வெள்ளம் வந்து சேரும்னு டைம் அதுல இருக்கு... இதை முடிஞ்ச அளவு ஸ்ப்ரெட் பண்ணுங்க.. மீடியா, ரேடியோ, டிவி, வாட்ஸ் ஆப்... இப்படி எல்லா இடத்திலும் போடுங்க... பேசுங்க... நான் பேசறதை வீடியோவா எடுத்திருக்கார் மகேந்திரன் சார்.. அதை அவரே உங்களுக்கு இப்போ அனுப்புவார்.. இது பத்தி சோசியல் மீடியாவுல எது போட்டாலும் சிஎம்ஃப்ளட்அப்டேட்ஸ்னு ஹேஷ் டேக் போட்டு எழுதுங்க.. உங்களுக்குள்ள குழப்பம் இருந்தா வார் ரூம்ல இருந்து வர அப்டேட்ஸ் பாருங்க. அதோட அரசாங்கத்தோட ட்விட்டர் ஹேண்டில்ல வர்ற நியூஸ்தான் ஃபைனல்னு எல்லார்கிட்டயும் கொண்டு சேருங்க.”

பேசி முடித்தவுடன் மகேந்திரனிடம் வந்தான்.

“சார்.. அந்த பன்னிரண்டு ஏரியாவிலும் ஒவ்வொரு இடத்துலயும் போலீஸ், ஃபயர் சர்வீஸ், சோசியல் மீடியா கம்யூனிகேஷனுக்கு ஒருத்தர்னு மூணு பேரையும் இணைச்சு ஒரு டீம் ரெடி பண்ண முடியுமா? இந்த வீடியோவை இப்பவே யூடியூப்லயும் மீடியாவுலயும் கொடுப்போம்... நீங்க என்ன சொல்றீங்க?”

“சரியாத்தான் போறே.. அப்படியே போ” என்று சொன்ன மகேந்திரன் அடுத்த வேலைக்கு நகர்ந்தார். ஒவ்வொரு முறையும் ஒரு நெருக்கடிதான் வருணுடைய சிறந்த பக்கத்தை வெளியில் கொண்டு வந்திருக்கிறது. அதை அவர் பல முறை அருகிலிருந்து பார்த்திருக்கிறார்.

பன்னிரண்டு இடங்களின் பெயர்களும் அங்கிருந்த போர்டில்

எழுதப்பட்டன. வெள்ளம் முதலில் வந்து சேரும் இடத்திலிருந்து டோபோகிராபி முறையில் கடல்மட்டத்திலிருந்து அவற்றின் உயரத்தின்படி வரிசைப்படுத்தியிருந்தார் சந்திரன். அணைக்கு மிக அருகில் மற்றும் ஆற்றங்கரைக்கு அருகில் இருந்த தாழ்வான இடங்கள் பட்டியலில் மேலே இருந்தன. அறிவியலைத் தாண்டி அவருடைய இத்தனை ஆண்டு அனுபவமும் எந்தப் பகுதி முதலில் பாதிக்கப்படும் என்பதைக் கூறியது. இடங்களின் அருகிலேயே வெள்ளம் வந்து சேரும் நேரமும் தோராயமாக எழுதப்பட்டிருந்தது. வருண் தனது கம்ப்யூட்டரில் தொடர்ந்து பார்த்துக் கொண்டிருந்தான். அவனுடைய வீடியோவும் வெள்ளத்தின் பாதை குறித்த போட்டோவும் வைரலாகப் பரவிக் கொண்டிருந்தன.

“அப்படியே குத்து மதிப்பா எவ்வளவு பாப்புலேஷன்னும் எழுதுங்க. அதை வெச்சும் எந்த ஏரியாவுல அதிக அட்டென்ஷன், மேன்பவர் தேவைன்னு முடிவு செய்யலாம்” என்றான் வருண்.

பட்டியலில் முதலில் இருந்த இடத்தில் மக்கள் வெளியேறத் தொடங்கியிருந்தார்கள் என்று செய்தி வந்திருந்தது. வருண் நகம் கடித்தபடி மொபைலையும் லேப்டாப்பையும் மாறி மாறிப் பார்த்திருந்தான். செய்திகள் வரவர அந்த போர்டில் குறித்துக் கொண்டே வந்தார்கள். இரண்டு மணி நேரத்தில் ஆறு பகுதிகளில் மக்கள் வெளியேறத் தொடங்கிவிட்டார்கள் என்று ட்விட்டர், பேஸ்புக் ஹேஷ் டேக் மூலம் அறிய முடிந்தது. மீடியாக்கள் அந்தப் பகுதிகளில் சென்று இறங்கியிருந்தன. வார் ரூமில் இரண்டு எல்ஈடி டிவிகளுக்கு ஏற்பாடு செய்தார்கள். தொலைக்காட்சிகளுக்குத் தொடர்ந்து தகவல் தருவதற்கு ஒரு செயலாளர் தனியாக நியமிக்கப்பட்டார். ஒவ்வொரு அரைமணி நேரமும் அவர் பேசினார். இதனால் குழப்பங்கள் தவிர்க்கப்பட்டன.

“சார்.. ஏரியைத் திறந்தாச்சுன்னு போன் வந்திருக்கு” என்றார் சந்தானராமன்...

அதை உடனே ஒரு வார் ரூம் ஸ்டேட்டஸ் ஆக்கினார்கள். சோஷியல் மீடியா டீமுக்கும் அந்த செய்தி தெரிவிக்கப்பட்டது. வெள்ளத்தின் பாதையை கவனித்து அதை மேப்பில் குறித்துக் கொண்டே வரும் வேலையை சந்திரன் செய்தார். வெள்ளம் வந்து சேர்ந்ததா இல்லையா என்பதையும் சோஷியல் மீடியா டீம் அவ்வப்போது அப்டேட் செய்து வந்தது. எட்டு இடங்களில் வெளியேற்றம் முடிந்து விட்டிருந்தது. எந்த அளவு முடிந்தது என்பது பெரிய கேள்விதான். அதை அளவிட நேரமில்லை. மீதி

நான்கு இடங்களில் மக்கள் வெளியேறிக் கொண்டிருந்தார்கள். தொலைபேசிகள் விடாமல் அடித்துக் கொண்டிருந்தன. அனந்தராமன் யோசனைப்படி வார் ரூமுக்கென்று தனி ஹெல்ப்லைன் அமைத்தார்கள். ட்விட்டர் ஹேண்டில் ஒன்றும், ஃபேஸ்புக் பக்கம் ஒன்றும் உருவாக்கப்பட்டது. அருகில் குடியிருந்த தலைமைச் செயலக ஊழியர்கள் நள்ளிரவில் அழைக்கப்பட்டார்கள். உதவிக்கு நிறைய ஆட்கள் தேவைப்பட்டார்கள். உதவி கேட்டு அழைப்புகள் குவிந்தன.

அந்த இரவு எப்படிக் கடந்தது என்பதே தெரியவில்லை. கடைசியாக எப்போது அப்படி வேலை செய்தோம் என்று அவர்களுக்கு நினைவில்லை. அவசர அழைப்புகள், கட்டளைகள், சிறு விவாதங்கள், முடிவுகள் என்று முடிவில்லாமல் நீண்டுகொண்டே போனது அந்த இரவு. ஜன்னலுக்கு வெளியே வெளிச்சம் வந்தபோதுதான் வெளியே விடிந்து விட்டதை உணர்ந்தார்கள். வெள்ளம் ஒவ்வொரு பகுதியை அடைந்த போதும் சந்திரன் தனது வரைபடத்தில் வண்ணம் தீட்டிக் கொண்டே வந்திருந்தார். படத்தில் வெள்ளம் கடலை அடைந்திருந்தது. முதலமைச்சர் மேசைக்குக் கீழே தரையில் படுத்து உறங்கிப் போயிருந்தான் வருண். அதை ஒரு புகைப்படம் எடுத்துக் கொண்டார் மகேந்திரன்.

★★★

நூற்றுக்கணக்கானவர்களைக் காணவில்லை. தலைநகரைச் சுற்றியுள்ள பல ஏரிகள் நிரம்பியதில் எங்கும் வெள்ளக்காடு. தலைமைச் செயலகத்தில் இருந்தவர்கள் யாரும் வீட்டுக்குச் செல்ல முடியவில்லை. செல்போன் இணைப்புகள் வேலை செய்யவில்லை. மகேந்திரன் வீடு முதல் தளம் வரை மூழ்கி இருந்ததாக செய்தி. சுவாதியை அங்கிருந்து வெளியேற்றித் தன்னுடைய வீட்டில் தங்க வைக்கும்படி பரதனை அனுப்பியிருந்தான் வருண். முழங்கால் அளவு நீரில் நடந்துதான் முதல்வர் வீட்டையே அடைய முடிந்ததென்று செய்திகளில் காட்டினார்கள். தொடர்ந்து மூன்று நாட்கள் வருண் உருவாக்கிய வார் ரூம் செயல்பாட்டில் இருந்தது. பொதுமக்கள், பிரபலங்கள், இணையத்தில் உதவியவர்கள் என்று பலரையும் வார் ரூமில் இணைந்து செயலாற்ற வருண் கேட்டுக் கொண்டான். ஆயிரக்கணக்கானவர்களைக் காணவில்லை. இறந்தவர்களின் எண்ணிக்கை நேரம் ஆக ஆக உயர்ந்துகொண்டே போனது. உணவு அனுப்புவது, மருந்துகள் அனுப்புவதென்று மக்கள் தாங்களே இறங்கி வேலை பார்த்தார்கள். வார் ரூம் அவர்களை ஒருங்கிணைத்தது.

நான்காவது நாளின் இறுதியில் வருண் உட்பட பெரும்பாலானவர்கள் கிளம்பிவிட சந்திரன் ஒரு நாற்காலியில் தளர்வாக அமர்ந்திருந்தார். தனது முகத்தைக் கைகளில் புதைத்திருந்தார். மகேந்திரன் அவருடைய தோளைத் தொட்டார். நிமிர்ந்து பார்த்த அவருடைய கண்கள் கலங்கி இருந்தன.

"சார்.. ரொம்ப நன்றி சார். நான் உங்களுக்கு ரொம்ப கடமைப் பட்டிருக்கேன். இல்லாட்டி சாகறவரைக்கும் பெரிய பாவத்தை சுமந்திருப்பேன்." அவருடைய குரல் தழுதழுத்தது.

"அட என்னங்க சந்திரன்.. எனக்கு எதுக்கு... எல்லாம் நம்ம சிஎம்முக்கும் ஓயாம ஓடியாடி வேலை பாத்த அதிகாரிகளுக்கும் சொல்லுங்க. வெட்டிப் பசங்கன்னு திட்டுவோமே தெருவில இறங்கி வேலை பாத்த ஆயிரக்கணக்கான இளைஞர்கள்.. அவங்களுக்கும் சொல்லுங்க."

"ஆமா சார்.. நானும் என்னவோன்னு நினைச்சேன்... சின்னப்பசங்க அசத்திட்டாங்க சார்.. நாம பத்து நாள்ல செய்யற வேலையை அவங்களால பத்து நிமிஷத்துல செய்ய முடியுது. அதுதான் மிச்ச ஒம்பது நாள் ஜாலியா இருக்காங்க போல.. உங்ககிட்டே சொல்றதுக்கு என்ன... நம்ம சிஎம் வருணைக் கூட நான் பொறுப்பில்லாதவர்னு நினைச்சேன் சார். அவர் பதவிக்கு வந்தப்போ அப்படி வருத்தப்பட்டேன்." என்றார் சந்திரன்.

"அவங்களை நம்புவோம் சந்திரன். கண்டிப்பா ஏமாத்தமாட்டாங்க. நமக்கு அவங்களை விட்டா வேற யாரு இருக்காங்க" என்று அவர் தோளைத் தட்டிவிட்டுக் கிளம்பினார் மகேந்திரன்.

வார் ரூமில் தரையில் தூங்கிய வருணின் போட்டோ வெளியாகி இணையத்தில் சக்கைபோடு போட்டுக் கொண்டிருந்தது. கயல்விழி தனது பங்குக்கு வெள்ளம் பாதித்த பகுதிகளில் இறங்கி வேலை பார்த்தாள். முழங்கால் வரையிலான நீரில் இறங்கி சேரிப்பகுதியில் உணவு கொடுக்கும் புகைப்படங்களை வெளியிட்டாள். "மாளிகையை விட்டு இறங்காத இளவரசர்" என்று வருணைத் தாக்கினாள். அவன் வெள்ளம் பாதித்த பகுதிகளுக்கு நேரில் வராததை கண்டித்தாள். வருண் சிறு புன்னகையோடு அதை ரசித்தான்.

"இளவரசன் இப்போதுதான் மூன்று நாட்களுக்குப் பிறகு வீட்டிற்குப் போகிறேன். அது இளவரசிக்குப் புரிந்தால் சரி" என்று மட்டும் ஒரு ட்வீட் அனுப்பி வைத்தான். இணையத்தில் வழக்கம் போல கட்சி பிரித்து அடித்துக் கொண்டார்கள்.

வெட்டாட்டம்

வீட்டிற்கு வந்தபோது அவன் தெருவில் வெள்ளம் வடிந்திருந்தது. அந்தப் பெரிய நகரத்தின் ஒவ்வொரு மனிதரையும் ஏதாவது ஒரு வகையில் அந்தப் பெருவெள்ளம் பாதித்துப் போயிருந்தது. மின்சாரம் தொலைந்து போயிருந்ததால் ஒரு மயான அமைதி நிலவியது.

வீட்டிற்குள் நுழைந்தவன் மாடிக்குப் போகும் வழியில் சோபாவில் நர்மதா அவனுக்கு முதுகு காட்டி அமர்ந்திருப்பதைப் பார்த்தான். அவளிடம் பேசியே இரண்டு நாட்களாகி விட்டன. சோபாவுக்குப் பின்புறமிருந்து குதித்து அவளருகில் அமர்ந்தான்.

"குட்மார்னிங்..." என்ற கூச்சலுக்கு அவள் அலறி அடித்து எழுந்தாள். அப்போதுதான் அது தன் தங்கையல்ல என்று வருணுக்கு உரைத்தது. அவளுடைய உடையில் இருந்தவள் சுவாதி.

"ஓ.. சுவாதி.. ஐ ஆம் சாரி.. நான் நர்மதான்னு நினைச்சு.. ஐ ஆம் வெரி சாரி.."

வழக்கமான சுவாதியாக இருந்திருந்தால் ஏதாவது கோபமாக சொல்லியிருப்பாள். இப்போது அவளிடம் ஏதோ ஒரு மென்சோகமிருந்தது. வீட்டில் உள்ள பொருட்கள் யாவும் மூழ்கிப் போயிருந்தன. மகேந்திரன் அங்குதான் போயிருந்தார். எப்போதும் ஒரு திமிரான கம்பீரத்துடன் இருக்கும் அவளை அப்படி சோகமாகப் பார்ப்பது அதுவே முதல் முறை. சற்று நேரம் இருவரும் அமைதியாக இருந்தார்கள். உள்ளேயிருந்து நர்மதா வந்தாள்.

"அண்ணா ஒரு வழியா வந்துட்டியா? பாவம்னா சுவாதி.. மாத்து டிரஸ் கூட இல்லை. அதான் என்னோட நைட்டியைக் கொடுத்தேன்."

அவள் ஏதோ பேசிக் கொண்டே இருக்க எதுவும் பேசாமல் மாடிக்கு வந்தான் வருண். சுவாதியின் அருகில் அமர்ந்திருந்த அந்த நொடி அவனோடு ஒட்டிக் கொண்டே வந்தது. மெல்லப் படுக்கையில் அமர்ந்து லேப்டாப்பைத் திறந்தான்.

வாங் ஈமெயில் அனுப்பி இருந்தான். வருண் பிரித்துப் பார்த்தான்.

ராபர்ட்டின் புகைப்படமும் விவரங்களும் இருந்தன. அதை அப்படியே நம்பியாரின் பெர்சனல் மெயில் ஐடிக்கு அனுப்பினான். பிறகு அவரை போனில் அழைத்தான்.

"சார்.. இப்போ ஒரு ஆள் பத்தி டீடெயில்ஸ் அனுப்பி இருக்கேன்.

இந்த ஆளுக்கும் எங்கப்பாவோட டிரான்சாக்சன்ஸ்க்கும் தொடர்பு இருக்கு. யாரு என்னன்னு கொஞ்சம் விசாரிச்சு சொல்லுங்க."

★★★

குளித்து உடைமாற்றியதும் மறுபடி கீழே வந்தான் வருண். நர்மதா அவனை புதிதாகப் பார்த்தாள். அறைக்குள் சென்றுவிட்டால் இடியே விழுந்தாலும் இறங்கி வராதவன் அவன். அவள் இதழில் குறும்பான புன்னகை தோன்றியது.

"ம்ம்... ம்ம்.. நீ நடத்து நடத்து.."

"என்ன.. வாட்?" என்றான் வருண்.

"அண்ணா.. ஓ அப்படிப் போகுதா கதை..."

"எப்படி...?"

"நீ இங்கே இப்ப எதுக்கு வந்தேன்னு எனக்குத் தெரியாதா என்ன?" என்றவள் "என்ன.. சுவாதியை சைட் அடிக்கத்தானே வந்தே?" என்றாள் கிசுகிசுப்பாக.

"நீ வேற... அவளுக்கு என்னைக் கண்டாலே பிடிக்காது.. விழுந்து பிறாண்டிடுவா.. அதுக்காகவே நிறைய நாள் அவ இல்லாத நேரமாப் பாத்து வீட்டுக்குப் போயிட்டு வந்திருக்கேன். அவ வேற டைப் நர்மதா.. எனக்கெல்லாம் செட்டாவாது. அவளுக்குன்னு நல்ல பொறுப்பான ஏதாவது சாப்ட்வேர் ஜென்டில்மேன் வருவான்... நான் என் சிஸ்டர் கையால ஒரு காபி சாப்பிடலாம்னு வந்தேன்"

"பிரதர்... புளுகாதே.. சரித்திரத்துல என்னிக்காவது நீ கீழே இறங்கி வந்து காபி கேட்டதுண்டா.. மகாராஜாவுக்கு எல்லாம் ரூமுக்கு வரணும்.. சரி விடு.. வயசுக் கோளாறு.. கேன் ஐ டெல் யூ சம்திங் இன்ட்ரஸ்டிங்?" என்றாள் குரலைத் தாழ்த்தி.

"சொல்லு" அவள் அருகில் அமர்ந்தான்.

"மூணு நாளா அவ கூடத்தான் இருக்கேன். உன்னைப்பத்தி நான் பேசும்போதெல்லாம் இன்ட்ரஸ்ட் இல்லாத மாதிரி நடிச்சாலும் அப்படியே ஆர்வமா கேப்பா... கண்ணு விரியும்.. நான் இந்த மாதிரி நெறைய கேஸ் பாத்திருக்கேன் அண்ணா... ஆரம்பத்துல சுவாதி உன்னைப் வெறுத்திருக்கலாம்.. நீ பண்றதைப் பாத்தா யாருக்குத்தான் அறையணும்னு தோணாது... ஆனா ஏதோ ஒரு கட்டத்துல அவளுக்கு உன்னைப் பிடிக்க ஆரம்பிச்சிருக்கு... அதை ஒத்துக்க அவளுக்கே தைரியமில்லாமதான் விலகி விலகிப்

போறான்னு நினைக்கிறேன்.... பைதிவே எனக்கும் அவளைப் பிடிச்சிருக்கு... நீ பாட்டுக்கு அந்த ஷில்பா, சில்வியா, ரேச்சல் மாதிரி எவளையாவது வீட்டுக்கு ஓட்டிட்டு வந்துடாதே... அதுங்களை எல்லாம் அண்ணியா நினைச்சுப் பாக்கவே பயமா இருக்கு... ஒரே ஒரு கல்லு போட்டா இந்த பார்ட்டி ஈசியா விழுந்துரும்.. என்ன சொல்றே?"

"ரொம்ப முக்கியம்... போடி.. போய் ஒரு நல்ல காபிக்கு வழி பண்ணு மொதல்ல" என்று அவள் காதைத் திருகினான் வருண்.

மாடியிலிருந்து இறங்கி வரும் சுவாதியைப் பார்த்ததும் பேச்சை நிறுத்தினார்கள் இருவரும். சுவாதி குளித்துவிட்டு நர்மதாவின் சேலை ஒன்றைக் கட்டிக் கொண்டிருந்தாள். நர்மதா சொன்னது வருணின் மனதில் திரும்பத் திரும்ப ஓடிக் கொண்டிருந்தது. ஏனோ அது ஒரு துள்ளலான குதூகலத்தை அவனுக்கு அளித்தது. அது ஒரு அழகிய எதிர்பார்ப்பாக அவனுக்குள் விரியத் தொடங்கியிருந்தது.

"அண்ணா சொல்ல மறந்துட்டேன். ராமசாமி அங்கிள் வந்திருந்தார். ஹாஸ்பிடல் போய் அப்பாவைப் பாத்துட்டு வீட்டுக்கும் வந்திருந்தார். மழை வந்ததால போக முடியலைன்னு ரெண்டு நாள் இங்கேதான் இருந்தார். நீ வரதுக்கு கொஞ்சம் முன்னாடிதான் போனார்."

"ம்" என்றான் சுவாரசியமின்றி. ராமசாமிக்கும் அவனுக்கும் ஏழாம் பொருத்தம். கவுசல்யாவின் பக்கமிருந்து வரும் யாரையும் பிடிக்காது அவனுக்கு.

"ஆனா அவர் நடவடிக்கையே வித்தியாசமா இருந்ததுண்ணா.. அப்பா ஏதாவது பேங்க் அக்கவுண்ட் பத்தி சொல்லி இருக்காரான்னு ரெண்டு நாள்ல பல முறை கேட்டிருப்பார். ஒருவாட்டி மேலே போனப்போ அப்பாவோட ரூம்ல இருந்து வெளியே வந்ததைப் பாத்தேன்.. சும்மா ஏதாவது புத்தகம் கிடைக்குமான்னு பாக்கப் போனதா சொன்னார்... எனக்கு சந்தேகமா இருந்தது. அதுக்கப்புறம் அப்பாவோட ரூமைப் பூட்டிட்டேன். குட்டி போட்ட பூனை மாதிரி வீட்டையே சுத்திச் சுத்தி வந்தார்."

வருண் நிமிர்ந்து அமர்ந்தான். அவன் அப்பாவின் நிழலான பல சொத்துகளை நிர்வகிப்பது ராமசாமி என்று அவனுக்குத் தெரியும். போனை எடுத்து நம்பியாரை அழைத்தான். இந்த ஆளைத் தொடர்ந்தால் ராபர்ட்டைப் பற்றி மேலும் தெரிந்து கொள்ள முடியும்.

போன் பேசிக் கொண்டே பால்கனியில் தலை உலர்த்திக் கொண்டிருந்த சுவாதியைப் பார்த்தான். சூரிய ஒளி அவள் சுருண்ட கேசத்துக்குள் நுழைந்தும் நுழையாமலும் விளையாடியது. அவள் வெளியே எங்கோ பார்த்துக் கொண்டிருந்தாள். ஆனால் அந்த நொடிக்கு முந்தைய நேனோ நொடி வரை அவள் தன்னைத்தான் பார்த்துக் கொண்டிருந்தாள் என்று வருணுக்குத் தோன்றியது. தான் அவளை தேவைக்கு மேலாகவே சில நொடிகள் பார்த்துவிட்டதை இவன் உணரும் முன்பாகவே அவள் கலைந்து இவனைப் பார்த்தாள். ஒரே வினாடி அவள் கண்களை சந்தித்து விலகி பார்வையைத் தாழ்த்திக் கொண்டான். அப்போதுதான் சுவாதியின் பாதங்களை கவனித்தான். அப்படியே அவன் அம்மாவின் பாதங்கள்.

கந

பழம் எடுக்கப் போகும்போது மனையிலிருந்து ஒரே ஒரு கட்டத்துக்கு முன்பு காய் நின்று விட்டால் அடுத்து தாயம் போட்டால் மட்டுமே பழம் எடுக்க முடியும். இந்தக் கட்டத்தை பீக்குழி என்பார்கள். இதில் இறங்காமல் பழம் எடுத்து விடுவது நல்லது. வெற்றிக்கு மிக அருகில்தான் அவமானமும் வசிக்கிறது.

அபு தாஹிரும் மேலும் இரு மந்திரிகளும் முதல்வர் அறைக்கு வந்திருந்தார்கள். வருண் டிஷர்ட், ஜீன்ஸ் அணிந்திருந்தான். வேட்டி கட்டுவதை என்றோ நிறுத்தியிருந்தான். ஜீன்ஸ் போட்ட முதல்வர் என்றும் பாரம்பரியத்தை மதிக்காத தலைவர் என்றும் ஏற்கெனவே ஊடகங்களும் சமூக வலைதளங்களும் கிழித்திருந்தன. வருண் அதைப் பற்றியெல்லாம் அலட்டிக்கொள்ளவில்லை. வசவுகள் அவனுக்கு ஒன்றும் புதியவை அல்ல. உண்மையில் இப்போதெல்லாம் அவ்வப்போது கிடைக்கும் பாராட்டுகள்தான் புதியவை. காலையில் மருத்துவமனை சென்றபோது அபு தாஹிர் கட்சியின் சீனியர் மந்திரிகள் இருவர் அவனை சந்திக்க விரும்புவதாக சொன்னார். அழைத்து வரும்படி சொல்லியிருந்தான்.

"உங்ககிட்டே சில முக்கியமான விஷயங்கள் பேசிட்டுப் போலாம்னு வந்தோம்" பேச்சை ஆரம்பித்தார் பெருமாள். கட்சி தொடங்கிய காலத்திலிருந்து இருப்பவர் என்று கூறியிருந்தார் அபு தாஹிர்.

"சொல்லுங்க."

"தலைவர் எப்போ கண் முழிச்சுப் பாக்கப் போறாருன்னு தெரியலை. ஆனா தீர்ப்பு காரணமா அவர் பதவியிழந்த தொகுதிக்கு தேர்தல் வருது. அதுல நீங்க போட்டியிடணும்."

“நானா.. எலக்ஷனா... அங்கிள் எதுக்கு இதெல்லாம்?”

“வருண்... இது ரொம்ப முக்கியம்.. நீ எம்எல்ஏ ஆகாம இந்தப் பதவியில தொடர்ந்து இருக்க முடியாது. மேக்சிமம் ஆறு மாசம் வரை இருக்கலாம். இந்த நேரத்துல நீ தேர்தல்ல நின்னா எதிர்த்து யாரும் நிக்க யோசிப்பாங்க. ஏன்னா தலைவர் மேல இருக்கிற அனுதாபம் உன்னை ஜெயிக்க வெச்சுடும். நீ பிரச்சாரத்துக்குக் கூட வரவேண்டியதில்லை. எல்லாம் நாங்க பாத்துக்கறோம்.

“ஓகே.. அதுக்கு ஏற்பாடுகளை செய்யுங்க.. வேற?”

பெருமாள் ஒரு வினாடி தயங்கினார். அவர்கள் வந்ததே இதைப் பேசத்தான் என்று புரிந்தது வருணுக்கு.

“நீங்க தப்பா நினைச்சுக்கக் கூடாது. கட்சிக்குள்ள கொஞ்ச காலமாவே புகைஞ்சுட்டு இருக்கு. முக்கியமான பல பேருக்கு இது பிடிக்கலை. நீங்க சின்ன வயசு. உங்களுக்குப் பழைய அரசியல் தெரியலைன்னு நினைக்கிறேன், அதனாலதான் உங்க அப்பா யாரைக் கட்சியை விட்டு ஒரு காலத்துல துரத்தினாரோ அவர் கூட நெருக்கமா இருக்கீங்க. அவர் சொல்றபடியெல்லாம் நடக்கறீங்கன்னு கட்சிக்குள்ள பேசிக்கறாங்க.”

“நீங்க யாரைச் சொல்றீங்க”

“நம்ம மகேந்திரன்தான். அவர் உங்களுக்கு ரொம்ப நெருக்கமா இருக்கார். அதனால பலருக்கும் இதை நேரடியா சொல்லத் தயக்கம். ஆனா நாளைக்கு இதனால கட்சிக்குள்ளே எதுவும் பிரச்னை வந்துடக் கூடாதில்லையா? கட்சியில மூத்தவன் என்ற வகையில இதைச் சொல்ல வேண்டியது என் கடமை.”

அவன் அமைதியாக இருப்பதைப் பார்த்ததும் அவனுக்கு அது குறித்து எதுவும் தெரியாதென்று நினைத்துக் கொண்டனர் மூவரும்.

“பாத்தீங்களா தம்பிக்குத் தெரியலை” என்றார் பெருமாள், மற்ற இருவரையும் பார்த்து புன்னகைத்தபடி.

“உங்க அப்பாவுக்கு முன்னாடியே அவர் நம்ம கட்சிக்குள்ளே வந்தார். உங்க தாத்தாவுக்கு ரொம்ப நெருக்கமாவும் இருந்தார். உங்க அப்பாவும் அவரும் நண்பர்களாவும் இருந்தாங்க. உங்க அப்பா கட்சியில பொறுப்புக்கு வந்ததும் என்ன ஆச்சோ ரெண்டு பேருக்கும் ஒத்து வரலை. என்னடா நம்ம கூட இருந்தவன் இப்படி வளந்துட்டானேன்னு அவருக்குப் பொறாமையாக் கூட இருக்கலாம். ஒரு தேர்தல்ல தனக்கு சீட்டு கொடுக்கலைன்னு

அரசியலை விட்டே போயிட்டாரு. உங்கப்பாதான் சதி செஞ்சு அவரைக் கட்சியை விட்டு அனுப்பினார்னு பேட்டியெல்லாம் கொடுத்தார். அவர் எந்த வகையிலயும் உங்க பக்கத்துல வர்றதை உங்க அப்பா விரும்பமாட்டார். பாவம் உங்களுக்கு இதெல்லாம் தெரிஞ்சிருக்காது. அப்புறம் ஒரு விண்ணப்பம், நீங்க கட்சி ஆபீசுக்கே வர்றதில்லை. கொஞ்சம் அந்தப் பக்கமும் வந்தீங்கன்னா தொண்டர்களுக்கும் சந்தோஷமா இருக்கும்."

வருணுக்கு ஒரு கட்டத்துக்கு மேல் அவர் பேசிய எதுவும் பதிவாகவில்லை. மகேந்திரனோடு அவனுக்கு இருந்த நெருக்கத்துக்கு அவனது தந்தை மேல் அவருக்கு இருந்த வெறுப்பும் ஒரு காரணம். ஆனால் அவர்களுக்குள் இருந்த விரோதம் குறித்து இதுவரை அவனும் கேட்டதில்லை மகேந்திரனும் சொன்னதில்லை. மகேந்திரன் பெயரைக் கேட்டாலே அவன் தந்தை வெறி கொள்ளும் அளவுக்கு அவர்களுக்குள் என்ன நடந்திருக்கும் என்று தெரிந்துகொள்ள முதல் முறையாக அவனுக்கு ஆர்வம் வந்தது.

"என்ன சொல்றீங்க?" என்று பெருமாள் கேட்டபோது எண்ணங்களிலிருந்து கலைந்தான் வருண்.

"ஓகே.. வேற என்ன?" என்றான் சலனமில்லாமல்.

அவர்கள் கொஞ்சம் ஏமாற்றமாக எழுந்து கொண்டார்கள். அவர்கள் வெளியேறியதும் வேகமாக கணிணியைத் திறந்தான். இணையத்தில் மகேந்திரனைப் பற்றித் தேடினான். பெரிதாக எதுவும் இல்லை. ஒரு வார இதழ் தனது இணைய தளத்தில் செய்தி வெளியிட்டிருந்தது.

"மீண்டும் மகேந்திரன். தடம் மாறுகிறதா மாநில அரசியல்?" என்று ஒரு கட்டுரை போட்டிருந்தார்கள்.

"மமுக தலைவரும் முன்னாள் முதல்வருமான வினோதன் இப்போது கோமா நிலையில் இருப்பதாக உறுதிப்படுத்தப்படாத மருத்துவ வட்டார செய்திகள் தெரிவிக்கின்றன. அவர் நலமுடன்தான் இருப்பதாகவும் அவரது விருப்பத்தை மீறி அவர் மருத்துவமனையில் சிறை வைக்கப்பட்டிருப்பதாகவும் கூட சில வதந்திகள் உலவுகின்றன. அவர் மீது தாக்குதல் நடப்பதற்கு ஒரு மாதம் முன்பாக அவர் முதல்வர் பதவியிலிருந்து விலகி தனது மகன் வருணை முதல்வராக்கினார். இப்பதவியை நிர்வகித்து எந்த முன் அனுபவமும் இல்லாத வருண் தன்னைச்சுற்றி சிறிய ஆலோசனைக் குழுவை அமைத்துக் கொண்டு சமாளித்து வருகிறார். அந்தக் குழுவில் பொதுப்பணித்துறை அமைச்சர் அபு தாஹிர் மட்டுமே

ஆளுங்கட்சியின் தரப்பிலிருந்து சேர்க்கப்பட்டுள்ளார். முதல்வரைச் சுற்றிய அதிகார வட்டத்தில் உள்ள பிற அனைவரும் கட்சியுடன் எந்தத் தொடர்பும் இல்லாதவர்கள். அவர்களில் முக்கியமானவராக இருப்பவர் மகேந்திரன். இவர் ஒரு காலத்தில் மமுக கட்சியின் தலைவர் வினோதனின் அரசியல் எதிரியாக அறியப்பட்டவர். இது கட்சிக்குள் பலத்த அதிருப்தியை ஏற்படுத்தியுள்ளது.''

அதற்குக் கீழே அதிகார மையங்கள் என்று போட்டு புகைப்படங்களுடன் சிறு குறிப்புகள் இருந்தன.

''மகேந்திரன்: இப்போது அரசு பொறியியில் கல்லூரியில் பேராசிரியராக இருக்கும் மகேந்திரன் முப்பது வருடங்களுக்கு முன் இதே விமுக கட்சியில் வேகமாக வளர்ந்து வந்த தலைவர். மகேந்திரனும் முன்னாள் முதல்வர் வினோதனும் ஒரே சமயத்தில் அரசியலுக்கு வந்தவர்கள். இருவரும் கல்லூரியில் ஒன்றாகப் படித்தவர்கள் கூட. மகேந்திரன் மிகக் குறுகிய காலத்தில் தன்னுடைய பேச்சாற்றலாலும் சுறுசுறுப்பாலும் கட்சியில் வேகமாக வளர்ந்தார். ஆனால் வினோதன் சினிமாவில் தனக்குக் கிடைத்த புகழை வைத்து அவரை முந்திச் சென்று கட்சியின் பதவிகளைப் பிடித்தார். கட்சித் தலைவரின் மகளையே திருமணம் செய்து கொண்டதுதான் அவரது வேகமான வளர்ச்சிக்கு ஒரு காரணம் என்றும் சொல்லப்படுகிறது. வினோதன் தலைவரானதும் மகேந்திரன் மெல்ல ஓரங்கட்டப்பட்டார். கட்சியின் செலவினங்கள் குறித்து செயற்குழுவில் கேள்வி எழுப்பியபோது மகேந்திரன் கட்சியிலிருந்து நீக்கப்பட்டார். அதன் பிறகு அரசியலில் இருந்தே விலகி கல்லூரியில் பேராசிரியரானார். அதைத் தொடர்ந்து எந்த அரசியல் நிகழ்வுகளிலும் கலந்து கொள்ளாமல் விலகி இருந்த அவர் இப்போது முதலமைச்சரின் ரகசிய ஆலோசகராகத் திரும்பி இருக்கிறார். தலைமைச் செயலர் கூட இவரிடம் ஆலோசித்துதான் எதையும் செய்ய வேண்டியிருக்கிறது என்கிறார்கள் விவரமறிந்தவர்கள். தங்கள் தலைவர் கோமாவில் இருக்கும் நிலையில் அவருக்குக் கொஞ்சமும் பிடிக்காத ஒருவர் சகல அதிகாரங்களுடன் வளைய வருவது மமுக கட்சியின் வட்டங்களிலேயே சலசலப்பை ஏற்படுத்தியுள்ளது'

''தாமஸ் வாங்: முதல்வர் வருணின் நண்பர். இணையம் மற்றும் கம்ப்யூட்டர் தொழில் நுட்ப வல்லுனர். முதல்வர் கேட்டுக் கொண்டதற்கு இணங்க சிங்கப்பூரில் இருந்து வந்து தங்கி ஆலோசனைகளை வழங்கி வருகிறார். இவரைப் பற்றிய எந்த பின்னணித் தகவலும் இல்லை. தமிழ் தெரியாத இவர்

வெட்டாட்டம்

முதல்வரைத் தவிர வேறு யாருடனும் பேசுவது இல்லை. ஆனால் முதல்வர் வருணைப் போலவே கணினித் துறையில் அதீதமான திறமை வாய்ந்தவர் என்கிறார்கள் சில அதிகாரிகள்."

அதைத் தொடர்ந்து அபு தாஹிர், சந்திரன், நம்பியார், அனந்தராமன் ஆகியோரது பெயர்கள், புகைப்படங்களுடன் அவர்கள் குறித்த விவரங்கள் கொடுக்கப்பட்டிருந்தன. வருண் கணினியை மூடி வைத்தான்.

★★★

டிஜிபி நம்பியார் வந்திருந்தார்.

"இந்த ராபர்ட் ரொம்ப பெரிய ஆள் போல இருக்கு. அவன் மேல அத்தனை ஈசியா கை வெச்சிட முடியாது." என்றபடி ஒரு ஃபைலை அவனிடம் கொடுத்தார்.

வருண் எடுத்துப் பிரித்தான். ராபர்ட் குறித்த முழு விவரங்கள் இருந்தன. அவனுடைய அனாதை இல்ல முகவரி, படங்கள் தவிர அவன் யாருடைய கணக்குகளையெல்லாம் நிர்வகிக்கிறான் என்று தகவல் சேகரிக்கப்பட்டிருந்தது. ராபர்ட்டின் கரங்கள் மாநில அரசியலைத் தாண்டி மத்திய அரசு வரை நீண்டிருந்தது.

"ஏஜன்சி ஏஜன்சின்னு போட்டிருக்கே, அது என்ன ஏஜன்சி?"

"ஏஜன்சி பத்தி எங்களுக்கு முன்னாடியே தெரியும். எல்லாக் கட்சியிலிருந்தும் ஏஜன்சிக்கு கஸ்டமர்ஸ் இருக்காங்க. உங்கப்பா மாதிரி பல பெரிய அக்கவுண்டுகளை அவங்க ஹேண்டில் பண்றாங்க. அவங்க மேல கை வெச்சா சகல திசைகளிலிருந்தும் நிறைய பிரச்னைகள் வரும். இவ்வளவு தூரம் நாம தோண்டி எடுத்ததே ரிஸ்க் மாதிரிதான் தெரியுது."

"சரி விடுங்க.. இனி அதிகாரபூர்வமா இதைத் தோண்ட வேண்டாம். நான் பாத்துக்கறேன்."

"அப்புறம்... இன்னொரு விஷயம்."

"சொல்லுங்க."

"அந்த ஸ்கூல் பொண்ணுங்க கேஸ்ல நிறைய பிரஷர் வருது. அஞ்சு பேர் மெயின் அக்யூஸ்ட்.. ரெண்டு பேர் உங்க பார்ட்டி பொசிஷன்ல இருக்கற ஆளுங்க. அதுல ஒருத்தர் மந்திரி துரைசாமியோட சன். கேசை ரொம்ப வீக்கா எழுதச் சொல்லி போலீசுக்கு ரொம்ப பிரஷர். ஏன் கொலை மிரட்டல் கூட வருது.

ஐ நீட் யுவர் சப்போர்ட்.”

“வாட் புல்ஷிட்...” வருண் போனை எடுத்தான். மகேந்திரனை அழைத்து விவரத்தைச் சொன்னான்.

அடுத்த இரண்டு மணி நேரத்தில் துரைசாமி மந்திரி பதவியிலிருந்தும் கட்சியின் அடிப்படை உறுப்பினர் பதவியிலிருந்தும் நீக்கப்பட்டார். கட்சி அலுவலகத்துக்குள் அவர் நுழைய தடை விதிக்கப்பட்டது. தூத்துக்குடிக்கு அருகே கடலுக்குள் ஒரு மீன்பிடி படகில் மறைந்திருந்த அவருடைய மகனை உடனே கைது செய்தது போலீஸ்.

“வருண்.. இது கட்சிக்குள்ளே பெரிய குழப்பத்தை உண்டு பண்ணும்.” என்றார் அபு தாஹிர்.

“அங்கிள்... ஒண்ணும் ஆகாது... துரைசாமிக்கு அவங்க மாவட்டத்துல நேரடி எதிரி யார்?” என்றான்.

“பாலாஜி.”

“துரைசாமியுடைய மந்திரி பதவி, கட்சிப் பொறுப்பு எல்லாம் அவருக்கு டிரான்ஸ்ஃபர் பண்ணிடுங்க. துரைசாமி எந்தப் பிரச்னையும் பண்ணாம அவரே பாத்துக்குவார்.”

ஒன்றும் அறியாத அரசியல் அனுபவமற்ற இளைஞன் என்று வருணை நினைத்திருந்த மமுக கட்சித் தலைவர்கள் மத்தியில் முதல் முறையாக ஒரு அச்சம் பரவியது.

★★★

பொன்ராஜ் உளவுத்துறையில் அனுபவம் மிக்க சப் இன்ஸ்பெக்டர். தனது அனுபவத்தில் இதுவரை ஒரு சைனாக்காரன் கட்டளைப்படி நடந்ததாக அவருக்கு நினைவில்லை. இது குறித்து ஏற்கனவே தனது எதிர்ப்பை உயரதிகாரிகளிடம் கூறியிருந்தார். ஆனால் ஒரு முதலமைச்சரே கட்டளையிடும்போது அதை மீறி எதுவும் பேச முடியாது என்பதையும் அவர் அறிந்திருந்தார்.

சுவாமி சத்யானந்தாவின் குடில் ஒரு பாதுகாக்கப்பட்ட வனப்பகுதிக்குள் பல ஏக்கர்கள் பரப்பளவில் இருந்தது. வந்து போக தார் சாலைகள் சில கிலோமீட்டர்கள் தொலைவுக்கு காட்டுக்குள் அமைக்கப்பட்டிருந்தன. மாநில மத்திய மந்திரிகள் சகஜமாக வந்து போகும் இடம் என்பதால் இதற்கெல்லாம் யார் அனுமதி கொடுத்தார்கள் என்று கேட்க யாருக்கும் அதிகாரம் இல்லை. அவரது பெரிய தியான அரங்கில் நூற்றுக் கணக்கானவர்கள் கூடி

வெட்டாட்டம்

இருந்தார்கள். சத்யானந்தா தனது நீண்ட தாடியை வருடியபடி வசீகரக் குரலில் பேசிக் கொண்டிருந்தார். கூட்டம் மந்திரத்துக்குக் கட்டுப்பட்டது போல் கேட்டுக் கொண்டிருந்தது.

பொன்ராஜ் தனது கவனம் முழுவதையும் அந்த தடித்த வெள்ளைக்காரன் மீது வைத்திருந்தார். முன் வரிசையில் அமர்ந்திருந்தான். அவர் செய்ய வேண்டியதெல்லாம் அவனுக்குப் பத்து அடி அருகாமையில் செல்ல வேண்டும். கூட்டத்தில் அது அத்தனை எளிதாக இல்லை. அனைவரும் தரையில் அமர்ந்திருந்தனர். ஒரு வழியாகக் கூட்டம் முடியும் நேரத்தில் ராபர்ட்டுக்கு நேர் பின்னால் ஒரு இடம் காலியாக அங்கே வந்து அமர்ந்தார் பொன்ராஜ். வாங் கொடுத்து அனுப்பியிருந்த மொபைலை எடுத்தார். அதில் இருந்த ஒரு செயலியை இயக்க அது இருபது வினாடிகளில் ராபர்ட்டின் போனின் ப்ளூடூத் இணைப்பை வலுக்கட்டாயமாக இயக்கி இணைந்துகொண்டது. ஃபோர்ஸ்டு பேரிங் செய்த பிறகு அவன் போனில் இருந்த அத்தனை தரவுகளையும் ஒன்று விடாமல் காப்பி எடுத்து அவன் போனின் வேறொரு பிரதியாக மாறத் தொடங்கியது. இனி அவன் போன் ஒலித்தால் அதுவும் ஒலிக்கும். அதில் வரும் செய்திகள் இங்கும் தோன்றும். வாங் தன்னுடைய லேப்டாப்பில் இந்தப் பிரதியெடுத்தலைக் கவனித்தவாறு அமர்ந்திருந்தான்.

★★★

மமுக கட்சியில் ரகசியமான சிறு கூட்டங்கள் நிறைய நடந்தன. வருணின் நடவடிக்கைகள் கட்சியினரைக் குழப்பத்தில் ஆழ்த்திவிட்டன. தாங்கள் அனைவரும் நினைத்தால் வருணைப் பதவியிலிருந்து இறக்க முடியும் என்று அவர்களுக்குத் தெரியும். ஆனால் பூனைக்கு யார் மணி கட்டுவது. பல ஆண்டு காலமாகத் தலைவர் சொன்னதை அப்படியே கேட்டு தலையாட்டி வந்த கூட்டம் அது. திடீரென்று தலைமைக்கு எதிராகத் திரளமாட்டார்கள். தெரியாது. அதிலும் தெய்வத் தலைவரின் மகனுக்கு எதிராகச் செயல்பட அவர்களது அடிமை டின்ஏ அனுமதிக்காது. துரைசாமி கட்சியில் இருந்து கட்டம் கட்டப்பட்டது அவர்களுக்குள் ஒரு புதிய பயத்தை வேறு உருவாக்கியிருந்தது. அதன் பிறகு துரைசாமியின் எதிரி பாலாஜி இப்போது முழு பலத்துடன் வளைய வந்தார். வருணை சந்தித்து மாலையிட்டு புகைப்படம் எடுத்துக் கொண்டு வந்தார். வருணின் முழு ஆதரவும் தனக்கு இருப்பதாகக் கூறிக் கொண்டார். இப்போது மந்திரிகள் வருணை எதிர்த்து எதையும் செய்ய பயந்தார்கள். பதவியில் இருப்பவர்கள் முரண்டினால்

அந்தப் பதவி தங்களுக்கு வர வாய்ப்பு இருக்கிறதென்று மந்திரி அல்லாதவர்கள் மெல்ல வருண் ஆதரவு நிலையை எடுக்கத் தொடங்கியிருந்தார்கள்.

கட்சியில் தெளிவாக வருண் ஆதரவு, எதிர்ப்பு அணி உருவாகியிருந்தது. இதனை மகேந்திரன் எதிர்பார்த்திருந்தார். ஒருவனின் வளர்ச்சிக்கு எதிரிகள் மிக முக்கியம். இது இப்போதைக்கு அப்படியே இருக்கட்டும் என்று வருணிடம் அவர் சொல்லியிருந்தார். வெள்ளத்தின் போது வருண் செயல்பட்ட விதம், துரைசாமியைக் கட்சியிலிருந்து நீக்கியது, துரைசாமி மகனை அதிரடியாகக் கைது செய்தது என்று அத்தனையும் வருணுக்கு மக்கள் மத்தியிலும் ஒரு புதிய செல்வாக்கை உருவாக்கியிருந்தது.

★★★

அப்துல் அழைத்திருந்தான்.

"வருண்.. மச்சான் என்னடா பயங்கர பிசி போல. நிஜமாவே ஒரு சிஎம் ஆகிட்டே போல நீ?"

"அங்கே இங்கே நகர முடியாம அனந்தராமன் பாத்துக்கறாரு. தேர்தல் வேற வருது."

"ஆனா எப்படிடா நாலே மாசத்துல இப்படி ஆளே மாறிட்டே?"

"வேற என்ன பண்றதுன்னு தெரியலைடா.. யாரோ எங்க குடும்பத்தையே கொல்ல முயற்சி பண்றதா இன்டெலிஜென்ஸ் ரிப்போர்ட் சொல்லுது. பதவியில் இருக்கிற வரைக்கும்தான் இந்த உச்சகட்டப் பாதுகாப்பு இருக்கும். நான் இப்போ இந்த போஸ்ட்ல கன்டினியூ ஆகறது எனக்கு மட்டுமில்லை, எங்க குடும்பத்துக்கே சர்வைவல் மாதிரி ஆகிடுச்சுடா."

"அப்ப இனிமேல் பாலிடிக்ஸ்தானா? மச்சான் சீரியஸா என்னால இதை நம்பவே முடியலைடா.. நீயாடா இது?"

"ஒவ்வொரு நாளாத் தள்ளிட்டு இருக்கேன்டா... ஒண்ணும் புரியலை.. பட் டூ யுவர் பாயிண்ட் சில நேரங்களில் இதை என்ஜாய் பண்ண ஆரம்பிச்சிருக்கேன்."

"சரி எப்படியோ ஒழி.. அப்பா எப்படி இருக்கார்.. டாக்டர்ஸ் என்ன சொல்றாங்க?"

"அதேதான்.. ஒன்னும் சேஞ்ச் இல்லை. அப்படியேதான் இருக்கார்."

“நேத்துதான் உன் பிறந்த நாளைக் கொண்டாடின மாதிரி இருக்குடா.. மளமளன்னு என்னென்னவோ நடந்து போச்சுடா... ஷில்பாவைப் பாத்தியா?”

“இல்லடா... அன்னைக்கு பீச் ரிசார்ட் போயிட்டு வந்தோம்ல.. அன்னைக்கு சில்வியா கூட கொஞ்சம் ஓவராத்தான் போயிடுச்சு போல, அன்னிக்கு கோபமா போனவ அதுக்கப்புறம் பேசலை. நீ வேணா பேசிப் பாரேன்.”

“நீ செஞ்ச காரியத்துக்கு பின்னே கொஞ்சுவாளா.. விடு அவளா கூப்பிடுவா...”

போனை வைத்த சிறிது நேரத்தில் நர்மதா அழைத்தாள்.

“அண்ணா.. இன்னைக்கு சுவாதி பிறந்த நாள்.”

“அதுக்கு”

“சொல்லணும்னு தோணுச்சு. அவ வீட்ல போய் சர்ப்ரைசா கேக் வெட்டலாம்னு இருக்கோம். நீ வரியா?”

“நான் வரலை.” என்று வைத்தான்.

★★★

சுவாதி அன்று கொஞ்சம் கூடுதல் அழகாக இருந்தாள். ஒரு பள்ளியின் நூற்றாண்டு விழாவைக் கவர் செய்ய அனுப்பியிருந்தார்கள். அரசியல் நிகழ்வுகளைப் போல அவசரமில்லாத போரான வேலை. மாலை மகேந்திரனுடன் இரவு உணவுக்கு செல்லத் திட்டமிட்டிருந்தாள்.

“எத்தனை நாள்தான் இப்படி என்னோடு பிறந்த நாள் டின்னர் சாப்பிடுவே?” என்று காலையிலேயே சீண்டியிருந்தார் மகேந்திரன்.

கேமராமேனோடு பேசிக் கொண்டிருந்தவளின் துப்பட்டா நுனியை யாரோ இழுத்தார்கள். மூன்றரை அடி உயரத்தில் ஒரு வாண்டு நின்றிருந்தது. உச்சந்தலையில் நீரூற்று போல சிண்டு வைத்த முடி. அந்தப் பள்ளியின் மாணவி போல.

“ஹேப்பி பர்த்டே ஆன்ட்டீ...” என்று அவளிடம் ஒரு பூங்கொத்தை நீட்டியது.

“ஓ.. தேங்க்ஸ் டா குட்டி.. உனக்கு எப்படித் தெரியும்?” என்று கேட்பதற்குள் ஓடிப் போனது அது.

அடுத்த ஐந்து நிமிடங்களில் இன்னொரு குட்டி, இன்னொரு பூங்கொத்துடன் வந்து வாழ்த்தியது. கேள்வி கேட்பதற்குள் அதுவும் ஓடிப்போனது.

அவளுக்குப் புரியவில்லை. அடுத்து வந்த சிறுவனை கெட்டியாகப் பிடித்துக் கொண்டாள்.

"டேய்.. யாருடா இதெல்லாம் கொடுத்து விடறாங்க?"

அவன் அவளை உதறிக்கொண்டு ஓட சுவாதி துரத்தினாள். அந்தப் பையன் நுழைந்த வகுப்பறையில் இவளும் வேகமாக நுழைந்து சட்டென்று பிரேக் அடித்து நின்றாள். வகுப்பறை முழுவதுமாக அலங்கரிக்கப்பட்டிருந்தது. பலூன்கள் மிதந்து நிறைந்திருந்தன. நடுவில் ஒரு மேசையில் மெழுகுவர்த்தியோடு ஒரு கேக். அந்த வகுப்பு ஆசிரியையும் குழந்தைகளும் கோரசாகப் பாட என்ன நடக்கிறதென்று புரிய அவளுக்கு சற்று நேரம் பிடித்தது.

குழந்தைகளோடு கேக் வெட்டி கொஞ்சிக் கொண்டாடிய அந்த அரை மணி நேரம் அவளால் வாழ்வில் மறக்க முடியாத ஒன்று. இதை ஏற்பாடு செய்தது யாரென்று அந்த வகுப்பு ஆசிரியையிடம் கேட்டபோது பிரின்சிபால் உத்தரவு என்றார். பிரின்சிபாலை தேடிப் பிடித்துக் கேட்டபோது கல்வித்துறை செயலாளரிடம் இருந்து போன் வந்தது என்றார். அதற்கு மேல் விசாரிக்கும் தேவை அவளுக்கு இருக்கவில்லை.

கச

தாயக் கட்டை உருட்டலில் விருத்தம் விழுந்து ஆனால் அதற்குரிய காய்களை நகர்ந்த இடம் இல்லாவிட்டால் ஆட்டம் இல்லை என்று பொருள். எந்தக் காயையும் ஒரு கட்டம் கூட நகர்த்த முடியாது. காயை இருந்த இடத்திலேயே வைத்துவிட வேண்டும். கடைசியில் ஒரு காய் மட்டுமே இருந்தாலோ நிறைய காய்கள் வெட்டுப்பட்டு மனைக்குத் திரும்பியிருந்தாலோ இந்த நிலை ஏற்படும். நிறைய அதிர்ஷ்டம் கூட துரதிருஷ்டம்தான்.

வாங் எழுந்து சோம்பல் முறித்தான். ஜன்னல் வழியாக கடல் தெரிந்தது. கடலில் கப்பல்கள் சிறியதும் பெரியதுமாக கூட்டமாகத் தெரிந்தன. தங்களது முறைக்காக பனாமா கால்வாயின் நுழை வாயிலில் அவை காத்திருந்தன. பனாமாவின் புகழுக்கும் வருமானத்துக்கும் ஆதாரமான பனாமா கால்வாய் அவன் முன்னே தெரிந்தது. அவன் தங்கியிருந்த அந்த ஓட்டலின் பத்தாவது மாடியில் இருந்து பனாமா கால்வாயின் பசிபிக் பெருங்கடல் நுழைவு வாயில் தெரிந்தது. 77கிமீ நீளமுள்ள அந்தக் கால்வாயை எட்டு மணி நேரத்தில் கடந்து அட்லாண்டிக் கடலை அடைய முடியும். பனாமா கால்வாய் என்ற ஒரு குறுக்குவழி இல்லாவிட்டால் அதே பயணத்துக்கு மாதக்கணக்கில் ஆகும். ஒரு பெரிய கண்டத்தையே சுற்றிக் கொண்டு செல்லும் எரிபொருள் செலவு தனி. இதன் காரணமாக ஒரு காலத்தில் மனிதர்கள் வாழவே தகுதியற்றிருந்த ஒரு துண்டு வனம் இன்று உலகின் முக்கியமான இணைப்புப் பாலம்.

ஆனால் பனாமாவின் பணம் கொழிக்கும் தொழில் அதன் கால்வாய் மட்டும் அல்ல என்பதை வாங் அறிந்திருந்தான்.

வெறும் நான்கு லட்சம் மக்கள் வசிக்கும் அந்த நகரத்தில் மக்கள் எண்ணிக்கையை விட அதிகமாக வியாபார நிறுவனங்கள் இருக்கின்றன. அவை அனைத்தும் ஷெல் கம்பெனிகள் என்று அழைக்கப்படும் நிழல் நிறுவனங்கள். ராபர்ட்டின் மொபைல் போனில் அவன் விதைத்திருந்த உளவு பார்க்கும் மென்பொருள் இன்று அவனை பனாமா வரை இழுத்து வந்திருந்தது. வருண் கொடுத்த அத்தனை வேலைகளிலும் வினோதனின் இருபதாயிரம் கோடி எங்கே இருக்கிறது என்று கண்டுபிடிக்கும் வேலைதான் அவனுக்கு இருப்பதிலேயே மிகவும் சுவாரசியமாக இருந்தது. பனாமா போவதாகச் சொன்னவுடன் வருண் ஆச்சரியப்பட்டான். பிறகு கவலைப்பட்டான். விவரத்தை விளக்கியவுடன் ஒப்புக் கொண்டான்.

உடை மாற்றிக் கொண்டு ஓட்டலை விட்டு வெளியே வந்தான் வாங். அவன் சந்திக்க வேண்டிய நபரை ஓட்டலுக்கு வெகு அருகில் இருந்த காபி டேவுக்கு வரச் சொல்லியிருந்தான். வந்தவன் அணிந்திருந்த விலை உயர்ந்த சூட் அவனை தனியாகக் காட்டியது. பனாமாவில் இருந்த மிகப்பெரிய சட்ட ஆலோசனை நிறுவனத்தின் மார்க்கெட்டிங் எக்சிகியூட்டிவ். தன்னுடைய பெரிய பூப்போட்ட சட்டை, முழங்கால் அருகே கிழிந்த ஜீன்ஸ் ஆகியவற்றை நினைத்து வாங் ஒரு வினாடி அவமானமடைந்தான். இவனைப் பார்த்ததும் சூட் போட்டவன் எழுந்து வந்தான். ஸ்திரமாக கை குலுக்கி தன்னை ஜூலியன் என்று அறிமுகம் செய்துகொண்டான்.

"மொசாக் பொன்சேகா உங்களை பனாமாவுக்கு வரவேற்கிறது" என்றான். கைகளில் ரேடோ வாட்ச். என்ன சாப்பிடுகிறீர்கள் என்ற சம்பிரதாயம் முடிந்து சுய சேவையில் உயரமான கோப்பைகளில் கேப்பிச்சுனோ வாங்கிக் கொண்டு அமர்ந்தார்கள்.

"சொல்லுங்கள். நான் எப்படி உங்களுக்கு உதவ வேண்டும்?"

ஜூலியன் தென் அமெரிக்காவின் ஏதோ ஒரு நாட்டைச் சேர்ந்தவனாக இருக்கலாம். ஆங்கிலத்தில் ஸ்பானிஷ் வாடை வீசியது. வெளியே அவனுக்காக ஒரு ஃபெர்ராரியோ லம்போர்கினியோ நிற்கக் கூடும். வேறு எந்த நாட்டையும் விட பனாமாவில் அப்படியான கார்களை நிறையப் பார்த்தான் வாங்.

"இந்தியாவிலிருந்து வருகிறேன். ஷெல் கம்பெனி ஒன்றைத் தொடங்க வேண்டும்." என்றான் வாங்.

"அது இங்கே ரொம்ப சுலபம். பத்து நிமிட வேலை." என்றான் ஜூலியன் புறங்கையை அலட்சியமாக வீசி.

“அது பற்றிக் கொஞ்சம் விளக்க முடியுமா?” என்றான் வாங் காபியைக் கையில் எடுத்துக் கொண்டே.

“ஒவ்வொரு தேசமும் தங்கள் நாட்டில் வியாபாரம் நடத்த சட்டம் இயற்றுகின்றன. சில நாடுகளில் சட்டங்கள் கடுமையானவை. எங்கே வியாபாரம், யார் முதலாளி, என்ன வியாபாரம், வங்கிக் கணக்கு எங்கே என்பது தொடங்கி பல கேள்விகளை அரசு கேட்கும். ஆனால் பனாமா, கேமேன் தீவுகள், பஹாமாஸ் இப்படிப் பல குட்டி நாடுகளில் சட்டங்கள் இலகுவானவை. நீங்கள் யார் என்பதை வெளியே சொல்லாமலே நிறுவனங்களைத் தொடங்க இங்கே சட்டப்படி அனுமதி உண்டு. வரிகளும் சொற்பம்.”

“ஏன் அப்படி?”

“தென் அமெரிக்கப் பகுதிகளில் போதைமருந்து கார்ட்டெல்கள் அதிகம். கிரிமினல்கள் அரசாங்கத்தை விடச் சக்தி வாய்ந்தவர்கள். ஒருவரிடம் நிறைய பணம் இருக்கிறதென்று தெரிந்தால் போதும், ஆட்கடத்தல் கொலை மிரட்டல் என்று கூட்டமாக வந்து நிற்பார்கள். இதனால் அரசாங்கங்கள் முதலாளிகளின் அடையாளத்தைக் காக்க பாதுகாப்பு கருதி இப்படிச் சட்டங்களை உருவாக்கத் தொடங்கினார்கள். ஆனால் யாருக்கு எதிராக இந்த சட்டங்கள் போடப்பட்டனவோ அவர்களுக்கே இது வசதியாகிவிட்டது.”

“கிரிமினல்களும் போதை மருந்து கார்ட்டெல்களும் கூட இப்படி தங்கள் பணத்தை அடையாளமில்லாமல் பதுக்க முடியும்.”

“ஆமாம். பெரிய அரசியல்வாதிகளும் தீவிரவாதிகளும் சர்வாதிகாரிகளும் கூட. உங்கள் நாட்டுக்கும் இன்னொரு நாட்டுக்கும் வியாபாரம் செய்ய பொருளாதாரத் தடை இருந்தால் எங்கள் நாட்டில் ஒரு ஷெல் கம்பெனி உருவாக்கி அந்த வியாபாரத்தை தடையில்லாமல் நடத்த முடியும்.”

“அது சட்ட விரோதமில்லையா?”

“இங்கே நடக்கும் எதுவும் சட்டவிரோதமில்லை. எல்லாமே சட்டப்படிதான். ஏனென்றால் இதன் மூலம் எங்கள் நாட்டுக்கு நிறைய வருமானம். பாருங்கள், இந்த மாதிரி சிறிய தீவுகளில் சுற்றுலா தவிர வேறு என்ன பெரிய பொருளாதாரம் இருக்க முடியும்? இப்படியெல்லாம் சம்பாதித்தால்தான் உண்டு. இங்கே வெளிநாட்டிலிருந்து வரும் பணத்துக்கு வரியே கிடையாது. இருபது சதவீதம் முப்பது சதவீதம் என்று அரசாங்கம் வரி போடும் நாட்டில் இருக்கும் நிறுவனம், தனது பணத்தை இங்கே

ஒரு ஷெல் நிறுவனம் தொடங்கி அதில் போட்டு வைப்பதால் ஒரு வருடத்தில் எவ்வளவு கோடிகள் மிச்சமாகும் என்று யோசியுங்கள். உலக அளவில் கிளைகள் உள்ள பல பெரிய வங்கிகள் இங்கே கிளைகளைத் தொடங்கி பணத்தைச் சேமித்து வைத்திருக்கிறார்கள். அப்புறம் எப்படி இது சட்ட விரோதமாகும்?"

"உங்கள் மீது பொருளாதாரத் தடை கொண்டு வர மாட்டார்களா?"

"கொண்டு வரட்டுமே... அப்படி என்ன நாங்கள் இறக்குமதி செய்யப் போகிறோம். எங்களிடம் என்ன ராணுவமா இருக்கிறது? தளவாடங்கள் வாங்க? இல்லை அணு ஆயுதம் செய்யப் போகிறோமா? பொருளாதாரத் தடை எல்லாம் எங்களுக்கு ஒரு பொருட்டே அல்ல. தவிர வல்லரசு நாடுகளின் பெரிய பணக்காரர்கள், அரசியல்வாதிகள் எல்லோருமே எங்கள் முக்கிய வாடிக்கையாளர்கள். வெளிப்பார்வைக்கு கோஷம் போட்டாலும் எங்கள் பாதுகாவலர்களே அவர்கள்தான். எங்கள் மீது சிறு துரும்பைக் கூட கிள்ளிப் போட மாட்டார்கள்."

"இதற்கெல்லாம் எவ்வளவு கட்டணம் வசூலிக்கிறீர்கள்?"

"அது உங்கள் தேவையைப் பொறுத்தது. வெறும் ஐநூறு டாலர் செலவில் ஒரு நிறுவனத்தை உருவாக்கித் தரும் பல கம்பெனிகள் பனாமாவில் உண்டு. ஆனால் நாங்கள் உலகெங்கும் கிளைகள் வைத்திருக்கும் ப்ரொபஷனல் நிறுவனம். ஒரு நிறுவனத்தை உருவாக்கி அதற்கு ஒரு டம்மி இயக்குநரை நாங்களே நியமிப்போம். தொடர்ந்து ஒரே ஷெல் நிறுவனத்தில் தொடர்ந்து பணம் இருப்பது ஆபத்தென்று நீங்கள் கருதினால் நிறுவனத்திற்குள் நிறுவனம் அதிலிருந்து இன்னொரு நிறுவனம் என்று பல நாடுகளில் வலைப்பின்னலை உருவாக்குவோம். நிறைய வகை சேவைகள் உண்டு. ஒவ்வொன்றுக்கும் ஒவ்வொரு ரேட். உங்கள் தேவை என்னவென்று தெரிந்தால் அதற்கேற்ற ஒரு கொட்டேஷனை என்னால் தர முடியும்."

வாங் யோசித்தான். சற்றுத் தயங்கி பிறகு கேட்டான்.

"உங்கள் நிறுவனத்தில் ஏற்கனவே கணக்கு வைத்திருக்கும் ஒரு க்ளையண்ட் திடீரென்று இறந்துவிட்டால் அவருடைய ஷெல் நிறுவனங்களை மீட்கும் வழி என்ன?"

ஜூலியன் மெல்ல நிமிர்ந்தான். அவனுடைய உடல் மொழியும் தொனியும் மாறிவிட்டன. தான் தவறு செய்துவிட்டதை வாங் தாமதமாக உணர்ந்தான்.

“அதையெல்லாம் சொல்ல முடியாது. நாங்கள் ப்ரொபஷனல்ஸ். தவறான நோக்கங்களுக்குத் துணை போக முடியாது. ராபர்ட் செய்தி அனுப்பியதால்தான் உங்களை சந்திக்கிறேன். இல்லாவிட்டால் இப்படி அறிமுகமில்லாதவர்களை நாங்கள் சந்திப்பதே இல்லை.”

வாங் சிரித்தான். ஹேக் செய்யப்பட்ட ராபர்ட் போனின் வழியாக அவன்தான் அந்தச் செய்தியை அனுப்பியிருந்தான்.

“தவறாக எதுவும் கேட்கவில்லையே. இப்படி நடக்க வாய்ப்பு இருக்கிறதல்லவா? நாளை என் க்ளையண்டுக்கு அப்படி ஆகிவிட்டால் என்ன செய்வது என்பதற்காக கேட்டேன்”

ஜூலியன் இதை நம்பியதாகத் தெரியவில்லை. எழுந்து கொண்டான். இது போன்ற தலைவலிகள் வருடத்திற்கு ஒன்று இரண்டாவது வந்து விடுகிறது. இப்படியான உரையாடல்கள் நடப்பது அலுவலகத்துக்குத் தெரிந்தால் அவன் வேலை போய்விடும்.

“மன்னித்து விடுங்கள். எனக்கு இன்னொரு மீட்டிங் இருக்கிறது.”

ஜூலியன் எழுந்துகொண்டான். வேகமாக வாசலை நோக்கி நடந்தான்.

வாங் எழுந்து அவனைப் பின் தொடர நினைத்தான். ஆனால் ஜூலியனின் டிரைவர் கதவருகில் நின்று இவனையே பார்த்துக் கொண்டிருந்தான். அவன் கோட்டுக்குள் புடைத்திருந்தது துப்பாக்கியாக இருக்கலாம் என்று தோன்றியது. மெல்ல அமர்ந்து காபிக் கோப்பையை எடுத்துக் கொண்டான். ஜூலியனின் திசைக்கு ஒரு டோஸ்ட் செய்து குடிக்கத் தொடங்கினான்.

ஜூலியன் தனது ஃபெர்ராரி காரில் ஏறிக் கொண்டு தனது அலுவலக ஈமெயிலைத் திறந்தான். அன்றைய மெயில்களைப் படிக்கத் தொடங்கினான்.

வாங் கையிலிருந்த செல்போன் அதிர்ந்தது. எடுத்துப் பார்த்தான். ஜூலியனின் ஈமெயில் அவனது போனில் தெரிந்தது. ப்ளூடூத் மூலம் ஊடுருவி ஜூலியனின் போனில் அவன் விதைத்திருந்த சிறிய மென்பொருள் அதன் வேலையைத் துவங்கியிருந்தது.

★★★

தனது ஸ்மார்ட் போனில் இருந்த புகைப்படத்தை ஒரு முறை சரிபார்த்துக் கொண்டான் வாங். வந்து கொண்டிருந்தவள் ஜியா மென்டோசா என்ற அந்தப் பெண்தான். லேசாக நைந்த

கைப்பை. அதீதமான மேக் அப். கண்கள் சிவந்து தடித்திருந்தன. நன்றாகக் குடிப்பாள் என்று சொல்லியிருந்தது வாங் ஹேக் செய்து படித்திருந்த அவளது மெடிக்கல் ரிப்போர்ட். பார் கவுண்டரின் அருகேயிருந்த உயரமான ஸ்டூலில் அவனருகே வந்து அமர்ந்தாள். போட்டோவில் இருந்ததை விடத் தடிமனாக முதிர்ந்து இருந்தாள். இருபது ஆண்டுகளுக்கு முன் அழகாக இருந்திருப்பாள் என்று வாங் நினைத்துக் கொண்டான்.

வாங் ஏதோ சொல்ல வாயெடுப்பதற்குள் "ஏதாவது குடிக்கலாமே.. எனக்கு ஒரு கோனியாக்." என்றாள். உடலுக்கேற்ற தடித்த குரல்.

அவளுக்கு மட்டும் ஆர்டர் செய்தான் வாங்.

"சொல்லு.. என்னை எதுக்குப் பாக்கணும்னு சொன்னே?"

வாங் அவளைப் பற்றிய விவரங்களை முழுக்க சேகரித்திருந்தான். மொசாக் பொன்சேகாவில் வேலை. நிழல் நிறுவனங்களுக்காக அவர்கள் நியமிக்கும் உள்ளூர் டைரக்டர்களில் ஒருத்தி. அவளைப் போல் நூற்றுக்கும் மேற்பட்டவர்கள் அந்த நிறுவனத்துக்காக வேலை பார்க்கிறார்கள். மாதம் தொள்ளாயிரம் டாலர் சம்பளம். வீட்டில் அவளும் ஒரு நாயும் மட்டும். அந்த நாயின் பெயர் பக்கார்டி. வங்கியில் பெரிய வேலைச்சுமை எல்லாம் இல்லை. ஒரு சில காகிதங்களில் கையெழுத்துப் போடவேண்டியது மட்டும்தான் வேலை. என்ன கையெழுத்து, எதற்காகக் கையெழுத்து என்றெல்லாம் கேட்கக் கூடாது. கேட்டால் வேலை போய்விடும். அதன் பிறகு ஒரு குடிகாரிக்கு இத்தனை சம்பளத்தில் வேறு யாரும் வேலை தரமாட்டார்கள். இரண்டு கோப்பைகள் உள்ளே இறங்கும் வரை காத்திருந்தான் வாங்.

"நான் ஒரு சில ஷெல் கம்பெனிகள் ஆரம்பிக்க இருக்கிறேன். அதற்கு ரெசிடெண்ட் டைரக்டராக சில கையெழுத்துகள் வேண்டும். உன்னை அணுகினால் சரியாக இருக்கும் என்று ஜூலியன் அனுப்பியிருக்கிறான்."

இரண்டு நோட்டுக் கற்றைகளை அவள் கைகளில் திணித்தான் வாங். இருபதாயிரம் டாலர்கள்.

புறங்கையை வீசினாள் ஜியா. ஆனால் நோட்டுகளை விடாமல் இறுகப் பற்றிக் கொண்டிருந்தது அவள் கரம்.

"அப்படியெல்லாம் வெளி ஆட்களுக்கு செய்யக் கூடாதென்று என் நிறுவனம் சொல்லியிருக்கிறது. நான் அவர்களுக்கு மட்டும்தான் கையெழுத்திட வேண்டும். என் பாஸ்போர்ட் வேறு அவர்களிடம்

வெட்டாட்டம்

இருக்கிறது. பெரிய ரிஸ்க்..."

அவளுடைய கூகுள் ஹிஸ்டரியை ஏற்கனவே அலசியிருந்தான் வாங். அவளுக்கு மிகவும் பிடித்த விலை உயர்ந்த க்லென்ஃபிடிச் விஸ்கியை எடுத்து மேசையில் வைத்தான். அவளுடைய ஒரு வருட சம்பளம் மொத்தமும் சேர்ந்தால் கூட அதன் விலையில் பாதி வராது.

அதைப் பற்றி அவள் கடந்த ஆறு மாதங்களாக தேடித் தேடிப் படித்திருந்தாள் என்று அவளுடைய பிரவுசிங் ஹிஸ்டரி சொல்லியிருந்தது.

ஜியாவின் செயற்கைப் புருவங்கள் விரிந்தன. அவளே பேசட்டும் என்று காத்திருந்தான் வாங். பெருமூச்சு விட்டாள் ஜியா.

"பொதுவா நான் இதெல்லாம் செய்யக் கூடாது. நீ வேற ரொம்ப கட்டாயப்படுத்தறே.. இது நமக்குள்ளே இருக்கட்டும்..." அவள் பார்வை பாட்டிலை விட்டு அகலவில்லை.

வாங்கின் பக்கம் நெருங்கி அமர்ந்தாள். வாங் விஸ்கி பாட்டிலை எடுத்துத் தன் பக்கம் வைத்துக் கொண்டான். ப்ரீப் கேசைத் திறந்து சில ஆவணங்களை எடுத்தான்.

"இவற்றில் நீ கையெழுத்திட்டால் போதும். அத்தோடு உன்னுடைய அடையாள ஆவணங்களும் வேண்டும். உன் நேஷனல் ஐடி கார்டு இருந்தால் கூடப் போதும்."

ஜியா புரட்டிப் பார்த்தாள். வழக்கமாக அவள் கையெழுத்திடும் காகிதங்கள் போலத்தான் இருந்தன. அவளுக்குப் படிக்கும் அளவு பொறுமை இருக்காது என்பதை அவள் சைக்கோ ப்ரொபைலில் இருந்து தெரிந்து கொண்டிருந்தான் வாங். ஒரு வினாடி யோசித்தவள் பிறகு வாங் கொடுத்த பேனாவை வாங்கி சரசரவென்று கையெழுத்திட ஆரம்பித்தாள்.

ஒவ்வொரு பக்கமாக வாங் திருப்ப கையெழுத்திட்டுக் கொண்டே போனாள். பிறகு அவள் கொடுத்த பனாமா குடியுரிமை ஐடி கார்டை தனது ஐபோனில் புகைப்படம் எடுத்துக் கொண்டான் வாங்.

"சரி நான் கிளம்புகிறேன்" என்றான் வாங். நான்காவது கோப்பை கோனியாக்கில் இருந்த ஜியா "என் வீடு பக்கத்தில்தான்" என்றாள்.

வாங் அதைக் கேட்காதவன் போல பில் பணத்தை மேசையில் எறிந்துவிட்டு வேகமாக நடந்து வெளியே வந்தான். மொபைல்

158

போனை எடுத்து அழைத்தான். மறுமுனையில் வருணின் குரல் கேட்டது.

"ஒரு கேஸ் முடிந்தது.. இன்னும் பதினான்கு இருக்கிறது."

"இது எவ்வளவு?"

"தொள்ளாயிரம் கோடி... அந்தப் பெண்ணுக்கு வீட்டில் சரியான படுக்கை கூடக் கிடையாது. தான் கோடிக்கணக்கான டாலர் மதிப்புடைய ஒரு நிறுவனத்தின் டைரக்டர் என்று கூட அவளுக்குத் தெரியாது.. கொடுமை என்னவென்றால் இது போல ஒரு ஐம்பது கம்பெனிகளுக்கு அவளை ரெசிடெண்ட் டைரக்டராக்கி வைத்திருக்கிறது அவள் நிறுவனம். எப்படியும் அவளுடைய மதிப்பு சில மில்லியன்கள் தேறும். ஆனால் இப்படி வேலை செய்யும் யாருக்கும் இதைப் பற்றித் தெரியாது. ஐந்துக்கும் பத்துக்கும் அல்லாடுகிறார்கள். சல்லிசாக எதை நீட்டினாலும் கையெழுத்து போடுகிறார்கள்."

"அடுத்தது எங்கே..."

"சைப்ரஸ். அதற்கு முன்னால் மொசாக் பொன்சேகாவின் சர்வர்களில் கொஞ்சம் வேலை இருக்கிறது."

வாங் ஒரு டாக்சி பிடித்து ஓட்டல் வந்து சேர்ந்தான்.

வந்தவுடன் அறையில் இருந்த குளிர்பதனப் பெட்டியில் இருந்து பியரை எடுத்துக் கொண்டான். லேப்டாப்பைத் திறந்து அமர்ந்தான்.

ஜூலியனின் மொபைல் போனிலிருந்த வேவு பார்க்கும் மென்பொருள் அவனுடைய நிறுவனத்தின் ஈமெயில் மற்றும் பைல் சர்வர் பாஸ்வேர்டுகளைக் கொடுத்திருந்தது. ஜூலியன் தனது இரண்டாவது மனைவியின் ஒன்று விட்ட சகோதரியுடன் சுற்றுவது வரை வாங் அவனைப் பற்றித் தெரிந்து கொண்டிருந்தான். ஜூலியனின் இப்போதைய பாஸ்வேர்டு அவளுடைய பெயர்தான்.

நிமிடத்தைக் கூட வீணடிக்காமல் ஜூலியனின் மெயில் கணக்கினுள் நுழைந்தான். பிறகு அவர்கள் பைல்களை சேர்த்து வைக்கும் சர்வரில் நுழைந்தான். அவனுக்கு அங்கே சில பைல்களை சந்தடியில்லாமல் மாற்ற வேண்டியிருந்தது. ஜியாவிடம் கையெழுத்து வாங்கிய காகிதங்களை சில இடங்களில் பதிவேற்றினான். தன்னுடைய வேலை முடிந்து வெளியே வரும்போதுதான் அதைக் கவனித்தான். மொசாக் பொன்சேகாவின் இணையதளம் வேர்டுபிரெஸ் என்ற உலகத்தின் பிரபலமான

ஒரு மென்பொருளால் வடிவமைக்கப்பட்டிருந்தது. அது ஒரு ஓபன் சோர்ஸ் மென்பொருள். அனைவருக்கும் இலவசமாகவே இணையத்தில் கிடைக்கும். இதனால் ஹேக்கர்கள் அனைவருக்கும் அதில் இருக்கும் நிறைகளும் குறைகளும் தெரியும். மொசாக் பொன்சேகாவின் சர்வரில் இருந்தது ஒரு பழைய வெர்ஷன். அதில் இருக்கும் ஓட்டைகள் இவனுக்கு அத்துபடி. இத்தனை சென்சிடிவான நிழல் உலக டேட்டாக்கள் வைத்திருக்கும் நிறுவனம் இவ்வளவு அலட்சியமாக தங்கள் பாதுகாப்பை வைத்திருக்கும் என்று அவனால் நம்ப முடியவில்லை. வாங் தனது கைகள் குறுகுறுப்பதை அறிந்தான். அடுத்த பத்து நிமிடங்களில் அந்த சர்வருக்கு அட்மினாக சகல இடங்களுக்கும் போய் வருபவனாக மாறியிருந்தான் வாங்.

அடுத்ததாக அவர்கள் தங்கள் வாடிக்கையாளர்களின் ஆவணங்களைப் போட்டு வைத்திருந்த சிஸ்டத்தைக் குறிவைத்தான். அது ட்ருபால் வெர்ஷன் 7.23. இன்னொரு ஓபன் சோர்ஸ் மென்பொருள். அதில் ஒரு பெரிய பாதுகாப்பு ஓட்டை இருந்து உலகெங்கும் ஹேக் செய்யப்பட்டு, உடனே அதற்கான திருத்தத்தை ட்ரூபால் வெளியிட்டது. ஏனோ மொசாக் பொன்சேகா அந்தத் திருத்தத்தை இதுவரை செய்திருக்கவில்லை. அவன் இதயத்துடிப்பு எகிறியது. அப்படியானால் அவர்கள் வாடிக்கையாளர்களின் அத்தனை பைல்களும் கடந்த ஒரு வருடமாக ஹேக்கர்கள் அணுகும்படி திறந்தே இருந்திருக்கின்றன.

மளமளவென அந்த சர்வரைத் திறந்தான் வாங். அவன் கண்களையே அவனால் நம்ப முடியவில்லை. 1974ம் ஆண்டில் தொடங்கி அவர்கள் சேமித்திருந்த அத்தனை ஆவணங்களும் அவன் முன்னால் விரிந்தன. வாங் தான் தொட்டிருப்பதை நினைத்து முதன் முறையாக அச்சம் கொண்டான். நமக்கு எதற்கு இந்த அனாவசியமான வேலை என்று தோன்றியது. ஆனால் அவனுடைய ஹேக்கர் புத்தி அவனைச் சும்மா இருக்க விடவில்லை. அவன் சொந்தமாக எழுதி வைத்திருந்த ஒரு நகலெடுக்கும் மென்பொருளை அந்த சர்வரில் காபி செய்து வைத்தான். மொத்தம் எத்தனை ஜிபி டேட்டா என்று தெரியவில்லை. அவனுக்குச் சொந்தமான ஒரு சர்வருக்கு அந்த நகலெடுக்கும் சாப்ட்வேர் தினமும் கொஞ்சமாக அந்த டேட்டாவை காபி செய்யும்படி மாற்றினான். சர்வரின் வேகம் பொறுத்து சில தினங்களோ வாரங்களோ ஆகும். ஆனால் இந்த முறையில் யாரும் சந்தேகப்படாமல் பைல்களை கொஞ்சம் கொஞ்சமாக லவட்ட முடியும். மொத்தமாக ஒரே நாளில்

எடுத்தால் பொன்சேகாவுடைய செக்யூரிட்டி சாப்ட்வேர் காட்டிக் கொடுத்துவிடலாம். தான் அறியாமலே உலகத்தின் மிகப்பெரிய டேட்டா திருட்டைத் தொடங்கி வைத்துவிட்டு இன்னொரு பியர் பாட்டிலை எடுத்துக் கொண்டான் வாங்.

கரு

மனையை அடைந்த காய் வெற்றிக்கனியாகிறது. அதை எடுத்து நம்மிடம் வைத்துக் கொள்ளலாம். ஆறு காய்களையும் முதலில் பழம் எடுத்து முடிப்பவர்கள் வெற்றி பெற்றவர்கள். மூன்று, நான்கு பேர் விளையாடினால் ஒருவர் பழம் எடுத்து முடித்தாலும் மீதம் இருப்பவர்கள் ஆட்டத்தைத் தொடருவார்கள். இறுதியாகத் தோல்வியுற்ற ஒருவர் எஞ்சும் வரை ஆட்டம் தொடரும்.

சுவாதியின் சேனலில் அன்று ஆண்டு விழா. அவள்தான் தொகுத்து வழங்கினாள். நேரலையில் ஒளிபரப்பினார்கள். ஆட்டம் பாட்டம் முடிந்து இரவு வீட்டை அடையும்போது மணி பதினொன்றை நெருங்கியிருந்தது. விளக்குகள் இன்னும் எரிந்து கொண்டிருந்தன. மகேந்திரன் விழித்திருந்தார். அவரோடு மதுக்கோப்பையும் இருந்தது. வருடத்தின் குறிப்பிட்ட சில தினங்களில் மகேந்திரன் குடிக்க ஆரம்பித்துவிடுவார். அவள் அம்மா இறந்த தினம் அதில் ஒன்று. வேறு சில தினங்களிலும் குடிப்பார். ஆனால் எதற்காக என்று அவரும் சொன்னதில்லை, இவளும் கேட்டதில்லை. அது தவிர எப்போதும் அவர் குடித்து இவள் பார்த்ததில்லை. யாருடனும் சேர்ந்து குடித்ததில்லை. தனியாகத்தான்.

“எப்படிம்மா போச்சு ஃபங்ஷன்?” என்றார் மகேந்திரன். பக்கார்டியை எடுத்து கோப்பையில் ஊற்றிக் கொண்டே.

“செம்ம ஜாலியா போச்சுப்பா.. என்ன இன்னிக்கு சார் தேவதாஸ் மோடுக்கு மாறிட்டீங்க.” வளையல்களைக் கழற்றிக் கொண்டே கேட்டாள்.

அவர் பதில் பேசவில்லை. ஒரு விதத்தில் அவளுக்கே தெரியாத

சில மர்மமான பகுதிகள் மகேந்திரனின் வாழ்வில் இருந்தன. அவர் ரகசியங்களை அவள் மதித்தாள். சொல்ல விரும்பாத எந்த விஷயத்தையும் சொல்லும்படி அவரும் சுவாதியிடம் கேட்டதில்லை.

"உட்கார்" என்று தனக்கு அருகில் சோபாவைத் தட்டிக் காட்டினார்.

அவர் அருகில் சென்று அமர்ந்து கொண்டாள். தட்டில் இருந்த உருளைக்கிழங்கு சிப்ஸ் ஒன்றை எடுத்துக் கொறித்தாள்.

"ரிப்போர்ட்டர்ஸ் மத்தியில உங்களையும் வருணையும் பத்திதான் பேச்சு... இப்போதெல்லாம் என்கிட்டே எதையும் ஷேர் பண்ணவே யோசிக்கறாங்க."

மகேந்திரன் அவளைத் திரும்பிப் பார்த்தார்.

"நான் வருண் கூட க்ளோஸா இருக்கறது உனக்குப் பிடிக்கலைல்ல?" என்றார்.

"மே பீ.. ஆனா அது உங்க இஷ்டம்பா... அதுவும் இல்லாம இத்தனை வருஷமா நீங்க செய்யணும்னு துடிச்சிட்டு இருந்த பல விஷயங்களை செய்ய உங்களுக்கு ஒரு நல்ல வாய்ப்பு கிடைச்சிருக்கு... அது எனக்குப் புரியுது."

இருவருமே சில நிமிடங்கள் அமைதியாக இருந்தார்கள்.

போஸ் ஸ்பீக்கர் வழியாக வயலின் இசை வழிந்து கொண்டிருந்தது. ஒரு இசையைக் கேட்கும்போது அதன் பின்னால் உள்ள உணர்வு மொழியைத் தாண்டி நம் மீது அப்பிக் கொள்கிறது. அந்த வயலினில் காதல் வழிந்தது.

"என்னமா இழைச்சிருக்கான் பாரு.. மனசு அப்படியே இளகித் தண்ணியா ஓடுது. யாராவது மடில தலை சாய்ச்சுப் படுக்காம இந்த இசையைக் கேக்க முடியுமா?"

"இன்னிக்கு அரசியல் இல்லையா... ரொமான்ஸ் மோடுக்கு மாறிட்டீங்களா?"

"ரொமான்ஸ் இல்லாத அரசியலை நீ பாத்திருக்கியா? ஏதோ ஒரு காலகட்டத்துல ஒவ்வொரு நாட்டோட அரசியலையும் ஒரு ரொமான்ஸ் புரட்டிப் போட்டிருக்கும். காதலால வாழ்க்கை மட்டுமில்லை... வரலாறு கூடத் தடம் மாறும்".

சுவாதி அமைதியாக இருந்தாள். அவருக்குப் பின்னால் ஒரு

காதல் இருப்பது அவளுக்குத் தெரியும். அது தன் அம்மா மட்டுமல்ல என்பதுவும் அவளுக்குத் தெரியும். காதலைப் பற்றி பிரியமானவர்களிடம் பேச யாருக்குத்தான் பிடிக்காது. அதிலும் நிறைவேறாத காதல்கள் பேசுவதற்காகவே மனதின் ஒரு மூலையில் வருடக்கணக்கில் காத்திருக்கும். எப்போதும் காதல் குறித்த பேச்சுகளைக் கண்டு கொள்ளாமல் கடந்துவிடும் சுவாதிக்கு இப்போது அதில் புதிதாக ஒரு ஆர்வம் வந்திருந்தது. இதுவரை அவளும் கேட்டதில்லை. அவரும் சொன்னதில்லை. கேட்டுத்தான் பார்ப்போமே.

“சரி.. உங்க காதலைப் பத்தி சொல்லுங்க. ரொம்ப நாளா புலம்பிட்டு இருக்கீங்க... அம்மாவுக்கு முன்னால உங்க ஸ்வீட் ஹார்ட் யாரு.. எங்கே பாத்தீங்க?”

“சொல்லுவேன்.. ஆனா.. யாரு என்னன்னு கேக்கக் கூடாது”

“கேக்கலை.. இருங்க டிரஸ் மாத்திட்டு வந்துடறேன். ஃபைவ் மினிட்ஸ்.”

“அப்படியே கொஞ்சம் ஐஸ் க்யூப்ஸ் எடுத்துட்டு வா”

பத்து நிமிடங்களில் வேறொரு அழகில் வந்து அமர்ந்தாள்.

“இன்னைக்கு என்ன நாள் தெரியுமா?... நான் ஏன் குடிக்கறேன்னு தெரியுமா?”

“தெரியாது.. ஆனா வருசா வருசம் இந்த நாள்ல உக்காந்து குடிக்கறீங்கன்னு தெரியும்.. அம்மா இறந்த நாள்ல குடிப்பீங்க.. ஆனா அது ஜூலைலதான் வருது”

“ஜனவரி பத்து.. அவளுக்கு வேற ஒருத்தனோட கல்யாணம் ஆன நாள். என் வாழ்க்கைல எல்லாத்தையும் இழந்து நான் நின்ன நாள்...”

“அவங்க அழகா இருப்பாங்களா?.. ரொம்ப அழகா?”

“எக்கச்சக்க அழகுன்னு வெச்சுக்கலாம்...”

அவர் தனது இளமைக்காலத்துக்கு சென்று கொண்டிருந்தார். பிள்ளைகள் காதலிக்கும் பருவத்துக்கு வருவது பெற்றவர்களுக்கும் பெற்றவர்களும் ஒரு காலத்தில் காதலித்தவர்கள் என்பது பிள்ளைகளுக்கும் அத்தனை எளிதில் உறைப்பதில்லை. இந்த தருணத்தில் அவர் முன்னிருந்த கோப்பை அவரைக் கரைத்திருந்தது.

“அவ ரொம்ப தைரியமா இருப்பாடா.. மாடர்னா இருப்பா..

நெருப்பு மாதிரி பேசுவா... அவளை முதன் முதலா பாத்தப்போ அவ பாட்மிண்டன் விளையாடப் போயிட்டு இருந்தா... நான் அப்போ சிகரெட் பிடிப்பேன்.. ஸ்டைலா பிடிச்சுட்டு நின்னேன்.. ஒரு மாதிரி மூஞ்சியை சுளிச்சுட்டுப் போயிட்டா.. திரும்பி வரும்போதும் நான் சிகரெட் பிடிச்சுட்டு இருந்தேன்."

"கீழே போட்டீங்களா?"

"இல்லை. அப்போ கை செலவுக்குக் காசில்லாத காலம். சிகரெட்டை எல்லாம் கீழே போட முடியாது. நான் பாட்டுக்குப் பிடிச்சுட்டு இருந்தேன்.. ஆனா அவ மேல வெச்ச கண்ணை எடுக்கவே முடியலை"

"இதெல்லாம் எங்கே நடந்தது?"

"அவ வீட்டு வாசல்ல. நான் வேலை விஷயமா அவங்க அப்பாவைப் பாக்கப் போயிருந்தேன். அவர் அப்போ வீட்ல இல்லைன்னு சொன்னாங்க. நான் இதுக்காகவே ஊர்ல இருந்து வந்ததால அவர் வீட்டு வாசல்ல கேட் பக்கத்துலயே நின்னுட்டேன். இவ விளையாடப் போறப்பவும் வர்றப்பவும் பிறகு பால்கனில தலை துவட்டிட்டு நின்னப்பவும் பாத்துட்டே இருந்தேன். மறுபடி காலேஜுக்குக் கிளம்பி வந்தா.. லூஸ் ஹேர்.. அந்த ப்ளூ டிரஸ் இன்னும் ஞாபகம் இருக்கு. கார்ல போகும்போது என்னை லேசா திரும்பிப் பாத்த மாதிரி இருந்தது. மை தீட்டிய அந்தக் கண்கள்.. அப்போதான் விழுந்தேன்."

"அப்படியே ஃப்ளாட் ஆகிட்டீங்களா?"

"நீ வேற.. கார் கேட்டுக்கு வெளியே திரும்புதேன்னு பின்னால நகர்ந்து கல் தடுக்கி தடுமாறி விழுந்தேன்."

சுவாதி சிரித்தாள்.

"அப்புறம் என்ன.. சிம்பதி லவ்வா.. இறங்கி பரிதாபப்பட்டு தூக்கி விட்டாங்களா?"

"க்கும்.. கண்ணாடியைக் ஏத்திட்டுப் போயிட்டே இருந்தா.. பக்கத்துல தள்ளுவண்டில அயர்ன் பண்ணிட்டு இருந்தவன்தான் வந்து தூக்கி விட்டான்."

"உங்க லவ் ஸ்டோரி என்ன இவ்வளவு ரொம்பச் சொதப்பலா போகுது.. ரொமாண்டிக்கா ஏதாவது நடந்துதா இல்லையா?"

மகேந்திரன் அடுத்த கோப்பையைக் கலக்க ஆரம்பித்தார்.

“அப்புறம் அவளோட அப்பா வந்தார். என்னை உள்ளே கூப்பிட்டார். என்னைப் பத்தி ஏற்கனவே கேள்விப்பட்டிருக்கிறார். கொஞ்ச நேரம் பேசியதில் என்னை அவருக்கு ரொம்ப பிடிச்சுப் போச்சு. அவ சாயந்திரம் வர்றதுக்குள்ளே ஒரு வேலையும் போட்டுக் குடுத்தார். அதுவும் அவர் கூடவே இருக்கற மாதிரி வேலை. சும்மா பாத்துட்டுப் போலாம்னுதான் வந்திருந்தேன். இங்கேயே வேலைக்கு சேந்துக்கறியான்னு கேட்டதும் யோசிக்காம பட்டுன்னு சரின்னு சொல்லிட்டேன். ஏன்னா அந்தக் கண்ணு மனசுலயே இருந்தது.. தவிர அவர் கூட இருந்தா கட்சியில பெரிய ஆளாகிடலாம்னு கணக்குப் போட்டேன்.. ஊர்ல போன் போட்டு சொன்னதும் கண்டபடி திட்டுனாங்க.. ஆனா எதுவும் காதுல ஏறலை. இங்கே என் காலேஜ் பிரண்டு சுப்பிரமணி ஏற்கனவே சினிமாவுல வேலை பாக்கணும்னு வந்திருந்தான்.. அவன் ரூம்லயே தங்கிட்டேன்...”

“ஜஸ்ட் லைக் தட்?”

“ஜஸ்ட் லைக் தட்.. அப்படித்தான் ஆரம்பிச்சது.. அடுத்த நாள் வீட்டுக்குள்ளே இருந்த என்னை அவ பாத்தா... ஆனா எதுவும் பேசலை. அதே ரொட்டீன்.. பேட்மிண்டன், கல்லூரி, ஒருத்தரை ஒருத்தர் பாத்துக்கறது இப்படியே. நான் அங்கே வேலைக்கு சேர்ந்தது அவ அப்பாவுடைய பேச்சுகளை எழுதித் தரத்தான். கூடவே டிரைவர், எடுபிடி, உதவியாளர்னு எல்லா வேலையும் பாக்க வேண்டி இருக்கும். ஞாயிறு மட்டும் லீவு. அது ஏன்டா வருதுன்னு சுப்பிரமணிகிட்டே சொல்லி புலம்பியிருக்கேன். நாலாவது வாரம் அவங்க அப்பா கூப்பிட்டார். அவளுக்கு கல்லூரியில் ஏதோ பேச்சுப் போட்டின்னு சொல்லி என்னை எழுதிக் கொடுக்கச் சொன்னார். பெண்களின் இந்தியான்னு தலைப்பு. லைப்ரரி போய் ரெபரன்ஸ் எல்லாம் பாத்து நிறைய மேற்கோள் காட்டி என் திறமையை எல்லாம் இறக்கி விடிய விடிய எழுதியிருந்தேன்.. பாத்துட்டு வேலைக்காரன் மூலமா கூப்பிட்டு அனுப்புனா.”

“அசந்து போயிருப்பாங்களே”

“ஒண்ணுமே புரியலை. கொஞ்சம் வாயில் நுழையற மாதிரி தமிழ்ல எழுதித் தர முடியுமான்னு கேட்டா...”

“மறுபடியும் பல்பா.”

“ஆமா.. அப்புறம் அதை வாங்கி நானே ஏற்ற இறக்கத்தோடு பேசிக் காண்பிச்சேன்... அவளுக்கும் சொல்லிக் கொடுத்தேன்.

வேகமாக் கத்துக்கிட்டா.. அடுத்த நாள் வந்து நிறைய கைதட்டல் கிடைச்சுதுன்னு சொன்னா.. இரண்டாவது பரிசும் கிடைச்சுது.. வீட்டுக்கு வரும்போது எனக்கு ஒரு சிகரெட் லைட்டர் பரிசா வாங்கிட்டு வந்தா.. அதுக்கப்புறம் புத்தகம், இலக்கியம், சினிமான்னு நிறைய பேச ஆரம்பிச்சோம்...”

“எப்போ லவ்வ சொன்னீங்க.. எப்படி சொன்னீங்க.. மெயின் கதைக்கு வாங்க”

சோபாவில் நன்றாக சாய்ந்து கொண்டார் மகேந்திரன். நீண்ட பெருமூச்சொன்றை விட்டார்.

“ஒரு ஆறு ஏழு மாசம் இப்படியே ஓடுச்சு. ஒரு நாள் என்னை காலேஜ் பக்கத்துல இருக்கற பார்க்குல வந்து பாக்கச் சொன்னா. நானும் போனேன். கிளாஸ்க்கு கட் அடிச்சுட்டு வந்திருந்தா. பேச்சை ஆரம்பிச்சதும் பட்டுன்னு உன்னை எனக்குப் பிடிச்சிருக்கு, உனக்கு என்னைப் பிடிச்சிருக்கான்னு கேட்டா.”

“ஜஸ்ட் லைக் தட்?”

“ஜஸ்ட் லைக் தட்... அவளுக்கு எதையும் மறைச்சு சுத்தி வளைச்சுப் பேசத் தெரியாது. எனக்கும் பிடிச்சிருக்குன்னு சொன்னேன்.. ஆனா அப்போ என்னோட நிலைமை காதலிக்கற மாதிரி இல்லைன்னு சொன்னதும் என் கையப் பிடிச்சுக்கிட்டா... ‘சம்பாதிக்கற புருஷன் வேணும்கற நிலைமைல நான் இல்லை... நீ வெட்டி ஆம்பளைத் திமிர்ல என்னை மிஸ் பண்ணிடாதே... உன்னோட திறமைக்கு நீ எப்படியும் பெரிய ஆளா வந்துருவேன்னு எனக்கு நம்பிக்கை இருக்கு’ன்னு ஆரம்பிச்சு நிறைய சொன்னா.. ரொம்ப நேரம் பேசிட்டு இருந்தோம். ரெண்டு பேருமே மனசுக்குள்ள காதலை வெச்சிருந்தோம். எப்படியும் சொல்லிக்குவோம்னு எதிர்பார்த்துட்டுதான் இருந்தோம்.. பெரிய சர்ப்ரைஸ் எல்லாம் இல்லை. ஆனா சந்தோஷம் இருந்தது. அன்னிக்கு ராத்திரி முழுக்க நானும் அவளும் தூங்கவே இல்லை. அதுக்கப்புறமும் ஒரு மாதிரி மெதப்புலயே திரிஞ்சேன். மனசுக்குப் பிடிச்சவ கூட இருந்தா ஒரு ஆம்பளைக்கு தனி கம்பீரம் வந்துடும்னு அப்போ புரிஞ்சுக்கிட்டேன். ஆனா அவ அப்பாவுக்கு நாங்க பயந்துதான் ஆக வேண்டி இருந்தது. என்னோட அரசியல் எதிர்காலம் அவர் கையில இருந்தது. விஷயம் என் ரூம் மேட் சுப்பிரமணிக்கு மட்டும் அரசல் புரசலாத் தெரியும். அவனும் கட்சியில இருந்தான். இதெல்லாம் வேண்டாம்னு திரும்பத் திரும்ப சொல்லிக்கிட்டே இருந்தான். ஒரு நாள் சுப்பிரமணிகிட்டே சித்ராவை அறிமுகம்

வெட்டாட்டம்

செஞ்சு வெச்சேன். அவ அழகுல மிரண்டு போயிட்டான்"

மகேந்திரன் நிறுத்திவிட்டு யோசித்தார். சொன்னவரை போதுமோ என்று யோசிப்பதாக சுவாதிக்குப் பட்டது. மறுபடியும் பேச ஆரம்பித்தார்.

"நிறைய சுத்துனோம். நிறைய பேசினோம். கால் தரைல படாம திரிஞ்சேன். அவ அப்பா அவளை முழுசா நம்பினார். கேள்விகளே இல்லை. நாங்க செஞ்சது துரோகமோன்னு ஒரு பொண்ணைப் பெத்தவனா இப்போ தோணுது... ஆனா அப்போ திரில்லாதான் இருந்தது. நானும் கட்சியில வளந்தேன். ஒரு ரெண்டு வருஷம் ஓடுச்சு. எத்தனை நாள் மூடி மறைக்க முடியும்? கடைசியா விஷயம் அவ அப்பாவுக்குத் தெரிஞ்சது. என்னைக் கூப்பிட்டுப் பேசினார். புத்திமதி சொன்னார். அவ படிப்பு முடியும் வரைக்கும் அவளைப் பாக்கக் கூடாதுன்னு சொன்னார், அதுக்கப்புறம் தானே ரெண்டு பேரையும் கூப்பிட்டு பேசறதா சொன்னார். நானும் நம்பினேன். அப்போ எனக்கு அவர்தான் கடவுள்.."

"ஆனா அடுத்த ஆறே மாசத்துல அவளுக்கு வேற எடத்துல கல்யாணத்துக்கு ஏற்பாடு பண்ணிட்டார். அவ என்னை மேன்ஷன் போன்ல கூப்பிட்டா. இப்பவே வெளியே வந்துடறதா சொன்னா. அவ அப்பாவைப் போய் பாத்தேன். ரெண்டு மூணு நாள் அலைய விட்டார். அப்புறம் பெரிய ஹோட்டல் பார்ல கூட்டிட்டுப் போய் பேசினார். அவர் பொண்ணு வளர்ந்த விதம், என்னோட சூழ்நிலை இது பத்தியெல்லாம் பேசினார். அவர் நினைச்சிருந்தா என்னை அடிச்சு சத்தமில்லாம புதைச்சிருக்க முடியும்னு சொல்லாம சொன்னார். அது உண்மையும் கூட. அவளை விட்டுட்டா செயற்குழு உறுப்பினர் பதவி எனக்கு வர்றதை அவர் பாத்துக்கறதா சொன்னார். அந்த நேரத்துலதான் வாழ்க்கைலயே பெரிய முட்டாள்தனத்தை நான் செஞ்சேன். அவளைக் கூப்பிட்டு அவ அப்பா சொல்ற மாப்பிள்ளையக் கட்டிக்கிட்டாதான் அவ சந்தோசமா இருக்கலாம்னு தியாகி மாதிரி சொன்னேன். உண்மையா உயிருக்கு பயந்தேன்னு இப்போ யோசிச்சுப் பாத்தா புரியுது. அதுக்காக எனக்கு கட்சியில பெரிய போஸ்ட்டும் கிடைச்சுது. ஆனா எத்தனை அசிங்கமா நடந்துக்கிட்டேன்னு அப்போ தெரியலை. அவ ஒரு அடிபட்ட பறவை மாதிரி திரும்பிப் போனா.. அன்னிக்கு அவ கொடுத்த சாபம்தான் என்னைத் துரத்திக்கிட்டே இருக்குன்னு நினைக்கிறேன். அவளை அன்னிக்கே பாதி கொன்னுட்டேன்."

"அன்னிக்கேன்னா... அவங்க இப்போ?" சுவாதி சன்னமான குரலில் கேட்டாள்.

"உயிரோட இல்லை...." என்று சொல்லி நிறுத்தினார் மகேந்திரன். கண்களை மூடிக்கொண்டார். அருகில் கிடந்த அவர் கையைப் பற்றிக் கொண்டாள் சுவாதி.

"அவங்க கல்யாணத்துக்கு அப்புறம் பாத்தீங்களா?"

"இல்லை. அப்படி ஒரு வாய்ப்பு வந்தாலும் ரெண்டு பேருமே அவாய்ட் பண்ணிட்டோம். அதுக்கப்புறம் அவ சாகற அன்னிக்கு சாயந்திரம் போன் பண்ணியிருந்தா.."

சுவாதிக்கு முதுகு சில்லிட்டது. பக்கார்டியின் ஆதிக்கத்தால் அவர் குரல் கொஞ்சம் குளறத் தொடங்கியிருந்தது.

"சாகற அன்னிக்கா?"

"ம்ம்... நிறைய சொன்னா.. என்னைப் பேசவே விடலை. அழவும் இல்லை. கடைசி வரைக்கும் அவ அழுது நான் பார்த்ததே இல்லை."

"சாகப் போறதா சொன்னாங்களா?"

"இல்லை.. அடுத்த நாள் செய்தி வந்தப்போதான் தெரிஞ்சது. ஆனா கடைசி வரைக்கும் என்னை அவ வெறுக்கவே இல்லைன்னு திரும்பத் திரும்ப சொன்னா. அதை சொல்லாம போயிருந்தா அதுவே என்னைக் கொன்னுடும்னு நினைச்சுத்தான் அவ என்னைக் கூப்பிட்டிருக்கா..."

அவர் குரல் தேய்ந்து கொண்டே வந்தது. இவ்வளவு காலம் சொல்லாத கதையை இன்று ஏன் சொல்கிறார் என்று புரியவில்லை. சொல்ல நினைத்ததைத் தாண்டி ஒரு வார்த்தை கூட அந்த மனதில் இருந்து வெளிவராது. சன்னல் வழியே வெளியே அமர்ந்திருந்த காவலர் தெரிந்தார். மகேந்திரனைத் தன்னோடு நெருக்கமாக வைத்துக் கொண்டதிலிருந்து வருண் செய்திருந்த ஏற்பாடு. தன்னைச் சுற்றியிருப்பவர்களின் உயிருக்கு ஆபத்து இருப்பதாக அவன் நம்பியிருந்தான். மகேந்திரனின் வீடு மட்டுமல்ல, தன்னையும் மப்டியில் போலீசார் தொடர்வதை சில தருணங்களில் சுவாதி பார்த்திருக்கிறாள். வருணின் பெயரைக் கேட்கும்போது வழக்கமாக ஏற்படும் கசப்பு உணர்வு இப்போதெல்லாம் எழுவதில்லை என்பதை அவள் சமீபமாக உணரத் தொடங்கியிருந்தாள். மகேந்திரன் சோபாவில் சாய்ந்து உறங்கிப் போயிருந்தார்.

"அப்பா.. எழுந்து உள்ளே போய் படுங்க. அப்பா.." அவர்

கையில் தட்டினாள்.

மகேந்திரன் அசையவில்லை. உசுப்பி எழுப்பினாள். மெல்ல முனகிக் கொண்டு தடுமாறியவாறே எழுந்தார். விழுந்து விடாமல் இருக்க சுவாதியின் தோளைப் பிடித்துக் கொண்டார். அவரை நடத்திக் கொண்டு சென்று படுக்கையில் படுக்க வைத்தாள். ஹாலில் வந்து மதுக் கோப்பையையும் மிச்சமிருந்த மதுவையும் உணவையும் சுத்தம் செய்து விட்டு மீண்டும் ஒருமுறை மகேந்திரனின் படுக்கையறைக்குச் சென்று ஒரு போர்வையை அவருக்குப் போர்த்திவிட்டுத் திரும்பினாள்.

“சுப்பிரமணி..” என்றார் மகேந்திரன்.

“என்னப்பா..” என்றாள் சுவாதி.

“சுப்பிரமணி...”

நின்று திரும்பினாள். மகேந்திரன் கண்கள் மூடியிருந்தன. அவர் தனக்குத்தானே பேசிக் கொண்டிருந்தார்.

“சுப்பிரமணி.. அவன் தான்.. அவன் தான் எல்லாம் தெரிஞ்சும் அவளைக் கல்யாணம் பண்ணிக்கிட்டான்... என்கிட்டே இருந்து எல்லாத்தையும் எடுத்துக்கிட்டான்...”

சுவாதி அவர் அருகிலேயே நீண்ட நேரம் அமர்ந்திருந்தாள். எழுந்து சென்று படுக்கையில் விழுந்த பிறகும் உறக்கம் பிடிக்காமல் விழித்திருந்தாள்.

★★★

கசு

தாயக்கரத்தில் எல்லாவற்றையும் பழம் எடுத்துவிட்டு கடைசியாக ஒரு காயை மட்டும் மிச்சம் வைத்து மாட்டிக் கொண்டால் சிரமம்தான். நமது எல்லா உருட்டலுக்கும் அதையே நகர்த்த வேண்டும். பெரும்பாலும் மலை விட்டு இறங்கி வெட்டு வாங்கும் சூழலில்தான் முடியும். அதிலும் பிற அணிகளின் காய்கள் அதிக எண்ணிக்கையில் ஆட்டத்தில் இருந்தால் திரும்பத் திரும்ப வெட்டுப்படும். படை அவசியம்.

திறந்த வேன் ஒன்றில் நின்றவாறு பேசிக் கொண்டிருந்தாள் கயல்விழி. அவளை நோக்கி பெரிய வெளிச்சக் கற்றை ஒன்று குவிந்திருந்தது. அவள் பேச்சில், அழகில் கம்பீரத்தில் மயங்கிய கூட்டம் அங்கே திரண்டிருந்தது. அவளுடைய காட்டன் புடவையின் டிசைனைப் பார்ப்பதற்காகவே ஒரு பெண்கள் கூட்டம் திரண்டிருந்தது.

“தனியா டிசைனர் வெச்சு நெய்யறதாமே.. கடைல எல்லாம் அந்த டிசைன் கிடைக்காதாம்.”

“அந்தப் பாசி நரிக்குறவர் கூட்டத்திடம் நேராவே சொல்லி வாங்கறதாம். இன்ஸ்டாக்ராம்ல போட்டிருந்தாங்க.”

கயல்விழியின் குரல் ஸ்பீக்கர்களில் அதிர்ந்தது.

“அதெல்லாம் போகட்டும் உங்கள் மீது நிஜமான அக்கறை இருந்தால் இந்நேரம் உங்கள் முதல்வர் தொகுதிக்கு வந்திருப்பாரே... இதுவரை மக்களை அதுவும் தனது சொந்தத் தொகுதி மக்களை சந்திக்க வேண்டும் என்று தோன்றாத ஒருவரையா நீங்கள் தேர்ந்தெடுக்கப் போகிறீர்கள்? இத்தனை ஆண்டுகள் சினிமா

கவர்ச்சியில் மயங்கி நாட்டை குட்டிச் சுவராக்கியது போதும். எங்கும் ஊழல், எதிலும் ஊழல். முதல்வர் மாறினாலும் காட்சிகள் மாறவில்லையே. இதற்கெல்லாம் விடிவு வேண்டுமானால் உங்கள் வேட்பாளர் பொன்ராஜை ஆதரியுங்கள்."

கடந்த இரண்டு வாரங்களாக இடைத்தேர்தல் பிரச்சாரத்துக்குத் தலைமையேற்று தொகுதியில் பம்பரமாகச் சுற்றி வருகிறாள் கயல்விழி. வினோதனின் பதவி இழப்பால் காலியான சட்டமன்ற உறுப்பினர் பதவி. இது அவள் முன்னால் அவள் தந்தையால் வைக்கப்பட்டிருக்கும் முதல் சவால். வினோதன் மீதான அனுதாபமும் வருண் அவருடைய வாரிசு என்ற மனோநிலையும் மக்களிடம் இருந்தது. அந்தத் தொகுதி ஏற்கனவே மமுக கட்சியின் கோட்டை. இதைத் தாண்டி எப்படித் தனக்கான வாக்குகளைப் பெறுவது என்பது அவளுக்கு ஒரு முக்கியமான சவாலாக அமையும் என்று அவள் தந்தை வரதராஜன் கருதினார். மற்ற சிறிய கட்சிகள் வேட்பாளரை நிறுத்தாமல் ஏதோ ஒரு பக்கம் ஆதரவை அளித்து விட்டார்கள். வருணை எதிர்த்து பொன்ராஜ் என்ற உள்ளூர் சமூக சேவகரை நிறுத்தியிருந்தார்கள். ரிட்டயர்டு தலைமை ஆசிரியர். ஊருக்குள் நல்ல பெயர். ஆனால் வரும் கள செய்திகள் கயல்விழிக்குச் சாதகமாக இல்லை. ஏற்கனவே வினோதனின் வாக்கு வங்கியான அந்த ஊரில் அவர் மீதான கொலைத்தாக்குதலை அடுத்து இன்னும் அனுதாபம் கூடியிருந்தது. ஆனால் வருண் இன்னும் பிரச்சாரத்தை ஆரம்பிக்கவில்லை. பிரச்சாரம் முடிய இன்னும் ஐந்து நாட்களே இருந்தன. கயல்விழிக்கு அதுதான் ஒரே ஆயுதம்.

அதே நேரம் ஐந்து மந்திரிகள் தொகுதியில் டேரா போட்டிருந்தார்கள். வருணை வெற்றிபெற வைப்பது மட்டுமே அவர்களுடைய தலையாய வேலை. ஆனால் அவர்கள் சென்ற இடமெல்லாம் சின்ன அய்யா எங்கே என்று கேட்டார்கள். முதல் இரண்டு மூன்று வாரங்கள் முதலமைச்சர், வேலைப் பளு என்று சொல்லி சமாளித்தாகிவிட்டது. ஆனால் வருண் பிரச்சாரத்துக்கே கடைசிவரை வரவில்லை என்றால் சிக்கலாகிவிடும் என்றார்கள் உள்ளூர் பிரமுகர்கள். வருணை சமாதானம் செய்து அழைத்து வரும் வேலை அபு தாஹிருக்கு வழங்கப்பட்டது.

அவர் சென்றபோது வருண் முதலமைச்சர் அறையில் இருந்த பீன் பேகில் உறங்கிக் கொண்டிருந்தான். இப்போதெல்லாம் மாலை தாமதமாக வந்து இரவில் வேலை செய்வது அவன் வழக்கமாகி இருந்தது. முக்கியமான செயலாளர்களுக்கும் மந்திரிகளுக்கும்

நள்ளிரவில்தான் அவனிடமிருந்து செய்திகள் வரும். கட்டளைகள் வரும். அவர்கள் காலையில் வரும்போது அவர்கள் மெயில் பாக்சில் எல்லாம் தயாராக இருக்கும். மூன்றே மாதங்களில் ரேஷன் கடைகள் அனைத்தும் இணையத்துக்கு மாறி இருந்தன. பொருட்கள் வீட்டுக்கு வீடு டோர் டெலிவரி செய்யப்பட்டன. இணையம் பயன்படுத்த முடியாதவர்களுக்கு நடமாடும் ரேஷன் கடைகளை வருண் அறிமுகப்படுத்தியிருந்தான். ஒரு ஊரில் இருந்த அரசு அலுவலகங்கள் அனைத்துக்கும் பொதுவான சேவைத் துறை திறக்கப்பட்டது. எல்லா அரசுத்துறை வேலைகளும் மக்களுக்கு சரியாக சேர்கிறதா என்று அது கண்காணிக்கும். அரசு அலுவலகங்களில் வேலைகளை முடிக்க ஆகும் கால அளவு அங்கே ஒட்டப்பட்டது. அதை மீறினால் புகார்கள் அளிக்கவும் வசதி செய்யப்பட்டிருந்தது. அதற்கான மொபைல் ஆப் ஒன்றும் வெளியிடப்பட்டிருந்தது. அது பிக் டேட்டா அனலிடிக்ஸ் மூலம் சிறந்த ஐந்து துறைகளையும் மோசமான ஐந்து துறைகளையும் பட்டியலிட்டது. இதன் மூலம் வினோதனின் ரசிகர்கள் அல்லாத படித்தவர்கள் மத்தியில் முதன் முறையாக மமுக ஒரு வரவேற்பைப் பெற்றிருந்தது.

முதலமைச்சரின் அறைக்கதவு எப்போதும் திறந்தே இருக்கவேண்டும் என்று சொல்லியிருந்தான் வருண். ஆனால் உள்ளே நுழைபவர்கள் அங்கே சிதறிக் கிடக்கும் காகிதங்கள், லேப்டாப்கள், மொபைல் போன்கள் போன்றவற்றைக் கண்டுகொள்ளாமல் இருப்பது நலம். ஆழ்ந்த உறக்கத்தில் இருப்பவனை எழுப்புவதா வேண்டாமா என்று யோசித்தார் அபு தாகிர். பிறகு அவனை மெல்ல உசுப்பி எழுப்பினார்.

எழுந்த வருண் தன்னுடைய கலைந்த கேசத்தை சரிசெய்து கொண்டான். உள்ளே சென்று முகம் கழுவிவிட்டு வந்தான்.

“சொல்லுங்க அங்கிள்.”

“பிரச்சாரத்துக்கு நீ வந்தா நல்லா இருக்கும்னு எல்லாரும் நினைக்கறாங்க. கட்சிக்காரங்க, தொகுதி மக்கள்னு எல்லாரும்.”

“அங்கிள்... எனக்கு பெரிய கிரவுட் முன்னால எல்லாம் பேசிப் பழக்கமே இல்லை. மேடையைப் பாத்தாலே அவ்வளவு பயம்.”

“வருண்... இதெல்லாம் நீ முன்னாடியே சொல்லியிருக்கே.. அதுதான் நீ இல்லாம சமாளிக்க முடியாதான்னு முடிஞ்ச அளவு பாத்தோம்.. ஆனா ட்ரஸ்ட் மீ.. நீ வந்துதான் ஆகணும்... நிலைமை அப்படி... எந்தச் சின்ன ரிஸ்க்கையும் நாம எடுக்க முடியாது.”

அபு தாஹிர் தன்னைக் காரணம் இல்லாமல் கட்டாயப்படுத்துவதில்லை என்பதைக் கடந்த ஆறு மாதங்களில் வருண் உணர்ந்திருந்தான். அவர்களுக்கிடையில் ஒரு நம்பிக்கை உருவாகியிருந்தது.

"யோசிக்கிறேன் அங்கிள். இப்போ வீட்டுக்குப் போறேன். சாயந்திரம் அங்கே வாங்க."

★★★

ராபர்ட் குழம்பியிருந்தான். ஜூலியனுடன் பேசியபோது அவன் கடும் கோபத்தில் இருந்தான். தான் அனுப்பியதாக வந்த சீனன் விவகாரமாக ஏதேதோ கேட்டதாகவும் இவன் திட்டி அனுப்பியதாகவும் சொன்னான்.

"நான் யாரையும் அனுப்பவில்லை. எனக்கு எந்த சீனனையும் தெரியாது."

"நம் தொழிலில் ஜாக்கிரதையாக இருப்பது அவசியம் ராபர்ட். பொய் சொல்லாமல் இருப்பது அதைவிட அவசியம். உன்னுடைய ஈமெயில் பார்த்துத்தான் அவனைச் சந்திக்கவே போனேன். நம்முடைய நீண்டகால தொடர்பு காரணமாக உன்மேல் புகார் செய்யாமல் விடுகிறேன். கவனமாக இரு."

ஜூலியன் போனை வைத்துவிட்டான். தன்னைச் சுற்றி மர்மமாக ஏதோ நடப்பதை உணர்ந்தான் ராபர்ட். அவசரமாக போனை எடுத்து உயிர்ப்பித்தான்.

சத்யானந்தாவின் பிரதம சிஷ்யை கமலியின் குரல் ஒலித்தது.

"ராபர்ட்... வாட் ஈஸ் த மேட்டர்... ஸ்வாமிஜி தியானத்தில் இருக்கிறார்."

என்ன தியானம் என்று ராபர்ட்டுக்குத் தெரியும்.

"அவசரம். கொஞ்சம் தியானத்தைக் கலைக்கவேண்டிய அளவு அவசரம்"

சற்று நேர மவுனத்திற்குப் பிறகு சத்யானந்தாவின் ஆழ்ந்த குரல் ஒலித்தது.

"யெஸ் ராபர்ட்... என்ன அவசரம்"

சுருக்கமாக விவரத்தைச் சொன்னான்.

"சீனனா?"

"ஆமாம்"

சத்யானந்தா சற்று நேரம் யோசித்தார். சமீப காலங்களாக நிறைய அடிபடும் ஒரு சீனப்பெயர் அவருக்குத் தெரியும். போனை வைத்துவிட்டு வேறு சிலரை அழைத்தார். தாமஸ் வாங் வெளிநாடு சென்றிருக்கிறானா என்று உறுதி செய்து கொண்டார். பிறகு மீண்டும் ராபர்ட்டை அழைத்தார்.

"ராபர்ட்... அந்த சீனன் யாரென்று தெரிந்துவிட்டது. வருணுடைய டீமில் இருப்பவன். அனேகமாக வினோதனுடைய சொத்துகள் குறித்துத் தோண்ட ஆரம்பித்திருக்கிறானென்று நினைக்கிறேன். கொஞ்சம் வில்லங்கம்தான்."

"என் பெயரில் எப்படி ஈமெயில்?"

"அதெல்லாம் அவனால் முடியும். உன்னுடைய போன், கம்ப்யூட்டர், பாஸ்வேர்டு எல்லாம் முதலில் மாற்றிவிடு. முதலில் அந்த சீனனைப் பிடி."

"நிஜமாத்தான் சொல்றீங்களா.. அப்போ வருண்?"

"அப்புறமா பார்க்கலாம். சீனனுக்கு என்னவெல்லாம் தெரியுமென்று முதலில் கண்டுபிடி. அவன் திரும்பி இந்தியாவுக்குள் நுழையக் கூடாது. இந்த விவகாரம் எவ்வளவு பெரியதென்று உனக்கு நன்றாகவே தெரியும்."

சத்யானந்தா தனது வழக்கமான குரலில் நிதானமாகப் பேசினாலும் உள்ளுக்குள் ஆடிப் போயிருப்பதை ராபர்ட் உணர்ந்தான்.

★★★

பிரிட்டிஷ் விர்ஜின் தீவுகள். வட தென் அமெரிக்கக் கண்டங்களின் நடுவே நாய் சாப்பிட்ட ரொட்டித்துண்டில் சிதறிய மீதங்கள் போல இறைந்து கிடக்கும் மிகச் சிறிய துணுக்குத் தீவுகள் அவை. மக்கள் தொகை 30,000. ஆனால் அங்கே பதிவு செய்யப்பட்டிருக்கும் நிறுவனங்களின் எண்ணிக்கை இரண்டு லட்சத்தைத் தாண்டும் என்கிறார்கள். இவற்றை அதிகாரபூர்வமாகத் தெரிந்துகொள்ள முடியாது. ஏனென்றால் அவற்றை மறைத்து வைப்பதை அனுமதிக்கும் சட்டங்கள் அங்கே இருக்கின்றன. அவற்றைத் தெரிந்துகொள்ள முயற்சி செய்தால் கைது செய்துவிடுவார்கள். கொலம்பஸ் கண்டு பிடித்த அந்த விர்ஜின் தீவுகள் கடல் கொள்ளைக்காரர்களின் சொர்க்கமாக இருந்தது. அதன் தொடர்ச்சியாக இப்போதும் கருப்புப் பணத்தைப் பதுக்கும்

கொள்ளைக்காரர்களின் சொர்க்கமாகத் தொடர்கிறது.

ஜெரால்டு ஆறரை அடி உயரம். உயரத்துக்கேற்ற அகலம் அவனுக்கு ஒரு ராட்சத தோற்றத்தைக் கொடுத்திருந்தது. அவனுடைய மொபைலில் வந்திருந்த சீனனின் புகைப்படத்தை இன்னொரு முறை பார்த்துக் கொண்டான்.

ஆழமற்ற தெளிவான கடலின் மீது குச்சி குச்சியான தூண்களில் நீருக்கு மேல் சில அடிகள் உயரத்தில் மரத்தால் அமைக்கப்பட்டு கூரை வேய்ந்திருந்த கோரல் பாரடைஸ் உணவகத்தில் அந்த மதிய வேளையில் சில மேசைகளில் மட்டுமே மனிதர்கள் இருந்தார்கள். அது சுற்றுலா சீசனும் அல்ல என்பதால் ஊழியர்களும் குறைவாகவே இருந்தார்கள். நான்கு மேசைகள் தள்ளி அரை மணி நேரமாக ஒரு வெள்ளைக்காரனோடு பேசிக் கொண்டிருந்தான் வாங். ஜெரால்டு பொறுமையாகக் காத்திருந்தான். அவனுடைய வேலையில் பொறுமை அவசியம். அதே நேரம், தேவை வரும்போது வேகமான செயல்பாடு அவசியம். தன்னுடைய லெதர் ஜாக்கெட்டில் துப்பாக்கி ஒளிந்திருப்பதை உறுதிப்படுத்திக் கொண்டு காத்திருந்தான். தாமஸ் வாங் எழுந்து வெள்ளைக்காரனோடு வெளியில் நடந்தான். கடற்கரையில் இருவரும் கை குலுக்கி எதிரெதிர் திசையில் நடக்க வாங் சென்ற திசையில் அவனுக்கு ஓரளவு இடைவெளி விட்டுத் தொடர்ந்தான் ஜெரால்டு.

★★★

தொலைபேசி பிடிவாதமாக ஒலித்தது. வருண் அதை எடுத்தபோது அரைத்தூக்கத்தில் இருந்தான்.

“வருண்.. நான் வாங் பேசறேன்”

“வாங்.. என்ன இந்த நேரத்துல.. வாட் டைம் ஈஸ் இட்...”

“வருண்.. இது அவசரம்.. லிசன்.. இந்த விவகாரம் ரொம்பவே பெருசா இருக்கு. கை வெச்சதும் வெடிக்குது. ஒரு கருப்பன் என்னை பாலோ பண்றான். நான் வெளியே போறப்போ என்னோட ஓட்டல் அறையில் புகுந்து ஏதோ தேடி இருக்காங்க. இப்போதான் ராபர்ட்டோட போன் ரெக்கார்டு பாத்தேன். பனாமாவுக்கு இருபது தடவை போன் பண்ணியிருக்கான். அவங்களுக்குத் தெரிஞ்சிடுச்சுன்னு நினைக்கிறேன்”

வருண் திரும்பி நேரம் பார்த்தான். காலை மூன்று.

“வாங்.. இப்போ எங்கே இருக்கே.. வெயிட்.. நான்

யார்கிட்டேயாவது சொல்லி உனக்கு பாதுகாப்புக்கு ஏற்பாடு பண்றேன்...''

“இட் ஈஸ் டூ லேட்.. உன் பவர் இங்கே வேலை செய்யாது. நான் ரொம்ப நேரம் பேச முடியாது.. ஆனா நான் சொல்றதை கவனமா கேட்டுக்கோ.. எக்காரணத்தைக் கொண்டும் உன்னோட பதவியை விட்டு விடாதே.. இப்போதைக்கு அதுதான் உனக்கு சேஃப்டி. உனக்கு மட்டுமில்லை.. உன் குடும்பத்துக்கும். நாம ப்ளான் போட்ட வேலைல தொண்ணூறு சதவீதம் முடிச்சுட்டேன். இவங்க உன்னையும் தேடி வருவாங்க வருண்.. ஸ்டே இன் பவர்...''

தொலைபேசி பாதியில் அறுபட வருணுக்குத் தூக்கம் முற்றிலுமாகக் கலைந்து போனது. மறுபடி அழைக்க தொடர்பு எல்லைக்கு வெளியில் இருப்பதாகச் செய்தி வந்தது. சொல்லிக்கொள்ள உறவுகள் யாருமற்ற வாங்குக்கு ஏதாவது நேர்ந்துவிட்டால் நட்பு என்ற பெயரில் அவனை அழைத்து வந்த தனக்கு மன்னிப்பே இல்லை என்று நினைத்துக் கொண்டான். பரபரப்பாக நம்பியாரை அழைத்தான். வெளிநாட்டில் அதுவும் ஒரு சீனனுக்கு ஆதரவாக நாம் எதுவும் செய்ய முடியாது என்றார் அவர். பிரிட்டிஷ் விர்ஜின் தீவுகளில் சுத்தமாகவே வாய்ப்பில்லை என்றார். கடவுளை வேண்டிக் கொள்ளலாம் என்றார்.

“சார்.. அப்படியெல்லாம் விட்டுட முடியாது. உடனே அடுத்த ப்ளைட்ல பரதன் சாரை அங்கே அனுப்புங்க. என்னோட பவர்ல நான் அப்ரூவ் பண்றேன்'' என்று போனை வைத்தான் வருண்.

பல முறை வாங் தொலைபேசியை முயற்சி செய்துவிட்டு அவன் கிடைக்காமல் இறுதியாக பரதனை அனுப்பியிருப்பதாக விவரங்களுடன் அவனுக்கு ஈமெயில் அனுப்பினான். காலை ஐந்து மணிக்கு அபு தாஹிரின் தொலைபேசியை அழைத்தான்.

“அங்கிள்.. நான் கேம்பெயினுக்கு வரேன். எப்ப போகலாம்?''

★★★

கயல்விழிக்கு வரதராஜன் அழைத்து சொன்னபோதுதான் தெரியும். வருண் தொகுதிக்கு வந்துவிட்டானென்று. பிரச்சாரம் முடிய மூன்று நாட்களே இருந்தன. வருணுக்குத் தொகுதிமேல் அக்கறை இல்லையென்று அவளால் முடிந்த அளவு பேசியிருந்தாள். வருண் தொகுதிக்கு வராமல் போயிருந்தால் அவன் மீது ஒரு அதிருப்தி உண்டாகியிருக்கும் என்று நினைத்திருந்தவளுக்குக் கொஞ்சம்

ஏமாற்றம்தான். ஆனால் கடைசி நேரத்தில் ஏதாவது அதிரடியாக செய்து தனது இருப்பைத் தக்க வைத்துக் கொள்வதில் வருண் இப்போது நிறையத் தேறி வந்திருந்தான். அவன் பிரச்சாரத்தின் வீடியோவை அவளுக்கு அனுப்பியிருந்தார்கள். மகேந்திரனின் முத்திரை அதில் இருந்தது. பெரிய வீடியோ திரையுடன் வேன் ஒன்று வந்து நிற்கிறது. முதலில் முதல்வர் அறையில் இருந்த சிசிடிவி பதிவுகளின் கடந்த பதினைந்து நாட்கள் தேதி வாரியாக டைம் வார்ப் முறையில் ஓடுகின்றன. அதில் வருண் அதிகாரிகளை சந்திக்கிறான், கணினியில் வேலை செய்கிறான். தூங்குகிறான். வெளியேறுகிறான். உள்ளே வருகிறான். ஐந்து நிமிட வீடியோவில் பதினைந்து நாட்களைக் காட்டுகிறார்கள். வீடியோவின் முடிவில் சமர்ப்பணம் என்று போட்டு கயல்விழி படத்தைக் காட்டுகிறார்கள். கூட்டம் கை தட்டுகிறது. பிறகு வருண் வாகனத்தின் மேலிருந்த திறப்பின் வழியாக மக்களிடம் நேரில் பேசுகிறான். காகிதத்தில் எழுதித்தான் படித்தான்.

“அன்பு மிக்க வாக்காளப் பெருமக்களே.. பதினைந்து நாட்களாக நான் எங்கே எங்கே என்று கேட்டுக் கொண்டிருந்த தோழி கயல்விழி அவர்களுக்கு இந்த வீடியோவை ஆதாரமாக சமர்ப்பிக்கிறேன். தோழியைப் போல் இல்லாமல் எனக்கு முதல்வர் என்ற வகையிலே பல முக்கியமான வேலைகள் இருக்கின்றன. தேர்தல் பிரச்சாரம் என்ற பெயரில் ஊர் சுற்றிக் கொண்டு, அரசுப் பணிகளைக் கிடப்பில் போடுபவன் நான் அல்ல. நான் இங்கே வராத நாட்களில் என்ன செய்து கொண்டிருந்தேன் என்பதை நீங்களே பார்க்கலாம். நான் தொகுதிக்கு வராததால் உங்கள் மீது அக்கறை இல்லாதவன் என்று பொருள் இல்லை. எனது வேலையை நான் ஒழுங்காக செய்தால் உங்கள் அன்பு தானாகவே கிடைக்கும் என்று நான் அறிவேன். இதோ இப்போது கூட நான் நேரில் வந்தால்தான் உங்கள் ஓட்டு கிடைக்கும் என்று என் கட்சியைச் சேர்ந்தவர்கள் சொல்கிறார்கள். அப்படி என்னை நீங்கள் தோற்கடித்து விடுவீர்களா?” என்று கேட்டு நிறுத்தினான். கூட்டம் மாட்டோம் மாட்டோம் என்று ஆர்ப்பரித்தது.

தகராறு இருந்தாலும் முன்பை விட தமிழை நன்றாக உச்சரித்தான். வருணைப் பார்த்துவிட அப்படியொரு கூட்டம். தனக்கு அதில் பாதிக் கூட்டம் கூட வரவில்லை என்பதை கயல்விழி கவனித்தாள். ஆனால் வருணின் வித்தைகளை மீறிய ஒரு ஆயுதம் தன்னிடம் இருப்பதை அவள் மறக்கவில்லை. அதைத் தனது கைப்பையில் ஒரு பென் டிரைவில் சேமித்துத் தன்னுடன் சுமந்து கொண்டேதான் திரிந்தாள்.

★★★

மாநிலத்தின் எல்லாச் செய்தி நிறுவனங்களும் இடைத்தேர்தல் தொகுதியில் முகாமிட்டிருந்தன. பெரும்பாலான மந்திரிகளோடு வருணும் அங்கேதான் இருந்ததால் மருத்துவமனை கூட்டமின்றி இருந்தது. கவுசல்யா புத்தகம் ஒன்றைப் படித்துக் கொண்டிருந்தார். பாதுகாப்புக் கருதி அந்த இரண்டாவது மாடி மொத்தத்தையும் வாடகைக்கு எடுத்திருந்தார்கள். வினோதன் கோமா நிலைக்கு வந்து ஆறு மாதங்கள் முடிவடைந்திருந்தன. அவருக்கு இந்த நிலை வந்தபோது அதிகம் உடைந்து போனது கவுசல்யாதான். என்னதான் திட்டினாலும் கத்தினாலும் கட்சிக்கும் குடும்பத்துக்கும் அவர்தான் தலைவர். எதிர்காலம் குறித்த ஒரு பயம் அவளுக்கு வந்துவிட்டது. ஆனால் இப்போது வருண் அந்தப் பொறுப்பை முழுமையாக ஏற்றுக் கொண்டதை கவுசல்யாவே எதிர்பார்த்திருக்கவில்லை. அவன் புத்திசாலிப் பிள்ளை. தன்னை அம்மாவாக ஏற்றுக் கொள்ள மறுத்துவிட்டான் என்ற வலி மட்டும் அவளுக்கு இருந்துகொண்டே வந்தது. குறைந்தபட்சம் தன்னை ஒரு பொருட்டாக நினைத்து பேசத் தொடங்கியிருப்பது சமீப காலங்களில் வந்த மாறுதல். இவையெல்லாம் ஒரு புறம் அவளுக்கு மகிழ்ச்சியை அளித்தாலும் வேறொரு புறம் அச்சத்தை ஏற்படுத்திக் கொண்டிருந்தது. ஒரு வேளை வினோதன் கோமாவிலிருந்து விழித்தால் என்ன நடக்கும் என்று நினைத்துக்கூடப் பார்க்க முடியவில்லை. தனது கட்சியையும் ஆட்சியையும் வருண் பறித்துக் கொண்டதை அவரால் தாங்கவே முடியாது. ஒரு பூகம்பமே வெடிக்கும்.

மெல்ல ஒரு முறை நிமிர்ந்து பார்த்தாள். வினோதன் எப்போதும் போல அசைவில்லாமல் இருந்தார். அவரை அப்படியே பார்த்து கவுசல்யாவுக்குப் பழகியிருந்தது. மீண்டும் புத்தகத்தில் ஆழ்ந்தாள்.

முன்னெப்போதும் இல்லாதபடி வினோதனின் இமைகளுக்குள் விழிகள் உருண்டதையும் அவர் விழியோரம் வழிந்திருந்த நீரையும் கவுசல்யா கவனித்திருக்கவில்லை. இப்போது கால் விரல்களில் புதிதாக ஒரு துடிப்பான அசைவு தோன்றியிருந்தது.

★★★

கஎ

ஒரு ஆட்டக்காரர் 5, 4 என்ற எண்ணிக்கையை அடுத்தடுத்து தன்னுடைய ஒரு ஆட்டத்தில் இடுகிறார் என வைத்துக்கொள்வோம். 5க்கு ஒரு காயையும் 4க்கு வேறொரு காயையும் அவரால் நகர்த்த முடியும். அல்லது ஒரே காயை மொத்தமாக 9 கட்டங்களுக்கும் நகர்த்தலாம். இதில் எதைத் தேர்ந்தெடுக்கிறார் என்பதில்தான் ஒரு ஆட்டக்காரரின் திறமை இருக்கிறது.

பிரச்சாரத்தின் நடுவில் இருந்ததால் மொபைல் அடித்தது காதில் விழவில்லை வருணுக்கு. எடுத்துப் பார்த்தபோது பதினெட்டு மிஸ்டு கால்கள். அத்தனையும் நர்மதாவிடமிருந்து. உடனே அழைத்தான். அவள் துள்ளிக் கொண்டிருந்தாள்.

“அண்ணா.. ஹேப்பி நியூஸ்.. ஹேப்பி நியூஸ்...”

“இங்க சரியா கேக்கலை.. இரு ஒரு ஓரமா வரேன்..”

“அப்பா கண்ணைத் திறந்துட்டார். என் பேரையெல்லாம் சொல்லிருக்கார். அம்மா இப்பதான் போன் பண்ணினாங்க”

வருணுக்கு இந்த செய்தியை எப்படி உள்வாங்கிக் கொள்வதென்று தெரியவில்லை. சற்று நேரம் அப்படியே உறைந்து நின்றான்.

“என்னண்ணா.. சத்தத்தையே காணோம்”

“இது யாருக்கெல்லாம் தெரியும்?”

“அம்மா எனக்குத்தான் மொதல்ல போன் பண்ணியிருக்காங்க... நான் உனக்கு சொல்றேன்”

“நர்மதா.. நான் சொல்றதை கவனமா கேளு.. அவர் கண் முழிச்சதை வேற யார் கிட்டேயும் சொல்லவேண்டாம்.. உன் அம்மாகிட்டேயும் சொல்லிடு... முக்கியமா இந்த எலக்ஷன் முடியற வரைக்கும் அவர் கோமாலதான் இருக்கார்.. புரிஞ்சுதா?”

“அண்ணா.. ஆனா..”

“நான் சொல்றபடி செய்... ஆஸ்பத்திரில அவரை ஐசோலேட் பண்ணி வெக்கணும்... யாரும் பாக்கக்கூடாது. ஓகேவா?”

தொலைபேசியை வைத்துவிட்டு அவசரமாக மகேந்திரனை அழைத்தான்.

“சார்... ஒரு புது சிக்கல்.”

★★★

வருணிடம் இருந்து போன் வந்த இருபது நிமிடங்களில் மகேந்திரன் மருத்துவமனையை அடைந்திருந்தார். சீஃப் டாக்டரோடு சந்திப்பு. அங்கே நர்மதாவும் கவுசல்யாவும் இருந்தார்கள். நம்பியார் ஏற்கனவே வந்திருந்தார்.

“எனக்கு ஒண்ணும் புரியலை. வருண் ஏன் அப்பா முழிச்சுட்டதை வெளியில சொல்ல வேண்டாம்னு சொல்றான்?” என்று கேட்டாள் நர்மதா.

“எனக்கும் முழுசா புரியலைம்மா. ஆனா இந்த நேரத்தில் அவர் முழிச்சுட்டார்னு தெரிஞ்சா எக்ஷன்ல தேவையில்லாத குழப்பம் வரலாம்னு நினைக்கிறான். அது தவிர திடீர்னு இத்தனை நடந்தது அவருக்குத் தெரிய வந்தா அவர் என்ன மாதிரி ரியாக்ட் பண்ணுவார்னு தெரியலைன்னு சொல்றான். வருண் திரும்பி வர வரைக்கும் இந்த விஷயத்தை வெளியில் சொல்லாம இருக்கறது நல்லது. இப்போ எப்படி இருக்கார்?”

“மறுபடி தூங்கறார். முழுக்க நினைவு திரும்பி இருக்காதுன்னு டாக்டர் சொல்றார். ஆனா கொஞ்சம் கொஞ்சமா இனி பழசெல்லாம் ஞாபகத்துக்கு வர எல்லா வாய்ப்பும் இருக்குன்னு சொல்றார்.”

“சரி.. இதை எப்படி நாம யாருக்கும் தெரியாம வெச்சுக்கப் போறோம்?”

“வழக்கமா சொல்ற மாதிரி இன்ஃஸ்பெக்சன் ஆயிடும்னு சொல்லிட்டாப் போச்சு.”

“நம்புவாங்களா?”

“தெரியலை. ஆனா வருண் வரும் வரைக்கும் நமக்கு வேறு வழியில்லை.”

“அவர் யாரையாவது பாக்கணும், பேசணும்னு கேட்டா...?”

“டாக்டர் அட்வைஸ்னு சொல்லுங்க. யாரும் உள்ளே போகாம பாத்துக்கோங்க. வெளியே என்ன நடக்குதுன்னு தெரியாம இருக்கறது ஒரு வகையில் அவருக்கும் நல்லதுதான். அவர் ரூம்ல ஒரு சிசி டிவி இருந்ததே. அதோட ஃபுட்டேஜ் எங்கே இருக்கும்?”

மகேந்திரன் நம்பியாரைத் திரும்பிப் பார்த்தார். நம்பியார் எழுந்து கொண்டார்.

“சிசி டிவி கன்ட்ரோல் ரூம் எங்கே இருக்கு?”

தலைமை டாக்டர் இருவரையும் அழைத்துச் சென்றார்.

அந்த அறை மானிட்டர்களால் நிறைந்திருந்தது. மருத்துவமனையின் பல இடங்கள் வேறு வேறு வெளிச்ச அளவுகளில் ஒரு பெரிய மானிட்டரில் சிறிய செவ்வகங்களாகப் பிரிந்து தெரிந்தன.

“வழக்கமா பேஷண்ட் ரூமுக்குள்ள சிசி டிவி வைக்க மாட்டோம். இவர் விவிஐபி என்பதால் வர்றவங்க பாக்க ஸ்பெஷலா ஒண்ணு வெச்சிருந்தோம். தேவைன்னா மட்டும் ஆன் பண்ணுவோம்”

“இதுல பழைய ஃபுட்டேஜ் இருக்கா?”

“ரெண்டு வாரம் பழையது வரைக்கும் இருக்கும். அதை விடப் பழசானதை அழிச்சுடுவோம்.”

“லைவ் ரெக்கார்டிங்கையும் ரிலேயையும் கட் பண்ணிட்டு அந்த ரூமோட மானிட்டர்ல மட்டும் பழைய ஃபுட்டேஜ் ஓட வைக்க முடியுமா? பாக்க வர்றவங்களைப் பொருத்தவரைக்கும் அவர் கோமால இருக்கற காட்சிகளே தொடர்ந்து ஓடட்டும்.”

தயக்கமாக நம்பியாரைப் பார்த்தார் தலைமை மருத்துவர்.

“நாளைக்கு எனக்கு எந்தப் பிரச்னையும் வந்துடக் கூடாதுன்னு பாக்கறேன்.”

“டாக்டர் ஒரு பெரிய அரசியல் விளையாட்டுக்கு நடுவில் நாம எல்லாரும் மாட்டிக்கிட்டு இருக்கோம். இடைத்தேர்தல் முடிஞ்சதுக்கு அப்புறம் அப்பாவாச்சு மகனாச்சுன்னு விட்டுடலாம். உங்களுக்கு எந்தப் பிரச்னையும் வராம நான் பாத்துக்கறேன். என்னை நம்புங்க” என்றார் மகேந்திரன்.

★★★

இன்னும் எத்தனை காலம்தான் ஏமாற்றுவார் இந்த நாட்டிலே என்று எங்கோ மெல்லிய குரலில் பாடல் ஒலித்தது. கயல்விழி தங்கியிருந்த ஓட்டல் தொகுதிக்கு பதினைந்து கிலோமீட்டர் தள்ளி இருந்த நகரத்தில் இருந்தது. சாப்பாடு முடித்து படுக்கையில் விழுந்தாலும் அவளுக்குத் தூக்கம் கொள்ளவில்லை. நான்காவது முறையாக போர்வையை உதறி எறிந்துவிட்டு எழுந்தாள். லேப்டாப்பை இயக்கி லாகின் செய்து அந்த வீடியோவை மீண்டும் ஓட்டினாள்.

வருணும் சில்வியாவும் முத்தமிட்டுக் கொண்டிருந்தார்கள். சில்வியாவின் கூந்தலிலிருந்து வருணின் சட்டையில்லாத மார்பில் சொட்டும் நீர்த்துளி வரை கேமரா துல்லியமாகப் பதிவு செய்திருந்தது. அதை எதற்காக இத்தனை முறை பார்க்கிறோம் என்று அவளே யோசித்தாள். இந்த வீடியோ கைக்கு வந்தபோது அதை வெளியிட்டு வருணை அவமானப்படுத்த வேண்டும் என்று அவளுக்கிருந்த வேகம் இப்போது ஏனோ அவளிடம் இல்லை. அதுதான் அவளுடைய சுய கோபத்துக்குக் காரணம். ஏதோ ஒன்று அவளைத் தடுத்தது. அந்த ஏதோ ஒன்று என்னவென்றுதான் தெரியவில்லை.

'அவனை நீ விரும்புகிறாயா?'

எந்தக் கேள்வியை அவள் எழும்பாமல் தடுத்து வந்தாளோ அந்தக் கேள்வி அவள் மூளையில் அத்தனை தடையையும் மீறி எழுந்து நின்றது. கண்களை இறுக மூடிக்கொண்டாள் கயல்விழி. அவளுடைய தாடை இறுகியது. கடைசியாக யாரைக் காதலித்தோமென்று யோசித்தாள். விர்ஜினியாவில் படித்தபோது சாலமன் என்றொரு ஆப்பிரிக்க அமெரிக்கன். படிப்பு முடியும் வரை சுற்றினார்கள். அதன் பிறகு விடைபெற்று வந்துவிட்டாள். அவனும் அழைக்கவில்லை. இவளும் பேசவில்லை. அதன் பிறகு ஆட்சியில் அமரவேண்டும் என்ற அவள் தந்தையின் கனவை நிறைவேற்றத் தன்னுடைய முழு நேரத்தையும் கொடுத்திருந்தாள் கயல்விழி. வினோதனின் திரைக்கவர்ச்சியை பதினைந்து ஆண்டுகளுக்கும் மேலாக உடைக்க முடியாமல் தோல்விகளையே கண்டிருந்த அவள் தந்தைக்கு சில வெற்றிகளையாவது அறிமுகம் செய்ய வேண்டியது ஒரு மகளாக தனது கடமையென்று கயல்விழி முடிவு செய்திருந்தாள்.

இந்த வாய்ப்பை விட்டுவிட்டால் வருண் அசைக்க முடியாத

வெட்டாட்டம்

சக்தியாகிவிடுவான் என்பதை அவள் உணர்ந்திருந்தாள். நாளையோடு பிரச்சாரம் முடிகிறது. அவளிடம் இருக்கும் பிரம்மாஸ்திரம் இதுதான். லூப்பாகித் திரும்பத் திரும்ப ஓடிய வீடியோவை நிறுத்தினாள்.

ஒரு முடிவுக்கு வந்தவளாக பெருமூச்சுடன் தன்னுடைய போனை எடுத்தாள். ஒரு அமெரிக்க எண்ணை அழுத்தினாள்.

“ப்ரவீன்?”

“......”

“அப்லோட் பண்ணிடு.”

“.......”

“யெஸ்.. ஐ ஆம் ஷ்யூர்.”

★★★

ஜெரால்டின் கைகள் முறம் போல இருந்தன. அவன் அறைந்தபோது அவன் கைவிரல்கள் தனது கன்னத்தையும் தாண்டி பின் கழுத்துவரை சென்றதை வாங் உணர்ந்தான். ஒவ்வொரு முறை அறையும்போதும் நிலைகுலைந்து காது ரீங்காரமிட்டு ஜிவ்வென்று எரிந்து கன்னம் மீண்டும் இயல்பு நிலைக்குத் திரும்ப நீண்ட நேரமானது. நிறைய முறை சிறை சென்றிருந்தவன் என்பதால் அடியும் விசாரணையும் அவனுக்குப் புதிதல்ல. ஆனால் அரசாங்க விசாரணைகள் இத்துடன் ஒப்பிடுகையில் மிகவும் நாகரிகமானவை. ஒரு அயல் தேசத்தில் யாரிடமிருந்து யாரோ கொள்ளை அடித்த ஊழல் பணத்துக்காக அந்த நாட்டுக்கும் மக்களுக்கும் எந்த வகையிலும் சம்மந்தமில்லாத இருவர் ஒரு ஆளரவமற்ற தீவில் அடித்துக் கொண்டிருப்பது வேடிக்கையாக இருந்தது. அதுதான் பணத்தின் சக்தி. இதை நினைத்து லேசாக சிரித்து வேறு வைத்தான்.

ஜெரால்டு ஏற்கனவே கடும் கோபத்தில் இருந்தான். இதுவரை அவன் பலரை அடித்துத் துவைத்திருக்கிறான். வீராப்பான, உருவத்தில் பெரிய ஆட்கள் கூட முதல் முறை ரத்தம் தெறிக்கும் போது பேசத் தொடங்கிவிடுவார்கள். பள்ளிக் கூடத்துப் பையன் அளவே இருந்த சீனனோ வாயைத் திறக்க மறுத்தான். இத்தனை அடியையும் வாங்கிக் கொண்டு சிரிக்க வேறு செய்கிறான். ஒரே வினாடியில் அவன் கழுத்தை முறித்துப் போடும் வலிமை ஜெரால்டுக்கு இருந்தது. ஆனால் சீனனுக்கு எவ்வளவு

தெரிந்திருக்கிறது என்பதை முழுதாக அறிந்து கொள்ளாமல் அவனைக் கொல்லக் கூடாதென்பது ஏஜன்சியின் உத்தரவு.

"இங்கே நீயும் நானும் மட்டும்தான். யாரும் வரப்போவதில்லை. எனக்கு நிறைய டைம் இருக்குது. என்னைக் கொன்னுடுன்னு சொல்லி நீயே கெஞ்சப் போறே..."

வாங் ஏதோ சொன்னான். வீங்கிய உதடுகளில் இருந்து வரும் சொற்கள் ஜெரால்டுக்குப் புரியவில்லை. அவனுக்குத் தெரிந்ததை எல்லாம் சொல்லிவிடலாம்தான். தேவையில்லாமல் அடிவாங்கி சாக அவனுக்கு விருப்பமும் இல்லை. ஆனால் சொன்னால் தன்னை உடனே கொன்றுவிடுவான் என்று வாங் புரிந்து வைத்திருந்தான். தன்னால் அவர்களுக்கு ஏற்பட்ட சேதத்தை அறிந்தால்தான் அதை அவர்களால் சரி செய்துகொள்ள முடியும். அதுவரைதான் தனக்குப் பாதுகாப்பு என்று அவனுக்குப் புரிந்திருந்தது.

அது மீன்பிடி படகுகளுக்கான பொருட்களை சேமித்து வைக்கும் ஷெட். வெளியே அலை அடித்துக் கொண்டிருந்தது. ஆளரவமற்ற ஒரு தீவில் தன்னை வைத்திருக்கிறான் என்று தோன்றியது. அவ்வப்போது போன் வந்தபோது வெளியில் சென்று பேசிவிட்டு வந்தான். எனவே முக்கிய நிலப்பரப்பில் இருந்து அதிக தொலைவில் இருக்க வாய்ப்பில்லை. இரண்டு நாட்களாக இந்த நிலையில்தான் இருக்கிறான் வாங். தோள்பட்டையும் கைகளும் கழன்று விழுவன போல் வலித்தன.

இரண்டு நாட்களுக்கு முன்பு ஓட்டல் அறைக்குத் திரும்பியவன் அங்கே எல்லாம் கலைத்து தேடப்பட்டிருப்பதைப் பார்த்தான். உஷாராகி வெளியேற முயன்ற போது கதவு தட்டப்பட்டது. மேஜிக் ஐ வழியாகப் பார்த்தபோது கதவுக்கு முன்னால் பிரமாண்டமாக ஜெரால்டு நின்றான். ஏதோ சரியில்லை என்று உணர்ந்தவன் கதவைத் திறக்கவில்லை. கதவு தொடர்ந்து அதிர்ந்தது. எப்போது வேண்டுமானாலும் ஜெரால்டு வந்துவிடுவான் என்ற நிலையில் ஓட்டல் போனை எடுத்து வரவேற்பை அழைத்தான். அறையில் திருட்டு நடைபெற்றிருப்பதாகவும் உடனே போலீசை அழைக்க வேண்டுமென்றும் கத்தினான். அடுத்த சில வினாடிகளில் கதவு தட்டுவது நின்றுவிட்டது. அறையில் மைக் வைத்து ஒட்டுக் கேட்கிறார்கள் என்று புரிந்தது.

உடனே வருணுக்கு போன் செய்தான். ஒட்டுக் கேட்கிறார்கள் என்பதால் அதிகம் பேச முடியவில்லை. சுருக்கமாக எச்சரிக்கை செய்துவிட்டு போனை வைத்தபோது மீண்டும் காலிங்

பெல் அடித்தது. இந்த முறை யாரோ ஓட்டல் யூனிபார்மில் வந்திருந்தார்கள். கறுப்பனைக் காணவில்லை. எப்படியாவது ஓட்டல் பணியாளர் துணையோடு ஓடிவிடலாம் என்று கதவைத் திறந்தான். முகத்தில் சில்லென்று ஏதோ ஸ்ப்ரே செய்யப்பட்டது நினைவிருந்தது. அதன் பிறகு என்ன நடந்தது என்று தெளிவாக நினைவில்லை. கண்களை விழிந்தபோது இங்கே இருந்தான். சோறு தண்ணி கொடுக்காமல் அடித்துக் கொண்டிருக்கிறான். ஒருவனை வலியோடு சாகவிடாமல் வைத்திருப்பது குறித்து ஜெரால்டுக்கு நிறையப் பயிற்சி இருந்ததை இந்த இரண்டு நாட்களில் வாங் உணர்ந்து கொண்டிருந்தான். வலியின்றி சாகடிப்பவனாகவும் இருந்தால் மகிழ்ச்சி என்று நினைத்துக் கொண்டான்.

★★★

சுவாதி அன்று சீக்கிரமே எழுந்துவிட்டாள். மகேந்திரன் உறங்கிக் கொண்டிருந்தார். லேப்டாப்பைத் திறந்து மெயில்களை சோதிக்க முயன்றபோது அவளது சேட் பாக்ஸ்கள் மின்னிக் கொண்டிருந்தன. பலரிடம் இருந்தும் செய்தி வந்திருந்தது. திறந்து பார்த்ததில் எல்லோரும் ஒரே செய்தியைத்தான் அனுப்பியிருந்தார்கள். பெரும்பாலும் வெளிநாட்டில் இருப்பவர்கள். அவர்களுடைய பகல் இப்போதுதான் முடிந்திருக்க வேண்டும்.

அந்த செய்தி ஒரு வீடியோ லின்க். பொதுவாக இந்த மாதிரி ஃபார்வேர்டுகளை அவள் கடந்துவிடுவாள். ஆனால் இது அப்படியானதல்ல. வருண் என்ற பெயரைப் பார்த்ததும் அதைத் திறக்காமல் இருக்க முடியவில்லை. அதன் பிறகு ஏன் அந்தத் தவறை செய்தோம் என்று தோன்றியது. அது ஒரு யூடியூப் வீடியோ. வருண் மீது குனிந்து முத்தமிட்டுக் கொண்டிருந்தாள் ஒரு நீச்சல் உடைப் பெண். அது அவன்தான். நன்றாகத் தெரிந்தது. “தந்தை சிறையில் இருந்தபோது முதல்வர் ஆடிய களியாட்டம்” என்ற தலைப்பில் தேதியோடுச் செய்தி வந்திருந்தது.

அந்த வீடியோ எடுக்கப்பட்ட நாளில் வருணின் தந்தை சிறையில் இருந்தார் என்றும் அப்போது அவன்தான் முதல்வராக இருந்தானென்றும் அந்தச் செய்தி கூறியது. படத்தில் அவனுடன் இருப்பது மும்பையைச் சேர்ந்த மாடல் அழகி சில்வியா என்றும் அவள் நடித்திருந்த விளம்பரங்கள் என்னென்னவென்றும் விவரமாக அந்தக் கட்டுரை பேசியது. எதிர்க்கட்சி ஊடகத்தில் வந்திருந்த கட்டுரை என்பதால் இப்படி ஒருவரை நம்பியா இந்த மாநிலத்தை ஒப்படைத்திருக்கிறோம் என்று மக்கள் பெரும் கவலை அடைந்திருப்பதாக அந்தக் கட்டுரை முடிக்கப்பட்டிருந்தது.

சுவாதிக்கு அழவேண்டும் போலிருந்தது.

★★★

கயல்விழி தனது தந்தையுடன் மேடையில் அமர்ந்திருந்தாள். இறுதி நாள் பிரச்சாரத்தின் முடிவில் பெரிய பொதுக்கூட்டம் ஏற்பாடாகி இருந்தது. பெரிய கூட்டமும் திரண்டிருந்தது. வீடியோவைக் கசிய விடுவது குறித்த முடிவை முழுக்க முழுக்க கயல்விழியிடம் விட்டிருந்தார் வரதராஜன். எட்டு மணி நேரத்தில் அந்த வீடியோ எல்லா சேனல்களிலும் ஒளிபரப்பாகியிருந்தது. சமூக வலைதளங்களில் லட்சக்கணக்கான முறையில் பகிரப்பட்டிருந்தது. அன்றைய பிரச்சாரத்தில் பல இடங்களில் அதை நன்றாகவே உபயோகித்தாள் கயல்விழி. வரதராஜன் இன்னொரு முறை தனது மகளைக் குறித்துப் பெருமை கொண்டார். பேச எழுவதற்கு முன்னால் கயல்விழியின் போனில் ஒரு குறுஞ்செய்தி வந்தது. திறந்தாள்.

"நீ இவ்வளவுதானா? ஏமாற்றி விட்டாய். வெயிட் ஃபார் மை டர்ன்."

அது வருணிடம் இருந்து வந்திருந்தது. போனை ஓரமாக வைத்துவிட்டு தனது பேச்சைத் தொடங்கினாள். ஆரம்ப சம்பிரதாயங்களுக்குப் பிறகு வருண் விவகாரத்துக்கு வந்தாள்.

"தந்தை சிறையில் இருந்தால் நீங்கள் என்ன செய்வீர்கள்? உட்கார்ந்து அழுவீர்கள். அவரை விடுதலை செய்ய என்ன செய்யலாம் என்று திட்டமிடுவீர்கள், வழக்கறிஞரிடம் பேசுவீர்கள். ஆனால் எல்லோரும் சொல்வது போல் நம்முடைய முதல்வர்தான் வித்தியாசமானவராயிற்றே? இரண்டு பெண்களோடு கடற்கரை விடுதிக்குப் போவார். அங்கே உல்லாசமாக இருப்பார். உண்மையிலேயே வித்தியாசமானவர்தான். இப்படி ஒருவரை நம்பியா இந்த மக்கள்? நாம் எங்கே போகிறோம்? நாளை மக்கள் பஞ்சம் பசியால் துடிக்கும்போது இந்த முதல்வர் மசாஜ் பார்லர்களைத் தேடி பேங்காக் பறந்து சென்று விடுவார் என்று நினைக்கிறேன்"

கூட்டம் கைதட்டி ஆர்ப்பரித்தது. அன்றைய பொதுக்கூட்டம் ஒரு மிகப்பெரிய வெற்றியாக அமையும் என்று வரதராஜனுக்குத் தோன்றியது. இத்தனை கூட்டத்தை அவர் தனது அனுபவத்தில் பார்த்ததில்லை.

ஒரு பெரிய பள்ளி மைதானத்தின் நடுவே அந்தக் கூட்டம் நடந்து கொண்டிருந்தது. பாதி மைதானம் அளவுக்குக் கூட்டம் நிரம்பியிருக்க மீதி மைதானம் காலியாக இருந்தது. மெல்ல

வெட்டாட்டம்

மைதானத்துக்குள் மூன்று வேன்கள் நுழைந்தன. மக்களுக்குப் பின்னால் காலியாக இருந்த இடத்தில் வரிசை கட்டி நின்றன. இரண்டு வேன்களின் பின்புறமும் ஒரு பெரிய எல்சிடி திரை இருந்தது. இரண்டும் அடுத்தடுத்து நின்றதில் அவை இணைந்து ஒரே பெரிய திரையாக மாறின. மூன்றாவது வேனின் கதவு திறந்து உள்ளிருந்து ராட்சத ஸ்பீக்கர்கள் வெளிவந்தன.

திரைகள் உயிர் பெற்றன.

"அனைவருக்கும் வணக்கம்." என்ற வருணின் குரல் அங்கே கட்டப்பட்டிருந்த ஸ்பீக்கர்களைத் தாண்டி ஒலித்தது. கூட்டம் சலசலத்தது. கயல்விழி பேச்சை நிறுத்திப் பார்த்தாள். திரையில் பெரிதாக வருண் முகம் தோன்றியது. முதலில் பத்துபேர், இருபது பேர் என்று தொடங்கி மொத்தக் கூட்டமும் இப்போது அவளுக்கு முதுகு காட்டித் திரும்பியிருந்தது.

"ஹாய்... எல்லோரும் எப்படி இருக்கீங்க.. அதிகம் நேரம் இல்லை. அதனால நேரா மேட்டருக்கே வரேன்." திரையில் தெரிந்த முகம் பேசியது.

"முதலில் யார் அந்த வேலையை செஞ்சதுன்னு தெரியலை, ஆனா அந்த வீடியோவுக்கு ரொம்ப நன்றி. நல்லா க்ளியரா இருக்கு. மத்தவங்க மாதிரி அது நான் இல்லை, கம்ப்யூட்டர் கிராபிக்ஸ்னு சொல்ல மாட்டேன். அது நான்தான். அந்தப் பொண்ணு சில்வியாதான்."

கூட்டத்தில் மறுபடி சலசலப்பு.

"ஆனா அதுல ஒரே ஒரு தப்பு இருக்கு... நீங்க நினைக்கிற மாதிரி நாங்க பீச் ரெசார்ட்ல ஜாலியா ஜல்சா பண்ணலை. அது என்னன்னு நான் சொல்றதை விட உங்களுக்கெல்லாம் தெரிஞ்ச ஒருத்தரே சொல்வார்."

திரையில் அவன் முகம் மறைந்து, தாடி வைத்த இயக்குனர் அர்விந்த் தோன்றினார். நிறைய வெற்றிகரமான விளம்பரங்களை இயக்கியவர். சில திரைப்படங்களையும்.

"போதை மருந்து ஒழிப்புக்காக ஒரு கேம்பெய்ன். அதுல நடிக்கறதா வருண் ஒத்துக்கிட்டு பாதி ஷூட்டிங் நடந்துட்டு இருந்தப்போ திடீர்னு சிஎம் ஆயிட்டார். அவங்கப்பா ஜெயிலுக்குப் போயிட்டார். கொஞ்சம் பெண்டிங் போர்ஷன் இருந்தது. நல்ல விஷயம் தன்னால தடை படக் கூடாதுன்னு அத்தனை மனக் கஷ்டத்திலும் வந்து அதை நடிச்சுக் கொடுத்தார் வருண் சார்.

இதோ ஷூட்டிங்ல எடுத்த வேறு படங்கள். இந்தப் படங்கள் யார் கேட்டாலும் எங்க யூனிட்ல இருந்து தரோம். இது போட்டோஷாப் வேலை எதுவும் இல்லைன்னு நீங்க எங்கே வேணும்னாலும் கொடுத்து டெஸ்ட் பண்ணிக்கலாம்."

அடுத்து ஓடிய படங்களில் சில்வியா அதே நீச்சல் உடையில் வருணுடன் ஒரு நீச்சல் குளத்தின் பின்னணியில் நின்றாள். வேறொரு போட்டோவில் டைரக்டர் அவர்கள் இருவரோடும் பேசிக் கொண்டிருந்தார். பிறகு மொத்த யூனிட்டும் நிற்கும் ஒரு போட்டோ. அத்தனையும் அதே ரிசார்ட் பின்னணியில். பிறகு சில்வியாவின் முகம் ஒரு மொபைல் வீடியோ வடிவத்தில் தோன்றியது.

"ஹாய் ஃப்ரெண்ட்ஸ்.. எப்படி இருக்கீங்க.. எனக்கு என்ன சொல்றதுன்னே தெர்லை.. வருண் ஈஸ் சச் அ ஜெண்டில்மேன்... எதுக்கு அவர் மேல இப்படி பலி போடறாங்கன்னு தெரியலை. அது ஜஸ்ட் ஒரு ஷூட்டிங் வீடியோ. அவர் கூட நடிச்சது பெரிய ஹானர். வோட் ஃபார் ஹிம். தேங்க் யு.. உம்மா." என்று முத்தத்தைப் பறக்கவிட்டாள்.

மீண்டும் வருண் தோன்றினான்.

"இதுக்கும் மேல ஒரு நடிகர் ஒரு நடிகையை முத்தமிடுவது தப்புன்னா... ஒரு நிமிஷம் இதெல்லாம் பாருங்க."

அடுத்து தோன்றிய ஸ்டில் காட்சிகளில் வினோதன் தனது நாயகிகளை வேறு வேறு உடைகளில் வேறு வேறு கோணங்களில் முத்தமிட்டுக் கொண்டிருந்தார். மீண்டும் வருண் திரும்ப வந்தான்.

"இப்படிப் பலரை முத்தமிட்ட ஒருவரைத்தான் இத்தனை வருஷமா நீங்க முதல்வரா வெச்சிருந்தீங்க. என்னை மட்டும் ஏன் திட்டறீங்க? நன்றி. வணக்கம்."

வீடியோ அணைந்தது. வேன்கள் வந்த வழியே திரும்பிச் சென்றன. வரதராஜன் நெற்றி வியர்வையைத் துடைத்துக் கொண்டார். கயல்விழியின் போன் அதிர்ந்தது. வருண்தான்.

"டேக் ஓகேவா?" என்றது செய்தி.

★★★

அன்று அதிகாலையில் அந்த வீடியோவைப் பார்த்தபோது வருண் அதிர்ச்சி அடையவில்லை. அவனைச் சுற்றிலும் ஏற்கனவே பெரிய நெருப்பு எரிந்து கொண்டிருந்தது. பத்தோடு பதினொன்றாகவே

இது அவனுக்குப் பட்டது. அவனது மூளை வழக்கத்தை விட பத்து மடங்கு வேகத்தில் வேலை செய்தது. அந்த வீடியோவை ஒரு முறைக்கு நான்கு முறை தெளிவாகப் பார்த்தான். மகேந்திரனை அழைக்கவில்லை. அவர் மருத்துவமனையில் பிசியாக இருப்பார் என்பதால் தானே இந்த விஷயத்தை சமாளிப்பது என்று முடிவுக்கு வந்தான் வருண்.

அதன் பிறகு பல வேலைகள் ஒரே நேரத்தில் நடந்தன. ஒருபக்கம் சில்வியா அவசரமாக விமானத்தில் சென்னை வரவழைக்கப் பட்டாள். அவள் அன்று அணிந்திருந்த அதே மாதிரியான பிகினி உடை கடைகளில் தேடிப் பிடித்து வாங்கப்பட்டது. அபு தாஹிர் தனது சினிமா செல்வாக்கால் அர்விந்திடம் விளக்கம் சொல்லி அவரைத் தனது குழுவுடன் அதே ரிசார்ட்டுக்கு வரவழைத்தார். வருண் அணிந்திருந்த அதே ஆடை வீட்டிலிருந்து ரிசார்ட்டுக்கு வந்தது. அது வினோதனுக்கு சொந்தமான ரிசார்ட் என்பதால் ரிசார்ட்டில் இருந்தவர்கள் அவசர அவசரமாக காலி செய்யப்பட்டார்கள். வருண் விமானத்தில் சென்று இறங்கி யாரும் அறியாமல் அங்கே சென்றான். எல்லாம் தயாராக அனைவரும் கூடிய போது மாலை 4 மணி. அது கிட்டத்தட்ட வீடியோ எடுக்கப்பட்ட நேரம். சற்று செயற்கை விளக்குகள் மூலம் அதே லைட்டிங் உருவாக்கி வேகமாக புகைப்படங்கள், வீடியோக்கள் எடுத்து, அங்கேயே எடிட் செய்து இணையத்தில் ஏற்றினார்கள். அதே நேரத்தில் தொகுதியில் ஒரு குழு வீடியோ திரைகளுடனும் ராட்சத ஸ்பீக்கர்களுடனும் தயாராகி இருந்தது. இணையத்திலிருந்து தரவிறங்கிய வீடியோ சுடச்சுட எதிர்க்கட்சியின் பொதுக்கூட்டத்தில் காட்டப்பட்டது. செய்தி சேனல்கள் மீதி வேலையைப் பார்த்துக் கொண்டன.

அன்று இரவில் வருண் படுக்கையில் விழும்போது அவன் மனதில் ஒரே ஒரு கேள்விதான் இருந்தது. சுவாதி என்ன நினைத்திருப்பாள்?

★★★

கஅ

தாயக்கரம் விளையாட்டில் ஒரு பக்கத்துக்கு நான்கு காய்கள் அல்லது நாய்கள். ஆட்டத்தை நீட்டிக்க விரும்பினால் ஆறு கூட வைத்து விளையாடுவார்கள். பெரும்பாலும் கற்கள்தான் இதற்காகப் பயன்படும். பட்டன்கள், விதைகள், பாசிகள் என்றும் பயன்படுத்துவதுண்டு. சிந்திக்க முயலாதவனே சிறந்த படை வீரனாக இருக்க முடியும்.

வினோதனுக்கு ஒரு புகையைப் போல் அவ்வப்போது காட்சிகள் தோன்றி மறைந்தன. அவரைச் சுற்றிலும் என்ன நடக்கிறதென்பது முழுமையாகப் புரியவில்லை. கடைசியாகக் கேட்ட பேரொலிக்குப் பிறகு ஒரு நீண்ட அமைதி. தெளிவில்லாத உருவங்கள். எப்போதாவது குரல்கள். முதலில் பழக்கமில்லாத குரல்கள். பிறகு ஏதோ ஒரு குரலின் ஒற்றைச் சொல் அவரது நினைவு அடுக்குகளில் ஏதோ ஒரு ஏட்டை எடுத்துக் கொடுக்க, அது இன்னொன்றை எடுத்துக் கொடுக்க குரலின் உரிமையாளர் தனக்கு மிக அறிமுகமான யாரோ என்று தோன்றியது அவருக்கு. பெயர் மட்டும் நினைவுக்கு வரவில்லை. கண்களைத் திறந்தால் பிரகாசமாகக் கூசியது. மீண்டும் மூடிக் கொண்டார். தான் ஏன் இங்கே படுத்திருக்கிறோம் என்று நினைவுபடுத்திக் கொள்ள முயன்றார்.

கவுசல்யாவும் நர்மதாவும் அவரையே பார்த்தபடி நின்றார்கள். அவர் கண்களை விழித்துப் பார்ப்பதும் பிறகு மூடிக்கொள்வதுமாக இருந்தார். அவர்கள் இருவரின் பெயர்களைச் சொன்னது தவிர அவரிடம் பெரிதான முன்னேற்றம் எதுவும் இல்லை. வேறு எதுவும் அவர் பேசவும் இல்லை. தலைமை மருத்துவர் சற்றுப் பொறுமையாக இருக்கும்படி சொல்லியிருந்தார். ஏதோ ஒரு

காட்சி அவரது நினைவுகளை மீட்டெடுக்க வாய்ப்பு இருப்பதாக சொல்லிச் சென்றிருந்தார். நர்மதா அவ்வப்போது ‘அப்பா என்னைத் தெரியுதாப்பா என்று கேட்டுக் கொண்டிருந்தாள். வினோதன் மலங்க மலங்க விழித்தார். தொடர்ச்சியான படுக்கையால் முதுகில் கொப்புளங்கள் தோன்றியிருந்தன. அசையும் போது அவை தீயாக எரிந்தன.

நர்மதா மூன்று நாட்களாக வந்து நின்று போகிறாள். வினோதன் கோமாவிலிருந்து விழித்துவிட்டார் என்பதைத் தவிர வேறு எந்த வேறுபாடும் இல்லை. ஆனால் குடும்பத்தினர் தவிர யாரும் பார்க்க அனுமதிக்கப்படவில்லை. சிசி டிவியில் பழைய பதிவு ஓடிக் கொண்டிருந்தது. எனவே வெளிஉலகத்துக்கு வினோதன் இன்னும் கோமாவில்தான் இருந்தார். தேர்தல் முடிவுகள் வரும் வரை அப்படித்தான் என்று வருண் சொல்லியிருந்தான். அன்றுதான் தேர்தல் முடிவு. நர்மதாவின் செல்போன் அடித்தது. அறையின் மூலைக்குச் சென்று எடுத்துப் பேசினாள். பிறகு உற்சாகத்துடன் திரும்பினாள்.

“அம்மா, வருண் ஜெயிச்சுட்டான். ஒரு லட்சம் ஓட்டு வித்தியாசத்தில் ஜெயிச்சுட்டானாம். எதிர்த்து நின்ன எல்லாருக்கும் டெபாசிட் காலியாம்.”

வினோதனின் காதுகளில் வருண் என்ற பெயர் பாய்ந்ததும் மூடியிருந்த அந்தக் கண்களில் ஒரு அசைவு தென்பட்டது. அவரது மூளையின் நியூரான்கள் விறுவிறுப்படையத் தொடங்கின. மெல்ல மெல்ல ஒவ்வொன்றாக நினைவுக்கு வந்தது. வருணுக்குத் தன்னுடைய பதவியை தூக்கிக் கொடுத்தது, சிறைவாசம், குண்டு வெடிப்பு, ஆம்புலன்ஸ் சத்தம் என்று அத்தனையும் ஒரு படத்தைப் போல் ஓட வினோதன் திடீரென்று கண்களைத் திறந்தார். கவுசல்யாவும் நர்மதாவும் ஆர்வமாக அருகே ஓடி வந்தார்கள். ஒட்டியிருந்த அவர் உதடுகள் மெதுவாகப் பிரிந்தன. காற்றுடன் கலந்து கிசுகிசுப்பான குரல் வெளியானது.

“வருண் எங்கே..”

★★★

அந்த வெற்றிச் செய்தியை எப்படி எடுத்துக் கொள்வதென்று வருணுக்குத் தெரியவில்லை. ஒரு காலத்தில் ஆளை விட்டால் போதுமென்று இருந்தவன் இப்போது இந்த வெற்றியைக் கொண்டாடும் நிலைக்கு வந்ததை நினைத்தான். கூடவே வாங் நினைவுக்கு வந்தான். தன் பொருட்டு ஆபத்தில் சிக்கிக் கொண்ட

அவனைக் காப்பாற்ற முடியாத நிலையில் இந்த மகிழ்ச்சியை எப்படிக் கொண்டாட முடியுமென்று தெரியவில்லை. பரதன் அவன் தங்கியிருந்த அறைக்குச் சென்று பார்த்த பிறகு அழைத்திருந்தார். வாங்கின் மொபைல் போன் மட்டும் கிடைத்ததாக சொன்னார். அதை பத்திரப்படுத்தச் சொல்லியிருந்தான் வருண். ஆனால் அதற்கு மேல் வாங் எங்கே போனான் என்ன ஆனான் என்பது குறித்து யாதொரு தகவலுமில்லை. அறையில் போராட்டம் நடந்ததற்கான அடையாளம் இருந்ததாகச் சொல்லியிருந்தார் பரதன். ராபர்ட்டைப் பிடித்துத் தட்டினால் ஏதாவது விவரம் கிடைக்கலாம். நம்பியார் அது சிரமமான காரியம் என்று கையை விரித்துவிட்டார். ராபர்ட்டின் தொடர்புகள் அகில இந்திய அளவில் இருப்பதாகவும் ஏன் அதையும் தாண்டியே இருக்கலாமென்றும் அவர் கூறினார். தொடர்ந்து தேடும்படி பரதனுக்கு சொல்லியிருந்தான். ஐபோன் ஒலித்தது.

தெரியாத எண் என்று முதலில் புறக்கணித்தான். மறுபடி ஒலித்தது. எடுக்கவில்லை. அதே எண்ணில் இருந்து ‘ப்ளீஸ் பிக் அப்’ என்ற குறுஞ்செய்தி வந்தது. பிறகு எடுத்தான்.

“ஹலோ” என்றது பெண் குரல்.

“சொல்லுங்க.”

“வெற்றிக்கு வாழ்த்துகள்.”

“ரொம்ப தேங்க்ஸ்.. ஆனா ஈசியா முடியவேண்டிய ஒரு தேர்தல்ல டஃப் ஃபைட் கொடுத்ததுக்கு கயல்விழிக்கு நான்தான் நன்றி சொல்லணும்.”

“ப்ச்.. அந்த வீடியோவை வெளியிட்டது நான்தான்.. ஆனா அதை செஞ்சதுக்கு அப்புறம் ஏன்டா செஞ்சோம்னு ஃபீல் பண்ணினேன். இப்போ போன் பேசறது கூட அதுக்காக சாரி கேட்கத்தான்”

“இது கயல்விழிதானே... வேற யாரும் டப்பிங் இல்லையே?”

“நானேதான்... ஆனா உன்னை மாதிரி ஒரு முழு ஃப்ராடை நான் பார்த்ததே இல்லை.”

“அதெல்லாம் ஃபேமிலி ஜீன்ல இருக்கு.. இந்த காலை நீ ரெக்கார்ட் பண்ணலையே?”

“ப்ச்.. இல்லை... ஆனா ஜெயிச்சுட்டோம்னு மிதப்பா இருந்துடாதே... இனிமேல்தான் ஆட்டமே ஆரம்பம். பை த வே.. இது என்னோட பர்சனல் நம்பர்.. நீ எப்போ வேணா கூப்பிடலாம்...”

அவள் போனை வைத்துவிட்டாள். மீண்டும் தொலைபேசி ஒலித்தது.

"அண்ணா நான் நர்மதா... அப்பா நல்லா முழிச்சுட்டார்... இப்ப பேசறார்..."

"சந்தோஷம்." என்றான். குரலில் சந்தோஷமில்லை.

"நீ சொன்னா நம்ப மாட்டே... உன்னைப் பாக்கணும்னு சொல்றார்."

"என்னையா."

"ஆமாம்ணா."

"பொய் சொல்லாதே."

"கண் திறந்து பாத்ததும் உன் பேரை சொல்லித்தான் முதலில் கேட்டார். வேணும்னா அம்மாகிட்டே போனைத் தரவா?"

அவசரமாக வேண்டாமென்று மறுத்தான்.

"சரி.. இது இன்னும் யாருக்கும் தெரியாதுதானே..."

"இல்லைன்னா... எனக்கும் அம்மாவுக்கும் சில டாக்டர்களுக்கும் மட்டும்.."

"தெரிய வேண்டாம்... நான் சாயந்திரம் வந்து பாக்கறேன்."

கொஞ்சம் தயங்கியவள் பிறகு கேட்டாள்.

"அண்ணா நான் கேக்கறேன்னு தப்பா நினைக்காதே... அப்பா மறுபடி கண் முழிச்சதுல நிஜமாவே உனக்கு சந்தோஷம் இல்லையா?"

வருண் பதில் பேசாமல் போனை வைத்துவிட்டான்.

"இப்போ என்ன செய்யலாம் சார்..."

மகேந்திரன் அவனைப் பார்த்தார். ஆறு மாதங்களுக்கு முன் இதே கேள்வியைக் கேட்டவனுக்கும் இன்று கேட்பவனுக்கும் நிறைய வித்தியாசங்கள். என்ன செய்வதென்று தெரியாமல் கேட்ட கேள்விக்கும் என்ன செய்ய வேண்டுமென்று தெரிந்து கொள்ளக் கேட்கும் கேள்விக்கும் இடையே நீண்ட தூரம் இருந்தது.

"வாங் கிட்டே இருந்து செய்தி உண்டா?"

"இல்லை சார்... பரதன் தேடிட்டு இருக்கார்."

"உங்கப்பாவைப் போய் நீ பாத்துதான் ஆகணும் வருண்.."

"பயமா இருக்கு சார். அவரோட ரியாக்ஷன் என்னவா இருக்கும்னு நீங்க நினைக்கறீங்க?"

"பயமா.. வருண்... நீ இப்ப இந்த ஸ்டேட்டோட சிஎம். அவருக்கு இப்போ எந்த அளவு பழசெல்லாம் நினைவு இருக்கும்னு இன்னும் தெரியலை. அவர் பேசப் பேசத்தான் தெரியும். ஆனா நல்லா பேச ஆரம்பிச்சுட்டார்னா முதல் வேலையா உன்னையும் என்னையும் துரத்தி விட்டுடுவார்."

"நமக்கு என்னதான் ஆப்ஷன் இருக்கு...?"

"அதிகமா எதுவும் இல்லை.. அவர்கிட்டே பேசிப்பாரு... கட்சி அவரோடது.. அவர் சொன்னா உடனே கேட்கும். ஒரு வேளை அவர் பழசை எல்லாம் மறந்திருக்கலாம். இப்போ இந்த மாதிரி சாவுக்கு நெருக்கமான அனுபவத்துக்கு அப்புறம் அவர் மாறியிருக்கலாம்.. யார் கண்டது.."

"ஆனாலும் உங்களுக்கு அநியாய நம்பிக்கை சார். பார்ப்போம்."

★★★

அபு தாஹிர் தனது அலுவலக அறையில் அமர்ந்திருந்தார். அவரது பிஏ ஓடி வந்தார்.

"அண்ணே போன்...."

"யாருன்னு கேட்டியா?"

"கேட்டேன்.. ஏதோ தலைவர் சம்மந்தப்பட்ட மேட்டராம், நேரா உங்ககிட்டே மட்டும்தான் சொல்ல முடியும்னு சொல்றாங்க.. என் நம்பர் எப்படி கிடைச்சுதுன்னு தெரியலை."

வாங்கிப் பேசினார். கிணற்றுக்குள் இருந்து கேட்பது போல் அந்தக் குரல் பேசியது.

"நான் சொல்றதை கவனமாக் கேளுங்க... குறுக்கே பேச வேண்டாம்... தலைவர் வினோதனுக்கு சுய நினைவு திரும்பியாச்சு. அது வெளியே தெரியாம ஒரு வாரமா வெச்சிருக்காரு வருண். நீங்க போனா சிசி டிவில பாக்கறது பழைய வீடியோ.. எப்படியாவது உள்ளே போய் பாருங்க..."

"அலோ நீங்க யாரு"

பதிலில்லாமல் அமைதியானது போன். மறுபடி அடித்தது.

அழைத்தவர் சட்டத்துறை அமைச்சர் குமாரசாமி.

“அண்ணே எனக்கு ஒரு போன் கால் வந்தது... தலைவர் கண் முழிச்சுட்டாராமே..”

“எனக்கும்தான் வந்தது...”

“வாங்க போய் நேர்ல என்னன்னு பாத்துட்டு வந்துடுவோம்...”

“விவகாரம் சிக்கலா இருக்கு.. வருண் எதுக்காக இதை நம்மகிட்டே மறைக்கணும்... நாம இதை ஜாக்கிரதையா அணுகணும்.. விஷயம் உண்மையான்னு தெரியாம வருணை ஏதாவது கேட்டா தப்பாயிடும்...”

“வேறு என்னதான் செய்யலாம்...”

“கொஞ்சம் பொறுமையா இரு. ஆஸ்பிட்டல் உள்ளே விசாரிப்போம்”

★★★★

தனது விசாலமான ஆசிரமத்தின் எளிய குடிலுக்கு வெளியே மரத்தடியில் தாடியை வருடியபடி அமர்ந்திருந்தார் சத்யானந்தா. சற்று முன் வந்த செய்தியின் படி வினோதன் எழுந்துவிட்டார். தனது பெயர் பொறித்து பக்தர் ஒருவர் அன்பளிப்பாகத் தந்திருந்த தங்க முலாம் பூசிய ஐபோனில் ராபர்ட்டை அழைத்தார்.

“ராபர்ட்... வினோதன் எழுந்துவிட்டார்...”

“........”

“ஆமாம்.. செய்ய வேண்டியதை செய்துதானே ஆகவேண்டும்”

★★★

வினோதன் படுத்திருந்த அறை சற்று விசாலமானது. அங்கே ஒன்றுக்கும் மேற்பட்ட படுக்கைகள் இருந்திருக்க வேண்டும். அத்தனையும் ஒதுக்கப்பட்டு மொத்த இடமும் அவருக்காக ஒதுக்கப்பட்டிருந்தது. அவர் கண்களை மூடிப் படுத்திருந்தார். மார்பு சீராக ஏறி இறங்கிக் கொண்டிருந்தது. அவர் விழித்திருக்கும் நேரத்தின் அளவு நாளுக்கு நாள் மெல்ல அதிகரித்துக் கொண்டிருந்தது. இப்போது மனைவி, மகள் ஆகியோருடன் பேசத் தொடங்கியிருந்தார். தனக்கு நிகழ்ந்தது என்ன என்பது குறித்து ஓரளவு அவருக்குப் புரிந்திருந்தது.

வருண் அங்கு வந்து ஒரு மணி நேரத்துக்கு மேல் இருக்கும். வினோதன் உறக்கத்தில் இருப்பதாக மருத்துவர் சொல்லியிருந்தார். எழுப்பவேண்டாமென்று சொல்லிவிட்டான். இந்தச் சந்திப்பை அவன்

எவ்வளவு தள்ளி வைக்க முடியுமோ அவ்வளவு முயன்றுவிட்டான். ஆனால் மகேந்திரன் இந்தச் சந்திப்பு அவசியமென்று அறிவுறுத்தி அவனை அனுப்பியிருந்தார். அந்த அறையில் அவனோடு நர்மதாவும் கவுசல்யாவும் இருந்தார்கள். கூடவே ஒரு கனத்த அமைதியும்.

வினோதன் மெல்ல அசைந்தார். கண்களைத் திறந்தபோது நர்மதா அவரிடம் ஓடினாள்.

"அண்ணன் வந்திருக்கான்பா..." என்றாள்.

"நீங்க ரெண்டு பேரும் கொஞ்சம் வெளியில் இருங்க." என்றார் வினோதன். குரலில் தளர்ச்சி இருந்தாலும் அவர் நினைவுகள் மீண்டு விட்டதை வருண் உணர்ந்தான்.

வருண் காத்திருந்தான். அவர்கள் இருவரும் வெளியேறியதும் வினோதன் அவனை அருகில் வரும்படி சைகையால் அழைத்தார். மெல்ல அருகில் சென்றான் வருண். வினோதனின் அருகாமை மட்டுமே தரக்கூடிய ஒரு பயமும் வெறுப்பும் கோபமும் கலந்த உணர்வு அவனுக்கு மீண்டும் வந்தது.

"நர்மதா எல்லாம் சொன்னா... எலக்ஷன்ல ஜெயிச்சுட்டியாமே..."

தலையாட்டினான்.

"நிர்வாகம் கூட நல்லா பண்றதா சொன்னா... கேக்க ரொம்பப் பெருமையா இருக்கு.."

வருணுக்கு முதல் முறையாக சந்தேகம் வந்தது. இவருக்கு நிஜமாகவே குணமாகிவிட்டதா அல்லது தலையில் அடிபட்டு மொத்தமாக ஏதாவது மரை கழன்று விட்டதா என்று. ஒரு சண்டையை எதிர்பார்த்து வந்திருந்தான். ஆனால் இதை அவன் எதிர்பார்த்திருக்கவில்லை.

"ஆச்சரியமா இருக்கா... முன்னே எப்போதும் இல்லாத அளவுக்கு யோசிக்க நேரம் கிடைச்சுதுப்பா... சாவு வரைக்கும் போய் மீண்டு வந்திருக்கேன். இப்பவும் மாறாட்டி எப்படி... நான் உன்னை பதவிக்குக் கொண்டு வந்தது என்னவோ வேற வழி இல்லாமதான். ஆனா இப்போ நிஜமாவே எனக்கு ஓய்வு தேவைப்படுது. கட்சிக்கும் அடுத்த தலைமை தேவைப்படுது. அது நீயாவே இருக்கறதுல ஒரு வகையில் எனக்கு நிம்மதிதான்."

வருண் எதுவும் பேசவில்லை. இன்னும் அவனால் இந்த வார்த்தைகளை உள்வாங்கிக் கொள்ள முடியவில்லை. அவரையே நம்பாமல் பார்த்தான்.

“இன்னும் கொஞ்ச காலம் நீயே பதவியில் இரு... எனக்கு பரபரப்பில்லாத இந்த ஓய்வு ரொம்பவே பிடிச்சிருக்கு” என்றார். மீண்டும் களைப்பாக கண்களை மூடிக் கொண்டார்.

“நான் கண் முழிச்ச விஷயத்தை யாருக்கும் தெரியாம வெச்சிருக்கே இல்லையா?”

அதற்கும் வருண் பதில் பேசவில்லை. நர்மதா இதையும் அவரிடம் சொல்லியிருப்பாள் என்று அவனுக்குத் தெரியும்.

“அது அப்படியே இருக்கட்டும்... நானும் யாரையும் பாக்க விருப்பப்படலை... ஆனா எனக்கு பாய் கூட மட்டும் ரெண்டு வார்த்தை பேசணும் போல இருக்கு... பேசிக்கட்டுமா” என்றார்.

வருணுக்கு ஒரு வினாடி பரிதாபமாக இருந்தது. ஒரு காலத்தில் விரல் சொடுக்கில் கட்சியையும் அரசாங்கத்தையும் ஆட்டி வைத்தவர் இப்போது அவருடைய நண்பரிடம் பேசத் தன்னிடம் அனுமதி கேட்கிறார். எதுவும் பேசாமல் அபு தாஹிரின் எண்ணை அழைத்து அவர் கையில் போனைக் கொடுத்துவிட்டு வெளியே வந்தான்.

சற்று நேரத்தில் அவர் பேசியதும் போனைக் கொண்டுவந்து கொடுத்தாள் நர்மதா. மகேந்திரனை அழைத்தான். ரிங் போய்க்கொண்டே இருந்தது. நீண்ட நேரத்துக்குப் பிறகு சுவாதியின் குரல் கேட்டது.

“ஹலோ”

“ஹாய் சுவாதி... ”

“அப்பா இல்லை.. போனை வெச்சுட்டு வாக்கிங் போயிட்டார். கால் லேட்டர்... இதோ வந்துட்டார்... ஒன் மினிட்.. ”

தன்மீது எக்கச்சக்க கோபத்தில் இருக்கிறாள் என்று வருண் புரிந்து கொண்டான்.

மகேந்திரனின் குரல் கேட்டது. சுருக்கமாக நடந்ததைச் சொன்னான்.

“வருண்.. வருண்... தப்புப் பண்ணிட்டேடா நீ...”

“ஏன் சார்”

“உங்கப்பா ஒரு பெரிய நடிகர்னு நீ மறந்துட்டே... இனிமேல்தான் உனக்கு நிஜமான சோதனை ஆரம்பம்” என்றவரின் குரலில் நிஜமாகவே கவலை தெரிந்தது.

★★★

கசூ

வெட்டுதல் என்பது மிகச்சரியாக எதிரியின் காய் இருக்கும் கட்டத்தை அடையும்போது மட்டுமே சாத்தியம். எதிரி இரண்டு கட்டங்கள் முன்பாக இருக்கும்போது தாயக் கட்டையில் நான்கு விழுந்தால் வெட்டமுடியாது. தாண்டிச் சென்றுதான் நிற்க வேண்டும். எதிரி நமது காயை வெட்ட வாய்ப்புண்டு. தேவையான அளவு மட்டுமே முன்னேறித் தாக்குவது சிறந்த வீரனின் அடையாளம்.

"பாய்.. நான் வினோதன் பேசறேன்..." என்ற குரல் காதுகளில் விழுந்தபோது ஒரு வினாடி உச்சி சிலிர்த்துப் போனார் அபு தாஹிர்.

"யா அல்லா.. தலைவரே.. எப்படி.. என்னால நம்பவே முடியலை" என்றார் பரபரப்பாக. போன் கைகளில் இழுந்து நழுவும் அளவு நடுங்கியது.

"அதிகம் பேச நேரமில்லை பாய்.. கவனமா நான் சொல்றதைக் கேளுங்க.. நான் கண் முழிச்சு நாலஞ்சு நாளுக்கு மேல் ஆகுது. ஆனா உங்களுக்கெல்லாம் தெரியாம வெச்சிருக்காங்க..." என்றார் அவசரமாக.

"எனக்கும் நியூஸ் வந்தது தலைவரே.. எதுக்கு..." என்று கேட்கப் போனவரை அவசரமாக இடை மறித்தார் வினோதன்.

"அதெல்லாம் அப்புறம்.. நான் உங்ககிட்டே பேசறது உங்களோட இருக்கட்டும்.. இது வருணோட போன்.. இப்போதைக்கு எனக்குத் தேவை ஒரு மொபைல் போன்.. எப்படியாவது ரகசியமா அது என்கிட்டே வந்து சேரணும்.. ஏற்பாடு பண்ணுங்க... அதுக்கப்புறம் நானே உங்களைக் கூப்பிடறேன்... நிலைமை கை மீறிப் போகுது பாய்... நிறைய வேலை இருக்கு"

“தலைவரே.. நீங்க எதுக்கு இப்போ உடம்பை அலட்டிக்கறீங்க.. வருண் இப்போ எல்லாத்தையும் பாத்துக்கறார். நீங்க நல்லா குணமானதுக்கு அப்புறம்....”

“பாய்... மூடிட்டு நான் சொல்றதை மொதல்ல செய்யுங்க.. என்ன செய்யணும்னு எனக்குத் தெரியும்.” என்றார் கடுமையாக.

அவர் திட்டினாலும் இப்போது அபு தாஹிருக்கு மகிழ்ச்சியாகவே இருந்தது. தலைவர் முழு ஆரோக்கியத்துக்கு வந்துவிட்டார் என்று பொருள். இனி எல்லாம் பழையபடி ஆகிவிடும். கட்சிக்குள் குழப்பம் நீங்கிவிடும்.

அதன் பிறகு அனைத்தும் விரைவாக நடந்தேறின. வினோதனின் தலையணைக்கடியில் ஒரு சிறிய பழைய நோக்கியா போன் மந்திரம் போல் தோன்றியது. வினோதன் அதிவேகமாகத் தன் உடலுக்குள் நுழைந்திருந்த குழாய்களிலிருந்து விடுதலை பெற்றார். இரவு நேரங்களில் அவரது மொபைல் போன் மெல்ல அதிரும். எடுத்துப் பேசத் தொடங்குவார். நள்ளிரவையும் தாண்டி பேச்சு தொடரும்.

★★★

வருண் தனது அறையில் படுத்திருந்தான். அன்று எங்கும் வெளியில் செல்ல அவனுக்குப் பிடிக்கவில்லை. அவன் தந்தை விழித்துவிட்டார் என்பது அவனுக்குப் பெரிய சந்தோஷத்தைத் தரவில்லை. இப்படி ஏதாவது நடந்து தனக்கு இந்த அரசியலில் இருந்து விடுதலை கிடைக்காதா என்று ஏங்கிக் கொண்டிருந்தவனுக்கு தான் இப்போது இந்தப் பதவியை விரும்ப ஆரம்பித்து விட்டோமோ என்ற எண்ணம் சோர்வைத் தந்தது. அவன் வாங்கை நினைத்துக் கவலைப்பட்டான். அவனை உயிருடன் திரும்பக் கொண்டுவர இந்தப் பதவியில் தொடர்ந்திருக்க வேண்டியது அவசியம். பதவியை இழந்தால் வாங்கை மறந்துவிட வேண்டியதுதான். வாங்கின் இன்றைய அபாயகரமான நிலைமைக்கு அவன் மட்டுமே பொறுப்பாக இருக்க முடியும். அவனிடம் இருந்து அழைப்பு வந்து இன்றோடு பத்து நாட்கள் கடந்திருந்தன.

பரதன் தினமும் பேசினார். ஆனால் வாங் எங்கே சென்றான் என்று அவரால் இதுவரை கண்டுபிடிக்க முடியவில்லை. தான் எத்தனை நாட்கள் அங்கே இருக்கவேண்டும் என்று அவர் திரும்பத் திரும்பக் கேட்டார். வருணுக்கு பதில் தெரியவில்லை. அந்தக் குட்டி நாட்டில் எல்லா வீதிகளையும் அலசிவிட்டதாக சொன்னார். அருகே சில தீவுகள் இருப்பதாகவும் ஆனால் அவை தனியாருக்கு சொந்தமானவை என்பதால் அங்கே செல்வதில்

சில சிக்கல்கள் இருப்பதாகச் சொன்னார். அங்கே உள்ள காவல் துறை பெரிய அளவு ஒத்துழைக்கவில்லை. தொடர்ந்து முயன்று கொண்டிருப்பதாகவும் அந்தத் தீவுகள்தான் ஒரே வாய்ப்பு என்றும் கூறினார்.

இன்னொரு பக்கம் சுவாதி அவனிடம் பேசுவதைத் தவிர்த்தாள். சில்வியா விவகாரத்தில் தன்னுடைய சாகசத்தை அவள் ரசிக்கவில்லை என்பது புரிந்தது. அவர்களுக்கிடையே இருந்த கண்ணுக்குத் தெரியாத இழை அறுந்து போனது போலிருந்தது. ஏதாவது காரணம் சொல்லி வீட்டுக்கு வந்து செல்பவள், வாழ்த்துச் செய்திகள் அனுப்புபவள் இப்போது அத்தனையையும் நிறுத்தியிருந்தாள். அவள் வரும் டிவி நிகழ்ச்சிகளில் மட்டுமே வருணால் அவளைப் பார்க்க முடிந்தது. புறக்கணிப்பு அவனுக்குப் புதிதல்ல. ஆனால் முதன் முறையாக சுவாதியின் புறக்கணிப்பு இதயத்தின் மத்தியில் ஒரு வெற்றிடத்தை உருவாக்கியிருந்தது.

திடீரென்று அருகில் இருந்த மொபைல் அதிர்ந்தது. ஒளிரும் திரையில் சில்வியாவின் முகம் க்ளோஸ்அப்பில் தெரிந்தது. அந்த நேரத்தில் அவள் ஏன் அழைக்கிறாள் என்று புரியவில்லை.

"ஹேய்.. வருண்.. ஹவ் ஆர் யூ?" என்றாள். குரலில் அவளுக்கே உரித்தான கொஞ்சல் இல்லை.

"ஐ ஆம் குட்.. என்ன இந்த நேரத்துல?"

"ஒண்ணும் இல்லை.. உன் கூட பேசணும்னு தோணுச்சு... ஹேய்.. கேன் யூ ஹோல்ட் ஆன் எ செகண்ட்?"

மறுமுனையில் நீண்ட அமைதி. வருண் காத்திருந்தான். சில நிமிடங்களுக்குப் பிறகு சலித்துப் போய் வைத்துவிட்டான்.

'கேன் யூ கால் மீ பேக்' என்று குறுஞ்செய்தி வந்தது. அழைத்தபோது அவள் எடுத்தாள். ஹலோ ஹலோ என்றாள். இவன் பேசியது கேட்கவில்லை போலும்.

மறுபடி அவளே அழைத்தாள். எடுத்தபோது மீண்டும் அமைதி.

ஹலோ ஹலோ என்று கத்திப் பார்த்தான். இப்படியே பல முறை நடந்தது. அதன் பிறகு அவளது போன் அடித்துக் கொண்டே இருந்தது. அடிக்கட்டும் என்று சைலண்ட் மோடில் விட்டு வைத்தான்.

இருக்கும் எரிச்சலில் இவள் வேறு படுத்துகிறாள் என்று போனை அணைத்து வைத்துவிட்டுத் தூங்கிப் போனான்.

★★★

கயல்விழி தனது அடுத்த கூட்டத்துக்குத் தயாராகிக் கொண்டிருந்தாள். அப்போதுதான் அவளது வாட்ஸ்ஆப்பில் வந்த செய்தியைக் கவனித்தாள். உடனடியாக தொலைக்காட்சி செய்திகளைப் பார்க்கும்படி அவளுக்கு நண்பன் ஒருவன் செய்தி அனுப்பியிருந்தான். தொலைக்காட்சியை உயிர்ப்பித்தாள். சில்வியாவின் முகம். அவள் பேசுவது போல ஒரு மொபைல் வீடியோ. பேச்சில் ஒருவித பதட்டம் தெரிந்தது.

“எல்லார்க்கும் வணக்கம்... இந்த வீடியோவை நான் பயத்தோடதான் ஷேர் பண்றேன்... அதுவும் பப்ளிக் உண்மை என்னன்னு தெரிஞ்சுக்கணும்... எனக்கும் சீஃப் மினிஸ்டர் வருணுக்கும் நெருக்கமான காதல் இருக்கறது உண்மை. நான் இன்னும் அவரை லவ் பண்றேன். நாங்க க்ளோசா இருந்த வீடியோ எப்படியோ இன்டர்நெட்ல வந்துடுச்சு.. அதை சமாளிக்கத்தான் அது ஒரு ஷூட்டிங் மாதிரி ஸ்டேஜ் பண்ணினோம்.. அது முழுக்க முழுக்க ஒரு டிராமா.. வருண் எலெக்சன்ல ஜெயிக்கணும்னா எங்களுக்கு வேற வழி தெரியல”

முகத்தை ஒரு முறை துடைத்துக் கொண்டாள். இரண்டு பக்கங்களிலும் ஒரு முறை பயத்துடன் பார்த்தாள்.

“ஆனா அதுக்கப்புறம் என்னை வருண் அவாய்ட் பண்ண ஆரம்பிச்சார்.. சரியா பேசறது இல்லை. நான் தொடர்ந்து போன் பண்ணினப்போ என்னை மிரட்ட ஆரம்பிச்சார். இப்போ என்னை தினமும் சில பேர் ஃபாலோ பண்ணிட்டு வராங்க. அனானிமஸ் போன் கால்ஸ் வருது. வருணை மறந்துடணும்னு சொல்லி மிரட்டறாங்க. இல்லைன்னா ஆசிட் ஊத்துவோம், மர்டர் செய்வோம்னு என்னென்னவோ சொல்றாங்க.. எனக்கு பயமா இருக்கு. நேத்து கூட இது பத்தி பேச அவரை பல முறை கூப்பிட்டுப் பாத்தேன்.. போனை எடுக்கவே இல்லை. எடுத்தாலும் சரியா பேசலை.”

மீண்டும் ஒரு இடைவெளி விட்டாள்...

“நான் இப்போ ஒரு ஷூட்டிங்காக ஹைதராபாத் வந்திருக்கேன்...என்னை சில பேர் இங்கேயும் ஃபாலோ பண்றாங்க. எனக்கு ஏதாவது ஆச்சுன்னா.. அதுக்கு வருண்தான் காரணமா இருக்க முடியும். இந்த வீடியோவை நான் என்னோட சேஃப்டிக்காக ரெக்கார்ட் செஞ்சு வெச்சிருக்கேன்”

வீடியோ திடீரென்று முடிந்தது. கயல்விழிக்கு தொண்டை உலர்ந்து போயிருந்தது.

★★★

அந்த வீடியோவை மகேந்திரன் பத்தாவது முறையாகப் பார்த்தார். வருண் எதிரில் அமர்ந்திருந்தான். முதல் முறையாக அவன் முகத்தில் அதீதமான சோர்வு தெரிந்தது. அந்த வீடியோ வைரலாகி நாடெங்கும் ஓடிக் கொண்டிருந்தது. செய்தி சேனல்களிலிருந்து முதலமைச்சர் அலுவலகத்துக்கு விளக்கம் கேட்டு பல அழைப்புகள் குவிந்து கொண்டிருந்தன.

மகேந்திரன் பெருமூச்சு விட்டார்.

"நிலைமை மோசம். இப்போ நீ என்ன பேசினாலும் அதை உனக்கு எதிராத்தான் திருப்புவாங்க, நாம கொஞ்சம் கவனமா இருக்கணும். இப்போதைக்கு இந்த வீடியோ முழுக்கப் பொய்னு மட்டும் சொல்லி ஒரு ஸ்டேட்மெண்ட் இஷ்யூ பண்ணிடலாம்."

"சார்.. யாரா இருக்கும்?"

"எனக்கென்னவோ உங்கப்பா தன்னோட வேலையை ஆரம்பிச்சுட்டாருன்னு நினைக்கறேன்."

"இம்பாசிபிள், அவர் ஹாஸ்பிடலை விட்டு இன்னும் வெளியே போகலை"

"நான் அப்படி நினைக்கலை. ஏதோ ஒரு வகையில இந்த ஆட்டத்துல அவரும் காய் நகர்த்த ஆரம்பிச்சுட்டாருன்னு நினைக்கிறேன்."

போன் அதிர்ந்தது. கயல்விழி தனது தனி எண்ணிலிருந்து செய்தி அனுப்பியிருந்தாள். வருண் ஏற்கனவே அதை ஆராய்ந்துவிட்டான். வேறு யாரோ ஒரு லலிதா பெயரில் அந்த எண் பதிவாகியிருந்தது.

"இப்போது பேச முடியுமா?"

மகேந்திரன் வெளியேறியதும் அந்த எண்ணை அழைத்தான்.

"சொல்லு கயல்."

"வருண்.. லிசன்... இப்போ வந்திருக்கும் வீடியோவுக்கும் எனக்கும் எந்த சம்மந்தமும் இல்லை."

"தெரியும்."

"எப்படித் தெரியும்?"

"தோணுச்சு. போன வாட்டி பேசினதுக்கு அப்புறம்... உனக்கு ஏதும் தோணுச்சா?"

சற்று நேரம் அமைதியாக இருந்தாள் கயல்விழி. வருண் காத்திருந்தான்.

“வருண்... உன்னைச் சுத்தி ஏதேதோ நடக்குது... கவனமா இரு.. சொல்லணும்னு தோணுச்சு.”

போனை வைத்துவிட்டாள். அந்தக் கடைசிக் கேள்வியைத் தவிர்த்திருந்தால் இன்னும் சிறிது நேரம் பேசியிருப்பாள் என்று தோன்றியது.

★★★

போனை வைத்து விட்டு அவன் நிமிர்ந்தான். எதிரில் நடுங்கிக் கொண்டிருந்தாள் சில்வியா. அவளுடைய வெளிரிய முகத்தில் வியர்வைத் துளிகள். உதடு தடித்திருந்தது. விரல்கள் பதிந்து கன்னம் சிவந்திருந்தது. அவளுடைய ஓட்டல் அறையில் கட்டில் மீது அமர்ந்திருந்தாள். அவள் கண்கள் அச்சத்துடன் டீப்பாய் மீதிருந்த துப்பாக்கியைப் பார்த்தன.

“ரெண்டு அறைக்கே நீ இவ்வளவு நல்ல பொண்ணா ஆயிடுவேன்னு நான் நினைக்கலை.”

“உனக்கு வேற என்ன வேணும்... இஃப் யூ வான்ட் மணி, நான் தரேன்.. யூ வான்ட் செக்ஸ் அதுக்கும் நான் ரெடி.. ப்ளீஸ்.. என்னை ஒண்ணும் பண்ணிடாதே...” சில்வியா அழத் தொடங்கினாள்.

“எனக்கும் டெம்ப்டிங்காதான் இருக்கு” என்றவன் கையுறை அணிந்த கரங்களால் துப்பாக்கியை எடுத்தான்.

சில்வியா கதறத் தொடங்கினாள். அவளால் நாற்காலியிலிருந்து சிறிது கூட அசைய முடியவில்லை. கட்டுகள் அத்தனை உறுதியாக இருந்தன. துள்ளினால் சுள்ளென்று வலித்தது.

“ப்ளீஸ்.. நோ.. ப்ளீஸ்.”

தனது பாக்கெட்டில் இருந்து சைலன்ஸரை எடுத்து துப்பாக்கியின் முனையில் வைத்து சுழற்றத் தொடங்கினான். அவன் செயல்களில் அவசரமோ பரபரப்போ இல்லை.

“சில்வியா.. நீ ஒண்ணு தெரிஞ்சுக்கணும் .. இது நீ நடிப்புக்காக காதல் பண்ற மாதிரிதான்... ஒரு சிலரோட நெருக்கமா நடிக்கறது உனக்குப் பிடிக்கும். சில நேரத்துல பிடிக்காது. ஆனாலும் நீ நடிச்சுத்தான் ஆகணும் இல்லையா? எனக்கும் அப்படித்தான். சில நேரங்களில் ஒரு சிலரைக் கொல்றது சந்தோஷமாக் கூட

இருக்கும். அவ்வளவு கேவலமான ஆளுங்களா இருப்பாங்க.. ஆனா சில நேரத்துல இந்த மாதிரி பிடிக்காத வேலையையும் செய்ய வேண்டியிருக்கும்... உனக்குச் சின்ன வயசு... இவ்வளவு அழகா இருக்கே... வாட் அ வேஸ்ட்...”

பேசிக் கொண்டே அவள் எதிர்பார்க்காத நேரத்தில் துப்பாக்கியை உயர்த்தி அவள் நெற்றிப் பொட்டில் சுட்டான். அவளுடைய உடல் ஒரு முறை அதிர்ந்தது. விடுவிடுவென சில நொடிகள் நடுங்கியது. சிறு சத்தம் கூட இல்லாமல் அடங்கியது.

★★★

ஜெரால்டு வாங்கின் ஓட்டல் அறையைப் புரட்டிப் போட்டு அறை முழுவதும் தேடிக் கொண்டிருந்தான். வாங்கின் மொபைல் போனை எடுத்து வரும்படி அவனுக்குக் கட்டளை இடப்பட்டிருந்தது. ஆனால் கிடைக்கவில்லை. வாங்கை கடத்தும்போது அவசரத்தில் அதை அவன் எடுத்துச் செல்லத் தவறியிருந்தான். மூன்று மணி நேரம் தேடியும் அது கிடைக்கவில்லை. ஏமாற்றத்துடன் அறையைப் பூட்டினான். ஓட்டல் வரவேற்பாளனை சரிகட்டித்தான் உள்ளே நுழைந்திருந்தான். இவனைப் பார்த்ததும் வரவேற்பாளன் சுருக்கமாக தலையாட்டினான். ஜெரால்டு கவனிக்காதது போல் வெளியேறினான்.

அதன் பிறகு அதே வரவேற்பாளன் லாபியில் அமர்ந்திருந்த பரதனைப் பார்த்து இவன்தான் என்பது போல் தலையசைத்தான். கையிலிருந்த செய்தித்தாளை மடித்து வைத்துவிட்டு எழுந்தார் பரதன்.

வேகமாகவும் எச்சரிக்கையாகவும் நடந்த ஜெரால்டை ஒரு குறிப்பிட்ட இடைவெளியில் விட்டு விடாமல் தொடர்ந்தார்.

★★★

ஒரு கூட்டத்தில் வெங்கடேஷ் என்று ஆந்திராவில் கத்தினால் நூறு பேர் திரும்பிப் பார்ப்பார்களாம். அப்படி ஒரு வெங்கடேஷ் ஹுசைன் சாகர் ஏரியின் அருகில் அன்றைய காலை ஓட்டத்தில் இருந்தார். சூரியன் மெல்ல வெளியே வரத் தொடங்கியிருந்தான். ஏரிக்கு நீர் கொண்டு வரும் கால்வாய்களின் மேலிருந்த பாலம் ஒன்றைக் கடக்கும் போது தண்ணீருக்குள் கரிய வடிவம் ஒன்று அலை பாய்ந்தது. மூச்சிரைக்க நின்று பார்த்தார். அரைகுறை வெளிச்சத்தில் காட்சி புலப்பட சில நிமிடங்கள் தேவைப்பட்டது. அந்த இடத்தில் ஆழம் குறைவு. இடுப்பளவு நீர் இருக்கலாம்.

நீரோட்டமும் பெரிய அளவு வேகமாக இல்லை.

அந்தக் கரிய வடிவம் நீரில் மிதந்து அலையாடிய ஒரு பெண்ணின் கூந்தல், தலைகுப்புற இருந்தது அந்த ஏரோபிக்ஸ் உடல்.. மீன்கள் கூட்டமாக அவளது வெளிப்புற வடிவத்தை மொய்த்துக் கொண்டிருந்தன. சொற்பமாக ஆடை இருந்தது. மேலும் சில வெங்கடேஷ்கள் அவருக்கு அருகில் கூடத் தொடங்கிவிட்டார்கள். ஒரு சீனிவாசன் தன்னுடைய மொபைலை உசுப்பினார்.

உ0

மலைகளைத் தவிர வேறு கட்டங்களில் ஒன்றுக்கு மேற்பட்ட காய்களை நிறுத்த முடியாது. மலைகளில் எதிரியின் காய்களுடன் சேர்ந்து கூட நிற்கலாம். அங்கே வெட்டு என்பது கிடையாது. மலைகள் எக்ஸ் வடிவில் குறுக்கே கோடுகள் இடப்பட்டுக் குறிக்கப்பட்டிருக்கும். உயரத்தில் இருப்பவன் எப்போதும் வலிமையோடு இருக்கிறான்.

டிஜிபி நம்பியார் அப்போதுதான் வீட்டுக்கு வந்திருந்தார். அமெரிக்காவில் இருந்த அவரது மகளுடன் ஸ்கைப்பில் உரையாடிக் கொண்டிருந்தார் அவரது மனைவி. நெஞ்சு வரை வளர்ந்திருந்த அவருடைய ராட்சத நாய் அவருக்கு அருகில் வந்து வாஞ்சையுடன் படுத்திருந்தது.

அவருடைய செல்போன் ஒலிக்கத் தொடங்கியது. எடுத்தார். அவரது அலுவலகத்தில் இருந்து போன்.

"சார்.. ஹைதராபாத் போலீஸ் ஹெட்குவார்ட்டர்ஸ்ல இருந்து, டிஜிபி உங்களோடு பேசணும்னு சொல்றார். ரொம்ப அவசரமாம்."

"லைன் கொடுங்க."

சற்று நேர மவுனத்துக்குப் பிறகு ஆங்கிலத்தில் ஒலித்தது குரல்.

"இந்த நேரத்துல தொந்தரவுக்கு மன்னிக்கணும், விஷயம் ரொம்ப அவசரம் அதான்."

"பரவால்லை சொல்லுங்க."

"உங்க சிஎம் வருணுக்கும் சென்டருக்கும் டெர்ம்ஸ் எப்படி? ஏதாவது பிரச்னையா?"

“அப்படி எதுவும் இல்லையே? ஏன் என்ன ஆச்சு?”

“சொல்றேன். இந்த சில்வியா வீடியோ இருக்கில்லையா?”

“ஆமா சிஎம் மேல குற்றம் சுமத்தி ஒரு வீடியோ வந்துச்சே.. ஒரு மாடல்..”

“யெஸ்... அவளோட டெட் பாடி இன்னைக்கு ஹைதராபாத்ல கிடைச்சிருக்கு. இப்போதான் அடையாளம் தெரிஞ்சுது. மர்டர். யாரோ ப்ரொபஷனல் வேலை. க்ளீனா பண்ணிருக்கான்.”

“இதுக்கும் வருணுக்கும் எந்த லிங்க்கும் இருக்க முடியாது. ஐ நோ ஹிம் வெரி வெல்.”

“கொஞ்சம் இன்கிரிமினேட்டிங் எவிடென்ஸ் கிடைச்சிருக்கு சார். அந்தப் பொண்ணோட போன் ரெக்கார்ட்ல இவரோட நம்பர் பலமுறை டயலாகி இருக்கு. போத் இன்கமிங் அண்ட் அவுட்கோயிங் கடைசியா அவர்கிட்டேதான் அந்தப் பொண்ணு பேசியிருக்கு.”

“பட் அவர்தான் கொலை செஞ்சார்னு சொல்றதுக்கு அந்த ஆதாரம் பத்தாதே”

“உண்மைதான். ஆனா கொஞ்ச நாள் உள்ளே போட முடியும். சிக்கல் என்னன்னா எங்களுக்கு சென்ட்ரல் ஹோம் மினிஸ்ட்ரில இருந்து பிரஷர். அவரை அரெஸ்ட் பண்ண என்னவெல்லாம் செய்யணுமோ அதைச் செய்யச் சொல்லி.”

உட்கார்ந்திருந்த நம்பியார் விருட்டென்று எழுந்துவிட்டார்.

“வாட்.. அரெஸ்ட்டா? அவர் ஒரு சிஎம்.. எப்படி அரெஸ்ட் பண்ண முடியும்? அதுக்கு கவர்னர் அனுமதி வேணும். ரொம்ப சிக்கலாயிடும். அந்த அளவுக்கு ஆதாரம் என்ன இருக்கு? அந்த வீடியோ மட்டுமே ஆதாரம் ஆகிடுமா?”

“எனக்கு வந்த இன்ஸ்ட்ரக்சன் அப்படி. உங்களுக்கே தெரியும். கவர்னர் யார் சொல்றதைக் கேட்பாருன்னு. உங்க சிஎம் ஏதோ பெரிய இடத்தைப் பகைச்சுக்கிட்ட மாதிரி தெரியுது. இன்னொன்னும் சொன்னாங்க.”

“என்ன?”

“அவர் இன்னும் ரொம்ப நாள் சிஎம்மா இருக்க மாட்டாருன்னு. நான் உங்களுக்கு ஏன் சொல்றேன்னா எங்க சைடுல இருந்து சீக்கிரமே அஃபிஷியலா உங்களை அப்ரோச் பண்ணுவோம். அப்ப நீங்க ஷாக் ஆகக் கூடாதுன்னுதான். இதை ஒரு முன்னெச்சரிக்கையா நினைச்சுக்கோங்க.”

நம்பியார் தொலைபேசியை வைத்துவிட்டு யோசனையில் ஆழ்ந்தார்.

அவருடைய வீட்டில் இருந்த ஃபேக்ஸ் இயந்திரம் சத்தமெழுப்பி அவரது யோசனையைக் கலைத்தது.

மெல்ல வெளியே வந்த காகிதத்தை எடுத்துப் படித்துவிட்டு நம்பமுடியாமல் பார்த்தார். அது அவரை இடம் மாறுதல் செய்த உத்தரவு.

★★★

"நடக்கறது ஒண்ணும் சரியில்லை." என்றார் மகேந்திரன். ஜன்னலுக்கு வெளியே பார்த்தபடி. அவரது வீட்டுக்கு வெளியே இருந்த வழக்கமான காவலர்கள் மாறியிருந்தார்கள். தெருமுனையில் கூடுதலாக ஒரு போலீஸ் ஜீப் நின்றதை காலையில் மொட்டை மாடியிலிருந்து கவனித்திருந்தார்.

"எதை சொல்றீங்க?" என்றாள் சுவாதி தனது லேப்டாப் பையை எடுத்து தோளில் மாட்டியபடி.

"வருண் விஷயம்தான் சொல்றேன். பின்னணியில் ஏதோ நடக்குது."

"குறுக்கு வழியில நோகாம பதவிக்கு வந்தா அப்படித்தான்... எதுக்கும் நீங்க ஜாக்கிரதையா இருங்க. நீங்கதான் ஏதோ பெரிய சாணக்கியன் மாதிரி மாஸ்டர் ப்ளான்லாம் போட்டுக் கொடுத்தீங்க."

சுவாதியிடம் வருண் பெயரை எடுத்தாலே வரும் பழைய கோபம் கடந்த இரு நாட்களாக மீண்டும் திரும்பியிருப்பதை கவனித்திருந்தார்.

"நான் கிளம்பறேன்." என்றபடி அவள் வெளியேறினாள்.

மகேந்திரன் அவள் செல்வதைப் பார்த்தார். தன் மகள் எவ்வளவு வளர்ந்துவிட்டாள் என்ற மகிழ்ச்சியான ஒரு கவலை அவருக்குள் எழுந்தது. கதவைப் பூட்டி உள்ளே வந்து அமர்ந்தார்.

அடுத்த அரை மணி நேரத்தில் கதவு தட்டப்பட்டது. திறந்தார். சீருடையில் ஒருவர் நின்றிருந்தார்.

"சார் நான் இன்ஸ்பெக்டர் ராகவன். உங்க டாட்டர் சுவாதியை யாரோ அட்டாக் பண்ணியிருக்காங்க. கொஞ்சம் என் கூட வர முடியுமா?"

★★★

வாடகைப் படகில் கடலுக்குள் அமர்ந்தபடி தொலைவில் இருந்தபடியே கண்காணித்தார் பரதன். ஜெரால்டின் படகு அந்தச் சிறிய

தீவில் இருந்த தகரக் கொட்டகைக்கு அருகே நின்றிருந்தது. சூரியன் சுள்ளென்று உறைத்தது. ஜெரால்டு வெளியே வர வாய்ப்பில்லை என்று உறுதியாகத் தெரிந்த பிறகு தன்னுடைய படகை மெதுவாகச் செலுத்தி தீவை வேறொரு முனையில் நெருங்கினார். கொட்டகை உள்ளே எத்தனை பேர் இருப்பார்கள் என்பதைத் தெரிந்துகொள்ள கடந்த ஒரு மணி நேரமாகக் கண்காணித்துக் கொண்டிருந்தார். அதிகம் ஆட்கள் நடமாட்டம் தெரியவில்லை. இனிமேல் யாரும் புதிதாக வருவதற்குள் செயல்பட்டாக வேண்டும். படகை சற்றுத் தொலைவில் தள்ளிச் சென்று விட்டுவிட்டு இறங்கினார். கவனமாக ஆனால் வேகமாக அந்த தகரக் கொட்டகையை நெருங்கினார். உள்ளே இருப்பதைப் பார்க்க முடியாதபடி எந்த ஜன்னல்களும் இல்லாமல் இருந்தது. கதவு மட்டுமே உள்ளே சென்று வர ஒரே திறப்பு. கதவருகே காதை வைத்து உன்னிப்பாகக் கவனித்தார். குரல்களை வைத்து ஆட்களின் எண்ணிக்கையை ஓரளவு கணிக்க முடியும். ஆனால் குரல்கள் இல்லை.

அறையின் அமைப்பு, எத்தனை பேர் இருக்கிறார்கள், ஆயுதங்கள் இருக்குமா என்பது எதுவுமே தெரியாமல் உள்ளே நுழைவது பெரிய ரிஸ்க் என்று அவருக்குத் தெரியும். ஆனால் தற்போது வேறு வழியில்லை. துப்பாக்கியைத் தயார் நிலையில் வைத்துக் கொண்டு கதவில் மெல்லிய அழுத்தம் கொடுத்தார். கதவு பூட்டப்படவில்லை. திறந்து கொண்டது. சத்தமெழுப்பி விடாமல் கதவைத் திறந்து மெல்ல நுழைந்தார். ஜெரால்டின் பெரிய உருவம் நினைவுக்கு வந்தது. துப்பாக்கி இல்லாமல் அவனோடு சண்டையிடுவதெல்லாம் சாத்தியமே இல்லாத விஷயம். எதிர்பாராத தாக்குதல் மட்டுமே ஒரே சாத்தியம்.

கயிறுகளும் டீசல் பேரல்களும் அடுக்கி வைக்கப்பட்டிருந்தன. கூரையில் ஒரு படகு தலைகீழாகத் தொங்கியது. முதல் அறை சிறியது. அதை அடுத்த அறை பெரிதாக இருந்தது. பெரிய அறையின் மூலையில் இருந்த நாற்காலியில் வாங் அமர்ந்திருந்தான். தலை தொங்கியிருந்தது. கைகள் பின்புறமாகக் கட்டப்பட்டிருந்தான். சுய நினைவில் இருப்பதாகத் தெரியவில்லை. ஆனால் பரதன் அவனிடம் செல்லவில்லை. மற்றொரு மூலையில் சிறிய கதவு. அது மூடியிருந்தது. பயிற்சி அவரை மூடியிருந்த சிறு கதவை நோக்கிச் செலுத்தியது. கதவைத் தள்ளிப் பார்த்தார். உள்ளே தாளிட்டிருந்தது. ஜெரால்டு அங்கேதான். பரதன் மூச்சைப் பிடித்துக் கொண்டு காத்திருந்தார். மூன்று நீண்ட நிமிடங்களுக்குப் பின் சுவரை ஒட்டியிருந்த பரதனைப் பார்க்காமல் பெல்ட்டை சரிசெய்து

கொண்டே வெளியே வந்தான் ஜெரால்டு.

"அசையாதே..." என்று கத்தியவர் அவன் உறைந்தவுடன் அடுத்தடுத்த இரண்டு குண்டுகளால் அவன் முதுகிலும் தலையிலும் ஈயத்தால் துளையிட்டார். துப்பாக்கி ஓசை மூடிய அறைக்குள் எதிரொலித்தது.

அப்படியே தரையில் துவண்டான் ஜெரால்டு. அசைவில்லை. எந்தச் சத்தமுமில்லை.

இத்தனை ஓசைக்கும் வாங் கவிழ்ந்த தலையை நிமிரவில்லை. உயிரோடுதான் இருக்கிறானா? என்ற கேள்வி எழுந்தது பரதனுக்கு.

★★★

மகேந்திரன் வெளிர் பச்சை சுவரைப் பார்த்தபடி அமர்ந்திருந்தார். அதி தீவிர சிகிச்சைப் பிரிவின் காத்திருப்பு அறையில் பயமும் கவலையுமாய் மனிதர்கள். கடந்த இரண்டு மணி நேரமானது அவருடைய வாழ்வின் மிக நீண்ட ஒன்றாக அமைந்து விட்டிருந்தது. யாரிடமும் பேசத் தோன்றவில்லை. யாரையும் அழைக்கத் தோன்றவில்லை. வருணிடமிருந்து ஐந்து முறை அழைப்பு வந்திருந்தது. எடுக்கவில்லை. காரணமில்லாமல் அவன் மீது கோபம் வந்தது அவருக்கு.

தன்னுடைய ஸ்கூட்டரில் சென்று கொண்டிருந்த சுவாதியை ஆட்டோவில் வந்து மோதித் தள்ளிவிட்டு அவள் கழுத்தை அறுக்க முயற்சி செய்திருக்கிறார்கள். கூட்டம் கூடியதால் ஓடி விட்டார்கள். ஆனால் கழுத்தில் காயம். ரத்தம் போயிருக்கிறது. சுவாதியின் பாதுகாப்புக்காக வருண் நியமித்திருந்த காவலர்கள் என்ன ஆனார்கள் என்று தெரியவில்லை.

"மிஸ்டர் மகேந்திரன்" என்ற பெண் குரல் கேட்டு நிமிர்ந்தார்.

"டாக்டர் கூப்பிடறாங்க" எழுந்து அவளுடன் நடந்தார்.

"சர்ஜரி முடிஞ்சுதா, அவ எப்படி இருக்கா?" அவருடைய கேள்விக்கு அந்த நர்ஸ் பதில் பேசவில்லை. ஒரு நாளில் இப்படி இருபது கேள்விகளை எதிர் கொள்வாளாய் இருக்கும்.

தீவிர சிகிச்சைப் பிரிவின் உள்ளே பலவித குழாய்களுடன் படுத்திருந்தாள் சுவாதி. முகம் லேசாக வீங்கியிருந்தது. சுவாசத்தில் மார்பு ஏறி இறங்கியதைக் கவனித்தார். நரைத்த தலையுடன் ஒரு மருத்துவர் அவரை எதிர்கொண்டார். பேச்சில் தெலுங்கு வாடை.

“ஒண்ணும் பிரச்னை இல்லை. பயப்படவேண்டாம்.. ஷீ வில் பீ ஆல்ரைட்.. கழுத்துல ஒரு கட்... ஆனா நல்லவேளையா டீப்பா இல்லை.. கீழே விழுந்ததிலே ஷாக்தான் அதிகம்... பாருங்க, ஆனா எழுப்ப வேண்டாம்”

மகேந்திரன் அவளருகே சென்று நின்றார். கைகள் அனிச்சையாக அவளுடைய நெற்றியைத் தொட்டன. அவ்வளவு நேரம் கட்டுப்படுத்தியிருந்த அழுகை வெடித்துக் கிளம்பியது.

★★★

சத்யானந்தாவின் தனியறை. ராபர்ட் அங்கே இருந்தான்.

“எப்படிப் போகிறது நிலவரம்.”

“நாம் நினைத்தது போலத்தான் நடந்து கொண்டிருக்கிறது. வினோதன் மறுபடி செயல்பட ஆரம்பித்துவிட்டார். நம்பியார் மாற்றப்பட்டுவிட்டார். அரசாங்கத்தில் வருணைக் கொஞ்சம் கொஞ் சமாக தனிமைப்படுத்திவிட்டார்கள்.”

“சீனனிடம் எதுவும் கிடைத்ததா?”

“இல்லை. எவ்வளவு முயன்றாலும் வாய் திறக்கவில்லை.”

“அவனுக்கு எவ்வளவு தெரிந்திருக்கும்?”

“கண்டுபிடிக்க முடியலை. ஜூலியனிடம் வினோதனின் கணக்குகள் பற்றி விசாரித்திருக்கிறான். அதன் பிறகு சந்தேகத்துக்கு இடமாகச் சுற்றித் திரிந்திருக்கிறான். மொசாக் பொன்சேகாவின் ஊழியர்களிடம் பேசியிருக்கிறான். ஒருவேளை வருணிடம் ஏதாவது சொல்லியிருக்கலாம்”

“வருணை இப்போது தொட முடியாது. ஆனால் கூடிய சீக்கிரம் சாத்தியமாகலாம். என்ன செய்யலாம்?”

“அந்த சீனனால் இனிப் பயனில்லை.”

“சரி.. அவனை அப்புறப்படுத்திவிடலாம்.”

ராபர்ட் தன்னுடைய செல்போனை எடுத்தான். ஜெரால்டின் எண்ணை அழைத்தான்.

★★★

வருண் தன்னுடைய அறையில் தனிமையாக இருந்தான். சற்று நேரம் முன்புதான் நம்பியார் அழைத்திருந்தார். சில்வியா கொலை செய்யப்பட்டிருப்பதையும் அவனைச் சுற்றி ஒரு வலை

பின்னப்பட்டிருப்பதையும் கூறினார். அவருக்கு வேலை மாற்றல் உத்தரவு வந்திருக்கிறது என்று சொன்னார். வருண் அந்த உத்தரவைத் தான் அளிக்கவில்லை என்று சொன்னான். அரசு வேறு யாருடைய கட்டுப்பாட்டுக்கோ சென்று கொண்டிருக்கிறது என்றார் நம்பியார். அவனைக் கவனமாக இருக்கும்படியும் கூறியிருந்தார்.

மருத்துவமனையில் வினோதன் எழுந்து அமர்ந்து விட்டார். நம்பியார் துணையில்லாமல் மருத்துவமனையை அவன் கட்டுப்பாட்டுக்குள் வைத்திருக்க முடியாது. வாங் போன இடம் தெரியவில்லை. அவனைத் தேடிப் போன பரதனிடம் இருந்து செய்தியில்லை. சுவாதி தாக்கப்பட்டிருக்கிறாள். மகேந்திரன் பேச மறுக்கிறார். அனந்தராமன் கட்டாய விடுப்பில் சென்றுவிட்டார். அபு தாஹிர் தொடர்பு எல்லைக்கு வெளியில் இருக்கிறார்.

அவனால் தனியாகப் போரிட முடியும், ஆனால் மேலே சொன்ன அத்தனை பேரும் அவனுக்குப் பின்னால் நின்றபோது அது ஒரு பெரிய சிரமமாக இல்லை. மனதளவில் தனிமையை உணரும் ஒருவனால் தொடர்ந்து போரிட முடியாது. நம்முடைய சுய தேவைகள் மிகவும் எளிதானவை. அவற்றை அடைய ஒரு போர் தேவைப்படுவதில்லை. நம்மோடு ஒரு கூட்டம் கூடும்போதுதான் தேவைகள் அதிகரிக்கின்றன. நமக்கும் மற்றவர்களுக்கும்.

சில்வியாவின் மரணம் அவனை முற்றாக உலுக்கிவிட்டிருந்தது. நீண்ட நாட்களுக்குப் பின் மீண்டும் ஒரு சிகரெட் தேவைப்பட்டது. சில்வியா கனவுகளோடு திரிந்தவள். வாங் கூட நிறைய திட்டங்கள் வைத்திருந்தான். தன்னை நெருங்கி வந்தவர்களின் வாழ்க்கையை சிதைத்ததைத் தவிர இதுவரை தான் எதுவும் சாதிக்கவில்லை என்று தோன்றியது. இத்தனைக்கும் பின்னால் தன்னுடைய தந்தையே இருக்கக்கூடும் என்ற சாத்தியக்கூறு அவனுக்கு இன்னும் அச்சத்தை ஏற்படுத்தியது.

அப்துல், ஷில்பா என்று நண்பர்கள் யாரும் இப்போது அழைப்பதில்லை. அவர்கள் முன்பு அழைத்தபோது வேலைப் பளு காரணமாக இவன் பேசவில்லை. இப்போது அவனாக அழைக்கவும் மனமில்லை. அவர்களாவது கொஞ்சம் நிம்மதியாக இருக்கட்டும்.

★★★

வாங்கை சோதித்ததில் அவன் இன்னும் சாகவில்லை என்று தெரிந்தது. ஆனால் ஜெரால்டு அவனை சரமாரியாக அடித்துத் துவைத்திருக்கிறான். அதனால் மயக்கத்தில் இருந்தான். எழுப்பும் முயற்சியில் இருந்தபோது ஜெரால்டின் உடலில் இருந்து போன்

ஒலிக்கும் ஓசை கேட்டது.

அவனுடைய மாபெரும் உடலைத் திருப்பிப் போட்டு போனை அவனுடைய பாக்கெட்டிலிருந்து வெளியே எடுத்தார் பரதன்.

பாப் என்ற பெயரில் ஒலிக்கும் போனின் திரையையே பார்த்தார் பரதன். இந்திய எண்தான். போனை எடுத்துக் காதில் வைத்தார்.

"ஜெரால்டு.."

"ராபர்ட்... நான் பரதன்".

"ம்ம்.. பரதன்... அப்படின்னா ஜெரால்டு உயிரோடு இல்லை?"

"இல்லை."

"அந்த சீனன்?"

"வாங் இன்னும் உயிரோடுதான் இருக்கான்".

"அவனைக் கொன்னுடலாம்னு ஸ்வாமிஜி ஆர்டர்."

"நிஜமாத்தான் சொல்றீங்களா? அவனுக்கு என்னவெல்லாம் தெரியும்னு முதலில் தெரிஞ்சுக்க சொல்லி ஏஜன்சி உத்தரவு இருக்கே. அதுக்கு முன்னால சாகடிக்கணுமா?"

"ஜெரால்டு அதைத்தான் ட்ரை பண்ணிட்டு இருந்தான்.. உங்களோட அசைன்மெண்ட் வேற. எதுக்கும் முயற்சி செஞ்சு பாருங்க. உங்ககிட்டே நட்பு அடிப்படையில் ஏதாவது சொல்ல வாய்ப்பிருக்கு. ஆனா அவனை அதிக நேரம் உயிரோட வெச்சிருக்கறது கூட ஒரு வகையில ரிஸ்க்தான்."

"சரி.." என்று போனை அணைத்து வைத்தார் பரதன். சில வாரங்கள் பழக்கத்தில் வாங் மீது அவருக்கு ஒரு சிறிய நட்பு உருவாகியிருந்தது. ஆனால் ஏஜன்சியில் அதற்கெல்லாம் இடமில்லை.

அறையின் மூலையிலிருந்த தண்ணீர் பாட்டிலை எடுத்துக் கொண்டு வாங்கை நெருங்கினார் பரதன்.

★★★

கயல்விழி தனது வரவேற்பறையில் அமர்ந்திருந்தாள். வரதராஜன் எதிரில் அமர்ந்திருந்தார். இருவருக்கும் கட்சி அலுவலகத்திலிருந்து உடனடியாக டிவி பார்க்கும்படி தொலைபேசி அழைப்பு வந்திருந்தது. அத்தனை சேனல்களும் பரபரப்பில் இருந்தன.

"காதலி சில்வியா மரணம், முதலமைச்சருக்குத் தொடர்பா?"

சில்வியாவின் படங்களும், வருணின் படங்களும் வருணைப் பற்றிய அவளுடைய வீடியோவும் திரும்பத் திரும்ப ஓடிக் கொண்டிருந்தன.

ஹைதராபாத் போலீஸ் கமிஷனர் ஒருவர் சில்வியாவின் அறையிலிருந்து கிடைத்த செல்போன் ஒன்றிலிருந்து ஆதாரங்கள் கிடைத்திருப்பதாகப் பேட்டியளித்தார். அந்த ஆதாரங்களின் அடிப்படையில் விரைவில் வருணிடம் விசாரணை நடத்த ஒரு தனிப்படை விரைந்திருப்பதாகக் கூறினார்.

அது பற்றிப் பேசிக் கொண்டிருக்கும்போதே அந்த செய்தியாளரின் காதில் வேறொரு செய்தி ஓதப்பட்டிருக்கவேண்டும்.

“சற்று முன் கிடைத்த செய்தி... அதாவது இப்போது.. வருணை முதலமைச்சர் பதவியிலிருந்து நீக்கும்படி கவர்னருக்கு மமுக கட்சி பரிந்துரைத்திருக்கிறது... மறுபடியும் சொல்கிறோம் முதலமைச்சர் வருணை முதல்வர் பதவியிலிருந்து நீக்க மமுக கட்சி பரிந்துரைத்திருக்கிறது. எம்எல்ஏக்கள் கையெழுத்துடன் கவர்னர் மாளிகையை நோக்கிச் செல்கிறார் அபு தாஹிர். மூத்த அமைச்சர்கள் பலர் அவருடன் இருக்கிறார்கள்...”

செய்தியாளரின் ரத்தக் கொதிப்பை எகிற வைக்கும் விதமாக காதுக்குள் மைக் மறுபடி கொரகொரத்தது. மீண்டும் உரத்த குரலில் ஆரம்பித்தார்.

“இப்போது கிடைத்த தகவல்... முன்னாள் முதல்வரும் மமுக கட்சியின் தலைவருமான வினோதன் கடந்த ஆறு மாதங்களாக கோமாவில் இருந்தவர் இப்போது கண்விழித்துவிட்டார். மருத்துவமனை அதிகாரபூர்வமாக இந்த செய்தியை வெளியிட்டிருக்கிறது. செய்தியை அறிந்த பொதுமக்கள் மருத்துவமனை முன்பாக இப்போது கூடியிருக்கிறார்கள்.”

இந்த இரவு நீளமானதாக இருக்கப் போகிறதென்று நினைத்துக் கொண்டாள் கயல்விழி.

★★★

உக

ஒருமுறை கூட எதிரியின் காய்களை வெட்டவில்லை என்றால் நம் காய்கள் பழத்துக்கு ஏற முடியாது. ஒருவேளை முழுக்கச் சுற்றி வந்தாலும் நம்முடைய தளத்தின் கடைசிக் கட்டத்தில் அப்படியே நிற்க வேண்டியதுதான். யாராவது பின்னால் வந்து வெட்டும் வரை. போர்க்களத்தின் நியதிகள் வேறு. அங்கே கொல்லாதவன் கொல்லப்படுவான்.

வினோதன் சிகிச்சை பெற்று வந்த மருத்துவமனைக்கு செல்லும் சாலைகளில் காவல்துறை தடுப்புகளை ஏற்படுத்தியிருந்தது. தங்கள் தலைவர் கண் விழித்துவிட்டார் என்று கேள்விப்பட்ட ரசிகர்கள் சாரை சாரையாக வேன்களிலும் வாடகைப் பேருந்துகளிலும் வந்து குவிந்து கொண்டிருந்தார்கள். கொடிக் கம்பங்களும் பதாகைகளும் ஒரே இரவில் முளைத்திருந்தன.

"விக்டரி ஸ்டார் வினோதன்!"

"வாழ்க!"

"மரணத்தை வென்ற மாவீரன்!"

"வாழ்க!"

காவல்துறை குவிக்கப்பட்டிருந்தது. தடுப்புகளைத் தாண்டி யாரும் அனுமதிக்கப்படவில்லை. முக்கால்வாசி இடத்தை தொலைக்காட்சி சேனல்களின் வண்டிகள் அடைத்து நின்றிருந்தன.

ஒரு பெண்மணி மக்காச் சோளம் போன்றிருந்த மைக்கை கையில் பிடித்தபடி பேசிக் கொண்டிருந்தார்.

"இப்போது நிலவி வரும் அசாதாரணமான சூழ்நிலையில்

மாநிலத்தில் பல்வேறு அரசியல் நிகல்வுகள் நடந்து வருகின்றன. ஒருபக்கம் தற்போதைய முதல்வர் வருண் மீது அவரது காதலியை கொலை செய்த குற்றம் சுமத்தப்பட்டு பரபரப்பான சூலல் நிலவி வருகிறது. இது நடக்கும் நேரத்திலேயே இந்த ஆட்சியைக் கலைத்துவிட்டு புதிய முதல்வரை நியமிக்கவேண்டும் என்று கோரிக்கை விடுக்க வினோதன் அவர்களின் நீண்ட நாள் நண்பரும் இப்போதைய பொதுப்பணித்துறை அமைச்சருமான அபு தாஹிர் கவர்னர் மாளிகைக்கு சென்றுள்ளதாக செய்திகள் வந்திருக்கின்றன. ஏனென்றால் சொகுசு பஸ் வழக்கில் சிபிஐ கோர்ட் அளித்த தீர்ப்பின் படி வினோதன் பதவியிழந்து தேர்தலில் போட்டியிட முடியாத நிலை ஏற்பட்டது. இதற்கிடையில் இத்தனை நாள் கோமாவில் இருந்த வினோதன் இப்போது விழித்து எழுந்துவிட்டதாக மருத்துவமனை செய்திக் குறிப்பு ஒன்று வெளியிடப்பட்டுள்ளது. அதன் காபியைத்தான் நான் கையில் வைத்திருக்கிறேன். அதன்படி வினோதன் இப்போது சுய நினைவுடனும் முழு ஆரோக்கியத்துடனும் இருப்பதாக மருத்துவர்கள் தங்களுடைய அறிக்கையில் சொல்லியிருக்கிறார்கள், சுகானந்த்.”

அதன் பிறகு மறுமுனையில் யாரோ ஏதோ கேள்விகள் கேட்க தலையை வெறுமனே ஆட்டியபடியிருந்தார் மைக் பெண்மணி. பிறகு மீண்டும் பேசத் தொடங்கினார்.

“சுகானந்த் இங்கே இருக்கும் கட்சிப் பிரமுகர்கள் மிகுந்த உற்சாகத்துடன் காணப்படுகிறார்கள். தங்கள் தலைவர் ஆரோக்கியத்துடன் இருக்கிறார் என்பதற்காக பலர் பல வேண்டுதல்களை மாநிலம் முழுவதும் நிறைவேற்றி வருகிறார்கள். வினோதனின் படங்களில் அவர் எப்படி வருவாரோ அப்படி வேடமிட்ட பல ரசிகர்கள் இங்கே சுற்றி வருகிறார்கள். ஒருவருக்கொருவர் இனிப்பு கொடுத்து தங்கள் மகிழ்ச்சியைக் கொண்டாடி வருகிறார்கள். இன்னும் சற்று நேரத்தில் வினோதனிடம் இருந்து ஏதாவது செய்தி அல்லது அறிக்கை வரும் என்று மக்கள் எதிர்பார்க்கிறார்கள் சுகானந்த்.”

நேரம் செல்லச் செல்ல மருத்துவமனையில் கூட்டம் அதிகரித்துக் கொண்டிருந்தது.

★★★

தாஸ் என்று அழைக்கப்படும் சின்னப்பதாஸ் வினோதனின் அதி தீவிர ரசிகர்களில் ஒருவன். கையில் அவரது முகத்தைப் பச்சை குத்திக் கொண்டிருப்பவன். ஆனால் அது வினோதன் மாதிரி

தெரியவில்லை என்று பலரும் சொன்ன பிறகு 'விநேதன்' என்று அவர் பெயரையும் அதனடியில் பச்சை குத்திக் கொண்டு இன்று வரை அதில் இருக்கும் தவறை அறியாமல் இருப்பவன். பலர் அதைக் கவனித்தாலும் அவனிடம் சொல்ல மாட்டார்கள். பயம். ஆரம்ப கால வினோதனிடம் டிரைவராக விரும்பி வேலைக்குச் சேர்ந்த நாள் முதல் இன்று வரை அவருடைய நிழலாக இருப்பவன். நிழல் என்றால் விலகாத துணை. நிழல் என்றால் பாதுகாப்பு. நிழல் என்றால் இருட்டான மறுபக்கம். அப்படி எல்லாமாகவும் இருந்தான் தாஸ். எட்டாம் வகுப்பு வரை பள்ளிக்கூடம் போன நினைவு இருக்கிறது தாசுக்கு, ஆனால் பாடம் எதுவும் படித்ததாக நினைவில்லை. வினோதனின் சில படங்களைப் பார்த்து அவர் மீது பக்தியாகி ஒரு தொண்டரடிப் பொடியாராக வந்து சேர்ந்து கொண்டவன். தலைவன் மீது ஒரு துரும்போ தூசோ விழுந்துவிடாமல் பார்த்துக் கொள்ளும் மெய்க்காப்பாளன்.

அவனுக்கென்று சொந்த பந்தம் எதுவும் இல்லை என்பதால் தலைவனே கதியென்று விழுந்து கிடப்பான். ஒரே ஒரு அக்கா இருந்தாள். ஆனால் ஒரு சண்டையில் வினோதனைப் பற்றி அசிங்கமாகப் பேசிய அவள் கணவனின் கையை முறித்துக் காதையும் கடித்து விட்டதால் இதுவரை பேச்சு வார்த்தையில்லை.

இப்போது இந்த செய்தியை யாரிடம் சொல்வதென்று தெரியவில்லை அவனுக்கு. இதுநாள் வரை தலைவரிடம் அவனாக எதுவும் கேட்டதில்லை. கேட்கும் முன்னரே தந்துவிடும் தெய்வத்திடம் என்னவென்று வேண்டுகோள் வைப்பது. எப்போதெல்லாம் அவருக்கு வெளிநாட்டு விஸ்கி வருகிறதோ இவ னுக்கென்று தனியாக ஒரு பாட்டில் எடுத்து வைத்திருப்பார். அதை ஒரு குழந்தையைப் போல் அணைத்து தனது அவுட்ஹவுஸ்க்கு எடுத்துச் சென்று அருந்துவான் தாஸ். பணம் தருவதில் கணக்குப் பார்க்க மாட்டார். கட்டுகளாகத்தான் வீசி எறிவார். அதிலும் அவரது எதிரிகளை அடித்து உதைத்துவிட்டு வரும் நாட்களில் கூடுதல் கவனிப்பாக இருக்கும். இவனுக்கென்று வருமானம் வரவேண்டும் என்பதற்காக இரண்டு வாரியங்களை ஒதுக்கி விட்டிருந்தார். இதற்காகவே ஆயுளுக்கும் அவர் காலடியில் விழுந்து கிடந்திருப்பான்.

ஆனால் இன்று அந்த தெய்வம் மருத்துவமனையில் உள்ளே அழைத்து நீதான்டா அடுத்த முதலமைச்சர் என்று சொன்னதை முதலில் அவன் நம்பவில்லை. பிறகு சுதாரித்துக் கொண்டு மறுபடி கேட்டபோது தன்னைச் சுற்றி இருப்பவர்களிலேயே

அவன்தான் தனது நம்பிக்கைக்குப் பாத்திரமானவன் என்று தலைவர் சொன்னபோது ஒரு வினாடி உணர்ச்சி வயத்தில் கால்கள் பலவீனமடைந்து தொப்பென்று அமர்ந்துவிட்டான் தரையில். தலை கிறுகிறுவென்று சுற்றி, சகஜ நிலையை அடையும்போது அபு தாஹிருடன் கவர்னர் மாளிகைக்கு செல்லும் படி கட்டளையிட்டிருந்தார் தலைவர். இப்படித் தெரிந்திருந்தால் இன்னும் கொஞ்சம் நல்ல ஆடைகள் அணிந்து வந்திருப்பான். வேகமாக கழிப்பறை சென்று தலைவாரி முகம் கழுவி வந்தான்.

காரில் பக்கத்தில் அமர்ந்து வந்த அபு தாஹிரின் முகம் ஏனோ கடுகடுவென்று இருந்தது. பிற மந்திரிகள் அவனைப் பார்த்த பார்வையில் வெறுப்பும் கோபமும் தெரிந்தது. ஆனால் அங்கே தலைவரின் சொல்லுக்கு மறுபேச்சில்லை என்று அவனுக்குத் தெரியும். தலைவர் நலம் பெற வேண்டும் என்று அவன் வளர்த்திருந்த ஆறுமாத தாடி வேறு நமநமவென்று அரித்தது. கவர்னர் மாளிகையை அடைந்திருந்தது கார்.

★ ★ ★

"மை காட்... அப்பா இந்தக் கூத்தைப் பாருங்க"

கயல்விழியின் குரலால் கலைந்தார் வரதராஜன். காலையில் இருந்து டிவியில் தொடர்ந்து வந்த செய்திகளால் இருவரும் திக்குமுக்காடிப் போயிருந்தார்கள்.

"யார்ப்பா இந்த சின்னப்பதாஸ்?"

"வினோதனோட டிரைவர், அடியாள் எல்லாம் அவன்தான். அவனுக்கென்ன?"

"அவன்தான் அடுத்த முதலமைச்சராம்.. விக்டரி ஸ்டார் வினோதனுக்கு மரை கழன்று போச்சு."

"வருண் விஷயத்துக்கு அப்புறம் அவருக்கு பயம் வந்துடுச்சு. இன்னொரு புது எதிரியை உருவாக்கிக்க அவர் விரும்பலை. கோர்ட் கேஸ் முடியற வரைக்கும் சொந்தமா எதுவுமே சிந்திக்கத் தெரியாத ஒரு அடிமை அவருக்குத் தேவை. தாஸ் அப்படி ஒருத்தன்தான்."

"இங்கே பாருங்க வினோதன் பேட்டி கொடுக்கறார்."

மருத்துவமனை அறைக்குள் வி டிவி மட்டும் அனுமதிக்கப்பட்டிருந்தது. வினோதன் பேசியதை மற்ற டிவிக்கள் கடன் வாங்கிக் காற்றில் அனுப்பிக் கொண்டிருந்தன. வினோதன்

கொஞ்சம் மெலிந்திருந்தார். டை அடிக்காமல் தலை நரைத்துத் தெரிந்தது. மற்றபடி ஆரோக்கியமாகவே இருந்தார். அதே கணீர் குரல்.

“அன்பார்ந்த மக்களே... முதலில் உங்கள் தொடர்ந்த பிரார்த்தனைகளுக்கு எனது நன்றி. நான் இன்று பிழைத்து எழுந்து அமர்ந்திருக்கிறேன் என்றால் அதற்கு நீங்கள்தான் முதல் காரணம். உங்கள் பிரார்த்தனைகளின் காரணமாக என்னை அடியோடு ஒழிக்க கட்சிக்கு வெளியேயும் உள்ளேயும் நடந்த அதிபயங்கரச் சதிகளை முறியடித்துவிட்டு உங்கள் முன்பு இன்று உயிரோடு அமர்ந்திருக்கிறேன்.”

“ஆறு மாதங்களில் எத்தனையோ நடந்துவிட்டது. மக்களுக்கு எவ்வளவோ இன்னல்கள், ஆனால் இனி நீங்கள் பயப்படத் தேவையில்லை. நான் திரும்ப வந்துவிட்டேன்.”

பக்கத்திலேயே ஒரு சிறிய படமாக மருத்துவமனைக்கு வெளியே தொண்டர்கள் கொண்டாட்டத்தைக் காட்டினார்கள். உற்சாகம் கரைபுரண்டு ஓடிக் கொண்டிருந்தது.

“நான் நீதிமன்ற வழக்கைச் சந்திப்பதற்காக ராஜினாமா செய்தபோது என் மகன் வருணை உங்களுடைய முதலமைச்சராக கட்சி ஒருமனதாக முடிவெடுத்து நியமித்திருந்தோம். அவர் நல்ல முறையில் என்னுடைய மேற்பார்வையில் சரியான ஆட்சி செலுத்துவார் என்ற நம்பிக்கையில்தான் அப்படி செய்தோம். ஆனால் துரதிருஷ்டவசமாக என்னுடைய எதிர்பார்ப்புகள் அனைத்தும் வீணாகி விட்டன என்பதை வருத்தத்துடன் தெரிவித்துக் கொள்கிறேன். சேரக் கூடாதவர்களுடன் சேர்ந்து கொண்டு கடந்த சில மாதங்களாக அவர் நிகழ்த்திய விரும்பத் தகாத பல சம்பவங்கள் அமைச்சரவை சகாக்களின் வழியாக என்னுடைய கவனத்துக்கு வந்தன. அதற்காக மக்களிடம் மன்னிப்புக் கேட்டுக் கொள்கிறேன். நான் செய்த தவறை நானே சரி செய்யும் வகையில் மமுக கட்சியின் சார்பில் முதல்வர் பதவியிலிருந்து வருணை நீக்கிவிட்டு கட்சியின் உண்மைத் தொண்டன் சின்னப்பதாஸ் அவர்களை முதல்வராக்க கவர்னரிடம் கட்சி எம்எல்ஏக்கள் கடிதம் கொடுத்திருக்கிறார்கள். புதிய முதல்வருக்கும் அவரது ஆட்சிக்கும் உங்கள் ஏகோபித்த ஆதரவை அளிக்கும்படி மக்களை வேண்டி விரும்பிக் கேட்டுக் கொள்கிறேன். எதிர்க் கட்சிகளின் சதியால் என் மீது சுமத்தப்பட்டிருக்கும் குற்றச்சாட்டுகளை சட்டப்படி சந்தித்துவிட்டு மீண்டும் நாற்காலியில் அமர்வேன்.”

பேட்டி ஒளிபரப்பாகும்போதே சமூக வலைதளங்கள் தொடர்ந்த பதிவுகளால் மூச்சுத் திணறின.

"யார் இந்த சின்னப்ப தாஸ்?" என்ற தலைப்பில் பத்திரிகைகள் பத்தி வெளியிட்டன.

கயல்விழி பக்கத்தில் இருந்த வரதராஜனைப் பார்த்தாள்.

"நீங்களும் இத்தனை வருஷமா கஜகர்ணம் போட்டு முக்கிட்டு இருக்கீங்க. பாருங்க யாரெல்லாம் சிஎம் ஆகறாங்கன்னு. அதுக்கெல்லாம் ஒரு ராசி வேணும் போல."

★★★

வருண் தூங்கியிருந்தான். நீண்ட நாட்களுக்குப் பிறகான தனிமை அவனை அப்படிச் செய்திருந்தது. அப்படி ஒரு நிம்மதியான உறக்கம். எப்போதும் போலவே ஐபோன் பிடிவாதமாகச் சிணுங்கி அவனுடைய தூக்கத்தைக் கலைத்தது.

மெல்ல எழுந்து எடுத்தான். சந்திரிகா மேனன் என்று சொன்னது ட்ரூகாலர்.

"நான் வாசுதேவ மேனன்" என்ற கவர்னரின் குரல் கேட்டது. அனேகமாக அது அவருடைய மனைவியின் எண்ணாக இருக்கவேண்டும்.

"சொல்லுங்க யுவர் எக்சலன்சி."

"வருண்.. இந்த உரையாடல் ஆஃப் தெ ரெக்கார்ட். இப்போ என் முன்னாடி ரெண்டு அப்ளிகேஷன் இருக்கு. சொல்லப்போனா மூணு. முதல் அப்ளிகேஷன் உன்னை முதலமைச்சர் பதவியில இருந்து நீக்கச் சொல்லி உன்னோட கட்சியில் இருந்து. அடுத்தது தனக்கு ஆதரவா பெரும்பாலான எம்எல்ஏக்கள் இருப்பதா சொல்லி சின்னப்பதாஸ் லெட்டரோட வந்திருக்கார். மூணாவது ஹைதராபாத் போலீஸ். உன்னை அரெஸ்ட் பண்ண ஸ்பெஷல் பர்மிஷன் கேட்டு வந்திருக்கு. எனக்கு கட்சி மேலிடத்திலிருந்தும் பிரஷர். பர்மிஷன் கொடுத்தாக வேண்டிய சூழ்நிலை."

வருண் அமைதியாக இருந்தான்.

"எனக்கு என்ன புரியலைன்னா, உங்க அப்பாவுக்கு உன்மேல இருக்கற வெறுப்பு புரியுது, ஆனா சென்டர்ல இவ்வளவு கடுமை காட்டற அளவு என்ன செஞ்சு வெச்சேன்னு தெரியலை... எனக்குத் தெரியாத எதுவும் இருக்கா?"

“உங்களுக்கு இருக்கற அதே ஆச்சரியம்தான் எனக்கும். என்ன செய்யப் போறீங்க?”

“என்னால ஒரு அளவுக்கு மேல எதுவும் செய்ய முடியாது. நான் ஒண்ணு சொல்லவா?”

“சொல்லுங்க.”

“நீ இப்போதைக்கு கொஞ்ச நாள் தலைமறைவா போயிடறது நல்லது. முடியுமா?”

“அது பழக்கமானதுதான்.”

“உடனே செய்.. மறுபடி சொல்றேன்.. நான் உன்னைக் கூப்பிடலை நீ என்கிட்டே பேசலை.” தொலைபேசி அமைதியானது.

வருண் பாதுகாப்பை மீறி பல முறை வீட்டை விட்டு வெளியேறியிருக்கிறான். ஆனால் இந்த முறை போனால் திரும்பி வருவானா என்று தெரியாது.

கதவு தட்டப்பட்டது.

“அண்ணா”

நர்மதாவின் குரல். அவள் பாடுதான் திண்டாட்டம். கதவைத் திறந்தான்.

“உன்னைத் தேடி ஹைதராபாத் போலீஸ் வந்திருக்கு..”

“சரி கீழே வேற யார் இருக்காங்க?”

“போலீஸ்தான் இருக்காங்க..”

“கட்சிக்காரங்க?”

“யாரும் இல்லை. அவங்க எல்லோரும் இப்ப ஆஸ்பத்திரியே கதின்னு கிடக்கறாங்க. இங்கே வருவதே இல்லை”

“நர்மதா.. நான் போறேன். இங்கேயே தொடர்ந்து இருக்கறது சரியா படலை. நான் ரூம்ல இருக்கற மாதிரியே நீ இன்னும் கொஞ்ச நேரம் மெயின்டெயின் பண்ணு. டேக் கேர்..”

“எங்கடா போறே”

அவள் கண்கள் கலங்கிவிட்டன.

“தெரியலை... இப்போதைக்கு இங்கே இருந்து...” அவசரமாக கன்னத்தைத் தட்டி விட்டுக் கிளம்பினான்.

கதவைத் தாளிட்டுவிட்டு வந்து பால்கனிக்கு வந்தான். அவன் அறை இருந்தது முதல் மாடியில். பால்கனியின் இரண்டு பக்கங்களிலும் இருக்கும் தூண்களில் இறங்கும் வித்தை அவனுக்கு அத்துபடி. ஐபோனை மட்டும் எடுத்துக் கொண்டான். முட்டி வரை பெர்முடாஸ், ஒரு கறுப்பு டிஷர்ட். உடை மாற்ற நேரமில்லை. வீட்டின் முன்பாக போலீஸ் நடமாட்டம் மூன்று மடங்காகி இருந்தது. மெல்லப் பின்வாங்கினான். வீட்டைச் சுற்றிலும் காம்பவுண்டு சுவர் பதினைந்து அடிக்கும் மேல் உயரம்.

அவனது வழக்கமான மரத்தை அடைந்தவன் அதில் ஏறப் போகும் முன் பின்னால் கேட்ட குரலுக்கு அப்படியே உறைந்தான்.

"சாப்"

ராணா ரண்தீர். விறைப்பாக கையில் மெஷின் கன்னுடன் நின்றார். ஆட்டம் முடிந்தது என்று நினைத்தான் வருண்.

ஆனால் ஏதோ முடிவுக்கு வந்தவராக துப்பாக்கியைத் தளர்த்தி தோளில் தொங்கவிட்டு இரண்டு கைகளையும் தொட்டில் போலக் கோர்த்து மரத்தின் கீழே கால்களை விரித்து நின்றார் ரண்தீர்.

"நர்மதா மேடம் சொல்லி அனுப்பிச்சாங்கோ... ஜல்தி!" என்றார். அவர் கோர்த்திருந்த கைகளில் ஒரு காலை வைத்ததும் அப்படியே உயர்த்தினார் ரண்தீர். எளிதாக மரத்தில் ஏறி சுவரைத் தாண்டும் முன்பாக அவருக்கு ஒரு சல்யூட் வைத்தான் வருண்.

★★★

வினோதன் கோபமாக இருந்தார். நன்றாக எழுந்து அமர்ந்திருந்தார். பிசியோதெரபி சிகிச்சை நடைபெற்றுக் கொண்டிருந்தது. நர்ஸ் ஒருவர் அவருடைய கால்களை மடக்கி நீட்டிக் கொண்டிருந்தார்.

"கவர்னருக்கு என்னய்யா.. நாம லெட்டர் குடுத்தா ஆட்சி அமைக்கக் கூப்பிட வேண்டியதுதானே?"

அபு தாஹிர் அமைதியாக விளக்கிக் கொண்டிருந்தார்.

"இல்ல தலைவரே.. இன்னும் வருண்கிட்டே இருந்து ராஜினாமா கடிதம் வரலை, அதனால சட்டசபையைக் கூட்டி நம்பிக்கை இல்லாத் தீர்மானம் கொண்டு வந்துதான் நீக்க முடியுமாம்"

"என்னய்யா எழவு.. வீட்லதானே இருப்பான். அவன்கிட்டே ராஜினாமா கடிதம் வாங்கித் தர வேண்டியதுதானே?"

223

வெட்டாட்டம்

அடுத்து என்ன கெட்ட வார்த்தை வருமோ என்று தயங்கியபடியே சொன்னார்.

“வருணைக் காணோம்...”

“என்னய்யா விளையாடறீங்க... எப்படிய்யா ஒரு சிஎம் காணாம போக முடியும்?”

“வருணுக்கு முன்வாசல் வழியாப் போற பழக்கம் இல்லைன்னு உங்களுக்கே தெரியும். வீட்ல இல்லை. இன்னொரு பக்கம் ஹைதராபாத் போலீஸ் வந்து டேரா போட்டிருக்கு. தலைவரே.. நான் ஒண்ணு சொன்னா கோவிச்சுக்க மாட்டீங்களே?”

“என்ன”

“ஆயிரம்தான் பிரச்னை இருந்தாலும் வருண் நம்ம பையன். நீங்க இல்லாதப்போ பெருசா கட்சிக்கு எதுவும் ஆகிடாம பாத்துக்கிட்டான்.. நாம ரொம்ப அவசரப்படறோமோன்னு நினைக்கிறேன். இதை நமக்குள்ளே பேசி சுமூகமா முடிச்சுக்கலாம்னு நினைக்கிறேன்... இதுல போலீஸ் கேஸ் வேற... நாமதானே அவனுக்கு ஹெல்ப் பண்ணனும்?”

“ஓஹோ..” என்றார் வினோதன்.. ஏதோ புரிந்தது போல் தலையை மேலும் கீழும் ஆட்டினார்.. சற்று இடைவெளிவிட்டு “ஓஹோ.. அப்படிப் போகுதா கதை.. நீங்க எல்லாம் அவன் பக்கமும் அந்த மகேந்திரன் பக்கமும்.. அப்படித்தானே?” என்று இரைந்தார்.

“தலைவரே.. அப்படி எல்லாம் இல்லை. அவசரப்பட்டு வார்த்தைய விட்றாதீங்க.”

“அப்புறம் என்ன மயிரு.. யோவ்.. இங்க எல்லாருக்குமே சொல்றேன்.. கேட்டுக்கங்க. மொதல்ல நான் வேணுமா, அவன் வேணுமான்னு முடிவு பண்ணிட்டு அப்புறமா என் முன்னாடி வாங்க.”

கைகளை வீசிய வேகத்தில் பழங்கள் தரையெங்கும் உருண்டோடின. மேற்கொண்டு சிகிச்சை செய்வதா வேண்டாமா என்று அவரை அச்சமாகப் பார்த்தாள் நர்ஸ்.

“இங்க என்ன பாக்கறே.. உன்னோட வேலையப் பாரு.” என்றார் வினோதன்.

★★★

உஉ

இந்த ஆட்டமும் அதன் கூறுகளும் விளையாடும் முறையும் மண்ணுக்கு மண் மாறுபடுகிறது. ஆனால் நோக்கம் ஒன்றுதான். எதிரிகளைச் சமாளிக்கவும் தன் இனத்தவரைப் பாதுகாப்பாக வழி நடத்தவும் இந்த ஆட்டம் கற்றுத் தருகிறது. வெட்டுப்பட்டால் எப்படி மீண்டு வருவது என்பதை ரத்தமின்றி சொல்லித் தருகிறது. எனவேதான் எங்கும் எழுதப்படாமலேயே இந்த விளையாட்டு இன்றும் உயிர்த்திருக்கிறது.

தன்னுடைய போனை அதிக நேரம் உபயோகிக்க முடியாது என்று வருணுக்குத் தெரியும். டவர் மூலமாக ட்ரேஸ் செய்து பிடிக்கும் வாய்ப்புகள் இருக்கின்றன. அவனுக்கு இப்போது ஒரு மறைவிடம் தேவை. மாற்று போன் தேவை. போனில் வேறு பேட்டரி குறைந்துகொண்டே வந்தது. அப்துலை, ஷில்பாவை அழைப்பது எந்த அளவில் சரி என்று தெரியவில்லை. மகேந்திரன் சுவாதியோடு மருத்துவமனையில் துணைக்கு இருப்பார். இதுவரை மூன்று முறை கூப்பிட்டும் அவர் எடுக்கவோ பதில் பேசவோ இல்லை. எப்படிப் பேசுவார். அவரை இதற்கு மேல் சிரமப்படுத்துவது நியாயமாக இருக்காது. போனைக் கையில் வைத்து சுழற்றியபடியே அமர்ந்திருந்தான். மாநகரத்தின் குப்பைகள் கொட்டும் இடமது. கண்ணுக்கு எட்டிய தூரம் வரை சாகாவரம் பெற்ற பிளாஸ்டிக் பைகளும் எதையோ எரித்த சாம்பலும் மீதமிருந்தன. மூக்கை எரிக்கும் ஏதோ நெடி.

போன் ஒலித்தது. அவன் எதிர்பார்க்காத நபர்.

"கயல் பேசறேன்."

"கயல்.. வாட் அ சர்ப்ரைஸ்.. என்ன... இன்னும் இருக்கேனான்னு

பாக்க கூப்பிடறியா?"

"வருண்.. உளறாதே.. இப்போ அதிகம் பேச நேரமில்லை. தெரிஞ்சோ தெரியாமலோ இந்த சில்வியா மேட்டருக்கு நானும் காரணம். அந்தக் குற்ற உணர்ச்சிதான். நான் உனக்கு உதவி செய்யலாமா?"

"கயல்.. ஆர் யூ ஆல்ரைட்.. நேத்து ஏதாவது குடிச்சியா? இதெல்லாம் உன் கட்சியிலயோ என் கட்சியிலயோ தெரிஞ்சா எவ்வளவு பெரிய குத்துவெட்டு நடக்கும் தெரியுமா?"

"இப்போ உனக்கு என் உதவி வேணுமா வேண்டாமா.. ஓவரா பேசினேன்னா போனை வெச்சுட்டுப் போயிட்டே இருப்பேன்."

"வெயிட் வெயிட்.. எனக்கும் வேற வழியில்லை.. ஓகே.. லிசன்.. இப்போ எனக்கு யாருமே தேட முடியாத மாதிரி ஒரு இடம் வேணும். வேற ஒரு போன் வேணும்..."

"நீ எங்கே இருக்கே?"

ஒரு வினாடி தயங்கினான் வருண்.

"இன்னும் நம்பலையா?"

பெருமூச்சு விட்டபடி இடத்தைச் சொன்னான்.

"சேர வேண்டிய இடத்துலதான் சேர்ந்திருக்கே... அங்கேயே இரு. ஒரு ப்ளேக் ஸ்கார்ப்பியோ வரும். கல்யாண்னு ஒருத்தன் வருவான்."

அவள் பேசி வைத்ததும் தனது போனை அணைத்து வைத்தான்.

அடுத்த நாற்பது நிமிடங்களில் ஒரு ஸ்கார்ப்பியோ வந்து நின்றது. அதிலிருந்து இறங்கியவன் சற்று பருமனாக இருந்தான். கையை நீட்டினான்.

"ஐ ஆம் கல்யாண்..." என்றவன் "உங்களையும் சில்வியாவையும் நான்தான் வீடியோ எடுத்தேன்." என்றான் கண் சிமிட்டியபடி.

★★★

மகேந்திரன் சிலை போல அமர்ந்திருந்தார். அந்த அறையில் இருந்த டிவியில் செய்திகள் மவுனமாக ஓடிக் கொண்டிருந்தன. சுவாதி அப்போதுதான் கண் விழித்திருந்தாள். எதுவும் பேசாமல் தொலைக்காட்சி பார்த்துக் கொண்டிருந்தாள். கழுத்தில் பெரிய பேண்டேஜ் போடப்பட்டிருந்தது. தளர்ந்து சோர்ந்திருந்தாள்.

“ஐ ஆம் சாரி சுவாதி...”

“எதுக்குப்பா...”

“என்னுடைய அரசியல் ஆசைக்கு உன்னை பலி கொடுத்திருப்பேன்... ஏற்கனவே பட்டும் எனக்கு புத்தி வரலை...”

சுவாதி சற்று நேரம் அமைதியாக இருந்தாள்.

“அப்பா.. எனக்கு எல்லாம் தெரியும்பா.” என்றாள் பலவீனமாக.

மகேந்திரன் அவளை புதிராகப் பார்த்தார்.

“என்னம்மா தெரியும்”

தன்னை நேராக உட்காரவைக்கும்படி சைகை செய்தாள். அவள் எழுந்து உட்கார்ந்துகொள்ள உதவி செய்தார் மகேந்திரன். வலியால் முகம் சுருக்கியபடி சாய்ந்து கொண்டாள்.

“நீங்க வெறும் அரசியலுக்காக மட்டும் இதுல வருண் கூட நிக்கலை. அதையும் தாண்டி பர்சனலா சில காரணங்கள் இருக்கு.. இல்லையா?”

மகேந்திரன் அமைதியாக இருந்தார்.

“வருண் யாருன்னு தெரியும்பா... அவனோட அம்மா சித்ராதான் உங்க பழைய காதலி. வினோதன்தான் உங்க ஃபிரெண்ட் சுப்பிரமணி. வருணை கவனிச்சுக்க சொல்லி அவங்க சாகும் முன்னாலே உங்ககிட்டே பேசியிருக்காங்க. இல்லையா?”

நீண்ட அமைதிக்குப் பிறகு ஒரு பெருமூச்சுடன் மெல்லத் தலையசைத்தார் மகேந்திரன்.

“ஆனா அதெல்லாம் இப்போ முடிஞ்சு போன கதைம்மா.. இப்போ உள்ளதும் போயிடாம பாத்துக்கணும்மா.. பழைய கதைக்காக உன்னை விட முடியாது. எனக்கு முடிஞ்ச உதவியை வருணுக்கு செஞ்சுட்டேன். என்னோட நிலைமையை சித்ரா புரிஞ்சுக்குவான்னு நினைக்கிறேன்.”

சுவாதி மென்மையாக மகேந்திரனின் கையைப் பற்றிக் கொண்டாள்.

“அப்பா.. நானும் வருண் மேல கோபமாத்தான் இருந்தேன். உங்க கதையைக் கேக்கற வரைக்கும். அவன் பாவம்னு எல்லாம் சொல்ல மாட்டேன். அவன் செஞ்சதுக்கெல்லாம் படட்டும்னுதான் இன்னும் தோணுது... ஆனா அவனை இதுக்குள்ள இவ்வளவு

தூரம் இழுத்து விட்டதுல உங்க பங்கும் இருக்கு. நல்லா யோசிச்சுப் பாருங்க, நீங்க மட்டும் இல்லைன்னா எப்பவோ இதை விட்டு ஓடியிருப்பான். உங்க மேல இருக்கற கோபத்தையும் சேத்துதான் வினோதன் அவன் மேல காட்டறாரு. நீங்க ஏற்கனவே ஒரு தடவை செஞ்ச தப்பை நினைச்சு இன்னைக்கு வரைக்கும் வருத்தப்படறீங்க. அதே மாதிரி இன்னொரு தப்பை செய்ய நான் விடமாட்டேன். அதுவும் என்னைக் காரணமா சொல்லி.. நீங்க ஆரம்பிச்சதை நீங்கதாம்பா முடிக்கணும்."

"ஆனா உனக்கு.."

"எப்போ நான் மீடியாவுல சேர்ந்தேனோ அப்பவே ஆபத்துக்கு நான் தயாராகிட்டேன்ப்பா... எனக்கு ஒண்ணும் ஆகாது.. நீங்க வருணைக் கூப்பிடுங்க... அவனுக்குதான் இப்போ உங்க உதவி நிறையத் தேவை..."

என்று போனை எடுத்து நீட்டினாள் சுவாதி. ஒரு வினாடி தயங்கிவிட்டு அவள் குரலில் இருந்த உறுதியால் அதைக் கை நீட்டி வாங்கிக் கொண்டார் மகேந்திரன்.

★★★

சத்யானந்தா வெள்ளுடை அணிந்த நெற்றியில் செந்திலகமிட்ட வெளிநாட்டுப் பெண்களுடன் ஆழ்ந்த உரையாடலில் இருந்தார். ராபர்ட் அவர் பேசி முடிக்கப் பொறுமையாகக் காத்திருந்தான். அந்தப் பெரிய அரங்கத்தினுள் அனைவரும் எந்த ஓசையுமெழுப்பாமல் நடந்து கொண்டும் நகர்ந்து கொண்டும் இருந்தார்கள். ஒரு பெண்ணின் தலையில் கடைசியாக கை வைத்து ஆசீர்வதித்துவிட்டு தன் பின்னால் வரும்படி சைகை செய்து சென்றார் சத்யானந்தா.

தியான மையத்திலிருந்து ஒதுங்கி பலத்த பாதுகாப்புடன் இருந்த சத்யானந்தாவின் குடில் வெளிப்பார்வைக்கு மிகவும் எளிமையாக இருந்தாலும் உள்ளே ஒரு நட்சத்திர உணவு விடுதியின் அறை போல பிரமாண்டமாக அத்தனை வசதிகளுடனும் இருந்தது. தானும் அமர்ந்து ராபர்ட்டை அமரும்படி சைகை காட்டினார்.

"நிலவரம் எப்படி இருக்கு?"

"சென்ட்ரல் ஹோம் மினிஸ்டர்கிட்டே நீங்க பேசுனது நல்லாவே வேலை செய்யுது. வருண் ஈஸ் ஆன் தி ரன்.. ஆளைக் காணோம். ஹைதராபாத் போலீஸ் தேடுது. வினோதன் ஆட்சிக்கு உரிமை கோர ஆரம்பிச்சுட்டார்."

“எல்லா சொதப்பலும் அங்கேதான் ஆரம்பம்... நம்ம திட்டப்படி வினோதனை நீ கொன்னிருந்தால் இத்தனை குழப்பமே இல்லை.”

“எல்லாம் திட்டப்படிதான் நடந்தது... அவர் சாகலை.. இப்போ அதைப் பத்திப் பேசி பிரயோஜனமில்லை.”

“ஈசியா சொல்லிட்டே... அந்த ஆளை ஏமாத்தி அவருடைய பையனை முதலமைச்சராக்க கட்டம் ஜாதகம்னு எவ்வளவு புளுக வேண்டியிருந்தது. இருபதாயிரம் கோடி அப்படியே மொத்தமா நம்ம கைக்கு வரவேண்டியது...”

“இப்போ பிரச்னை அதைவிடப் பல மடங்கு பெருசாயிடுச்சுன்னு தெரியும்தானே?”

“கவலைப்படாதே.. சீனனைக் கவனிச்சாச்சு. இது பத்தித் தெரிஞ்ச வருண் மட்டும்தான் பாக்கி. ஆமா பரதன்கிட்டே இருந்து ஏதாவது செய்தி உண்டா.”

“இன்னும் இல்லை.. கூப்பிட்டுப் பார்க்கறேன்”

★★★

முகத்தில் தண்ணீர் தெளித்ததும் மெல்லக் கலைந்து எழுந்தான் வாங். அவன் பரதனையும் விழுந்து கிடந்த ஜெரால்டையும் மாறி மாறிப் பார்த்தான்.

“சார்.. தேங்க் காட்.. வந்துட்டீங்களா.. இந்த காண்டாமிருகம் என்னை அடைச்சு வெச்சு எவ்வளவு கொடுமைப் படுத்தினான் தெரியுமா?”

அவனிடம் கொஞ்சம் பேச்சுக் கொடுக்க நினைத்தார் பரதன். இந்த விவகாரத்தில் தொடர்புடைய அத்தனை பேரையும் அழித்துவிடவேண்டும் என்பது ஏஜன்சி உத்தரவு. வேறு யாருக்கெல்லாம் இது தொடர்பாகத் தெரியும் என்பது அவருக்குத் தெரியவேண்டும். ஒவ்வொரு தலைக்கும் அவருடைய ஃபீஸ் ஏறும்.

“வாங்.. உன்னைக் காப்பாத்த எத்தனை நாள் தேடி அலைஞ்சேன் தெரியுமா.. நீ உயிரோட இருப்பேன்னு எனக்கு நம்பிக்கையே இல்லை.”

மெல்ல அவன் பின்னால் வந்து கைகளை அவிழ்த்து விட்டார். அவனுக்கு நம்பிக்கை வரவேண்டும்.

“ஆமா எதுக்காக அவன் உன்னை அடைச்சு வெச்சிருந்தான்...

உன்கிட்டே இருந்து அவனுக்கு என்ன தெரியணும்?"

அவனால் கைகளை நகர்த்த முடியவில்லை. எந்த உணர்ச்சியும் இல்லாமல் தொங்கி ஆடிய கைகள் உணர்ச்சி பெற ஐந்து நிமிடங்களுக்கு மேல் ஆனது. ஒரு லட்சம் ஊசிகள் குத்தியதைப் போல் வலித்த விரல்களைப் பிரித்துப் பிரித்து மூடினான். பரதன் பொறுமையாகக் காத்திருந்தார்.

"சார்.. வினோதனுடைய ஆஃப் ஷோர் டீலிங் டீடெயில் முழுக்க முழுக்க எனக்குக் கிடைச்சுது. அதை ஒவ்வொன்னா ஃபாலோ பண்ணிட்டு இருக்கும்போது அதை விட ரொம்பப் பெரிய மேட்டர் ஒண்ணு கிடைச்சுது."

பரதன் ஆர்வமானார். வாங் மெல்ல எழுந்து நடக்க முயன்றான். தகரச் சுவரை ஆதாரமாகப் பிடித்துக் கொண்டு நகர்ந்தான். வெறி பிடித்தவன் போல ஒரு குவளையில் இருந்த தண்ணீரைக் குடித்தான்.

"வினோதனுடைய விவரம் மட்டுமில்லை, அவருடைய மந்திரிகளோட மொத்த சொத்து விவரமும் கிடைச்சுது. ராபர்ட்தான் பெரும்பாலும் அத்தனை பேருக்கும் ஏஜன்டா இருந்திருக்கான். சத்யானந்தா ஆசிரமம்தான் இதுக்கெல்லாம் கேட்வே."

"அந்த சொத்து டீடெயில் எல்லாம் எங்கே வெச்சிருக்கே?"

"அதை ஒரு கிளவுட் டாகுமெண்ட்ல சேமிச்சு பத்திரமா வெச்சிருந்தேன். ஆனா அந்த தடிமாடு அடிச்ச அடியில ரெண்டு மணி நேரம் முன்னாடிதான் அவனுக்கு யூசர் நேம், பாஸ்வேர்டு எல்லாம் எழுதிக் கொடுத்தேன்."

வாங் அதற்கு மேல் நிற்க முடியாமல் தரையில் சரிந்து அமர்ந்தான்.

"அதை அவன் என்ன செஞ்சான்?" பரதனால் குரலின் படபடப்பை அடக்க முடியவில்லை.

வாங் அமர்ந்தபடியே தனக்கு மூன்றடி தொலைவில் மலை போல் கிடந்த ஜெரால்டைப் பார்த்தான்.

"அவன் அதை வாங்கி அந்தக் கோட் பாக்கெட்லதான் வெச்சான்... ஒரு நிமிஷம்.. இருங்க பாக்கறேன்" அப்படியே தவழ்ந்த வாக்கில் ஜெரால்டுக்கு அருகில் போனான் வாங். அவன் கோட் பாக்கெட்டில் கை விட்டான். ஒரு பக்கத்தில் இல்லை. சிரமத்தோடு பிரேதத்தைப் புரட்டி அடுத்த பாக்கெட்டில் கை

விட்டான். தேடினான்.

பரதனுக்கு இதயத் துடிப்பு வேகமானது. இந்த வேலைக்குக் கிடைக்கும் பணத்தில் அவர் இரண்டு தலைமுறைகளுக்கு வசதியாக செட்டில் ஆகிவிடலாம். ஜெரால்டின் கோட் பாக்கெட்டில் இருந்து வாங் வெளியே எடுத்த கையோடு வந்தது காகிதமில்லை. பாக்கெட் உள்ளேயே அதன் சேஃப்டி லாக்கை அவன் விடுவித்திருக்க வேண்டும். கனமான கருப்பான அந்தப் பொருள் துப்பாக்கி என்று பரதன் உணர்வதற்குள் வாங் சுட்டான். தகரக் கொட்டகை மறுபடி அதிர்ந்தது.

இதயத்துக்குக் கீழே வயிற்றுக்கு மேலே சுரீலென்று தொடங்கிய கூர்மையான வலி வினாடிக்கும் குறைவான நேரத்தில் பரதனைக் கீழே வீழ்த்தியது. இப்போது வலி தலை வரைக்கும் பரவியிருந்தது. பெரிதாக ரத்தம் வரவில்லை. திடீரென்று காற்றுக்கு ஏங்கியது நுரையீரல். விரிந்த கண்களால் வாங்கைப் பார்த்தார் பரதன். கையில் இருந்த துப்பாக்கியை உயர்த்தி சுடவேண்டும் என்று கூட அவருக்குத் தோன்றவில்லை.

"ஐ ஆம் சாரி பரதன் சார்.. நீங்க அந்த போன்காலை வெளியே போய் பேசியிருக்கணும்." என்றவாறு நொண்டி நொண்டி அவர் அருகில் வந்தான் வாங். பரதனுக்குக் கண்கள் மங்கியபோது அவர் மகளின் நினைவு வந்தது.

★★★

கடந்த ஆறு மாதங்களில் எத்தனையோ விசித்திரங்களை வாழ்வில் பார்த்திருந்தான் வருண். ஆனால் இன்று நடப்பது அவற்றின் உச்சம். அவன் வந்த ஸ்கார்ப்பியோ நேராக ஒரு வீட்டிற்குச் சென்றது. பெரிய வீடு. அவனை சீட்டுக்கு அடியில் படுத்துக் கொள்ளச் சொல்லியிருந்தான் கல்யாண். அதனால் ஏரியா பற்றியோ வீட்டின் வெளிப்புறம் பற்றியோ அவனுக்குத் தெரியவில்லை. கேட் அருகில் காவலர்கள் இருந்தார்கள். ஆனால் கல்யாண் அவர்களிடம் மேடம் என்று ஆரம்பித்து ஏதோ சொன்னான். அவர்கள் போன் செய்து கேட்டுவிட்டு கதவைத் திறந்தார்கள். ஸ்கார்ப்பியோ அந்தப் பெரிய வீட்டின் பக்கவாட்டில் இருந்த கேரேஜ் உள்ளே நுழைந்தது. அதன் ரிமோட் கன்ட்ரோல் கதவுகள் மூடப்பட்டன. கேரேஜ் உள்ளே ஒரு பென்ஸ் கார் நின்று கொண்டிருந்தது. மங்கலாக ஒரு விளக்கு எரிந்து கொண்டிருந்தது. பெட்ரோல் வாசனை வீசியது.

"வெல்கம் முதல்வர் அவர்களே..." என்ற குரல் கேட்டு

எழுந்தான். பக்கவாட்டில் ஒரு கதவு திறந்திருக்க மஞ்சள் நிற சுடிதாரில் கம்பீரமாக கைகட்டி நின்றிருந்தாள் கயல்விழி.

மெல்ல வண்டியிலிருந்து இறங்கியவன் கை கால்களை நீட்டி சோம்பல் முறித்துக் கொண்டே கேட்டான்.

“என்னை எங்கே கடத்திட்டு வந்திருக்கே கயல்?”

“நீதானே கேட்டே... யாருமே உன்னைக் கண்டுபிடிக்க முடியாத மாதிரி ஒரு இடம் வேணும்னு?”

“ஆமா.”

“அதான்.. என் வீட்டுக்கே கூட்டிட்டு வந்துட்டேன்.”

சோம்பல் முறித்தது அப்படியே பாதியிலேயே நின்றது.

பிறகு வாய்விட்டு சிரிக்கத் தொடங்கினான் வருண்.

“இந்த விஷயம் உங்கப்பாவுக்குத் தெரியுமா?”

“இதுவரைக்கும் தெரியாது. நீ இப்படியே ஓன்னு சிரிச்சுட்டு இருந்தா தெரிஞ்சுடும்... சரி இந்தப் பையை எடுத்துக்கோ.. அந்தத் தொப்பியைப் போட்டுக்கோ.”

அவள் சொன்ன பை அத்தனை கனமாக இருந்தது. அவளைக் கேள்வியாகப் பார்த்தான். “ப்ளம்பிங் டூல்ஸ்... பேசாம என்னை ஃபாலோ பண்ணு...”

பக்கத்தில் இருந்த கதவைத் திறந்து உள்ளே போனாள். அது டைனிங் ரூம். கல்யாணும் அவனும் பின் தொடர்ந்தார்கள்.

“யாரும்மா” என்றார் கொஞ்சம் முதிய பெண் ஒருவர். இவன் பெர்முடாஸை மேலிருந்து கீழாகப் பார்த்தார். தொப்பி அணிந்திருந்ததால் இவன் முகம் தெளிவாக இல்லை.

“என் பாத்ரூம்ல ஷவர் பிரச்னைம்மா.. கல்யாணை ப்ளம்பரைக் கூட்டிட்டு வரச் சொல்லியிருந்தேன். நீ மேல போப்பா.”

கல்யாண் அவனைக் கூட்டிக் கொண்டு மேலே வந்தான். முதல்வரின் வீட்டை விடவும் விசாலமாக இருந்தது எதிர்க்கட்சித் தலைவரின் வீடு. உள் அலங்காரமும் உறுத்தாமல் அழகாக இருந்தது. அவன் அப்பா வினோதனுக்கு எல்லாமே சினிமா செட் போல வேண்டும். அது ஒரு சகிக்க முடியாத டேஸ்ட்.

கல்யாண் கதவைத் திறந்து இவனை அனுமதித்தான். ஆனால் உள்ளே வரவில்லை. அவன் எல்லை அவ்வளவுதான் போல

நின்று கொண்டான்.

“ஓகே... நான் கிளம்பறேன்.” என்றபடி விடைபெற்றுக் கொண்டான்.

கயல்விழியின் அறையும் அத்தனை ரசனையாக இருந்தது. கண்களை உறுத்தும்படி எதுவுமே இல்லை. ஒரு சிறிய துரும்பு கூட இடம் மாறி இருக்கவில்லை. யாராவது வசிக்கிறார்களா என்று கூட ஒரு சந்தேகம் வந்தது. தன்னுடைய அறையை நினைத்துக் கொண்டான். அங்கே எப்போதும் எதுவும் அதனதன் இடத்தில் இருந்ததே இல்லை. அறை நடுவில் இருந்த விசாலமான கட்டிலைப் பார்த்தான். அந்தப் படுக்கையறையே ஒரு வீடு அளவுக்குப் பெரிதாக இருந்தது.

சத்தம் கேட்டுத் திரும்பினான். கயல்விழி உள்ளே வந்து கதவைத் தாளிட்டாள்.

“இது ஒரு நல்ல ஐடியான்னு நீ நினைக்கறியா?”

“எது?”

“இது” தன்னை சுட்டிக் காட்டிப் பின் அறையைச் சுற்றி விரல்களை ஓட்டினான்.

“தெரியலை.. இப்போதைக்கு இதுதான் தோணுச்சு.. ஆனா என் ரூமுக்குள்ளே என்னைக் கேக்காம யாரும் வரமாட்டாங்க. சுத்தம் செய்ய வேலைக்காரி கூட நான் சொன்னாத்தான் வருவா. நீ தைரியமா எத்தனை நாள் வேணும்னா இருக்கலாம்.”

வருண் தோள்களைக் குலுக்கினான்.

“சரி.. நீ கேட்ட போன் அங்கே இருக்கு. அந்த லேப்டாப்பை யூஸ் பண்ணிக்கோ.. என்ன பண்ணலாம்னு இருக்கே?”

“தெரியலை... ஆனா தேங்க்ஸ்.. உலகத்திலேயே எனக்கு உதவி செய்வாங்கன்னு நினைச்ச கடைசி ஆள் நீதான்.”

“நானும் உலகத்துலயே உதவி செய்ய நினைச்சிருந்த கடைசி ஆள் நீதான்.” என்றாள் கைகளைக் கட்டியபடி.

பதில் பேசாமல் புன்னகைத்தான். லேப்டாப்பைத் திறந்து வேலையில் மூழ்கினான். அவனுடைய ஈமெயிலை தனது வீட்டின் அறையில் இருந்த, வேறு கம்யூட்டரை தொலைத்தொடர்பில் அணுகித் திறந்தான். சைபர் கிரைம் ஐபி முகவரியைத் தேடிப் பிடித்தாலும் முதலில் அவன் வீட்டுக்குத்தான் போவார்கள்.

முதல் செய்தி மகேந்திரனிடமிருந்து. அவனை போன் செய்யச் சொல்லியிருந்தார். இரண்டாவது மெயிலைத் திறந்தவன் துள்ளிக் குதித்தான். வாய் விட்டுக் கத்த வேண்டும் போலிருந்தது. படுக்கை விரிப்பின் சிறிய சுருக்கத்தை நீக்கிக் கொண்டிருந்த கயல்விழி திடுக்கிட்டுத் திரும்பினாள்.

"என்னாச்சு?"

"மெயில் வந்திருக்கு.. என்னோட வாங் கிடைச்சுட்டான்."

"சோ?"

"எங்க வார் ரூம் ரெடி". என்றான் வருண் கைகளைப் பரபரவென்று தேய்த்தபடி.

★★★

உ௫

தாயத்தில்காய்கள்வலமிருந்துஇடமாக நகர்கின்றன. அதாவது கடிகாரச் சுற்றுக்கு எதிர் திசையில் சுற்றுகின்றன. நம்மில் பெரும்பாலானவர்கள் வலது கைப் பழக்கம் கொண்டவர்களாக இருப்பதால் இப்படி இருக்கலாம். அல்லது காலம் எப்போதும் நம் பயணத்துக்கு எதிர் திசையில்தான் சுழலும் என்பதை உணர்த்துவதற்காகவும் இருக்கலாம்.

ரசிகர்களின், தொண்டர்களின் ஆரவாரத்துக்கிடையே வினோதன் வீடு திரும்பியிருந்தார். அவரது வீட்டிலேயே கட்சிக் கூட்டம் ஒன்று ஏற்பாடாகியிருந்தது. நம்பிக்கை வாக்கெடுப்பு குறித்து ஆரம்பத்தில் எந்த சந்தேகமுமின்றி மிகவும் நம்பிக்கையாகத்தான் இருந்தார் வினோதன். ஆனால் சமூக வலைதளங்களிலும் இணையத்திலும் வருணுக்கு ஆதரவு பெருகியிருந்தது. சில பத்திரிகைகள் கூட அவனுக்கு ஆதரவாக எழுதின. பல இடங்களில் இளைஞர்கள் வேறு போராட்டம் நடத்தியிருந்தார்கள். அதை விட எதிர்க்கட்சியான விமமுக தலைவர் வரதராஜன் வருணுக்கு ஆதரவளிப்பதாக அறிவித்திருந்தார். ஒரு சில எம்எல்ஏக்கள் மாற்றி வாக்களிக்க வாய்ப்பிருப்பதாக உளவுத்துறை வேறு சொல்லியிருந்தது. சின்னப்பதாஸ் பட்டாப்பட்டி உள்ளாடையுடன் கைகலப்பில் ஈடுபட்ட வீடியோ ஒன்று வெளியாகி வைரலாகிக் கொண்டிருந்தது.

“சட்டசபை ரெண்டு நாள்ல கூடுது. அதுக்கான எல்லா ஏற்பாடும் செஞ்சாச்சு”

“சட்ட சபை கூடுனதும் வருண் மேல நம்பிக்கையில்லாத் தீர்மானம் கொண்டு வரப் போறோம். அது ஜெயிச்சதும் சபையை ஒத்தி வெச்சுடுவோம். அவ்வளவுதான்.”

“நீங்க எதுக்கும் கவலைப்படவேண்டாம். நீங்க சொன்னதை மீறி நம்ம கட்சி ஆளுங்க என்னைக்காவது நடந்திருக்காங்களா? இருந்தாலும் எதுக்கு வம்புன்னு எம்எல்ஏக்களை எல்லாம் ஏற்கனவே கொண்டு வந்து மொத்தமா நம்ம ரெயின்போ ரிசார்ட்ல வெச்சிருக்கோம். ஒரு ஈ காக்கா உள்ளே போக முடியாது. வெளியே வர முடியாது.”

வினோதன் எல்லாவற்றையும் அமைதியாகக் கேட்டுக் கொண்டார்.

“எல்லாரும் பாருங்கய்யா.. ஒரு ஓட்டு கூட மாத்தி விழக் கூடாது. நூத்தி அறுவது ஓட்டும் சிந்தாம நமக்கே விழணும்.”

“நீங்க கவலைப்படாதீங்க தலைவரே.. மாத்திப் போட்டுட்டா எவனும் தொகுதிப்பக்கம் தலகாட்ட முடியாதுல்ல.. மக்கள் சப்போர்ட்டு முழுக்க முழுக்க நமக்குத்தான்.”

“அப்படியெல்லாம் சுளுவா நினைச்சுக்காதீங்க.. முப்பது அமைச்சருங்க இருக்கீங்க.. அவரவர் மாவட்டத்துக்கு அவரவர் பொறுப்பு. ஓட்டு மாத்தி விழுந்ததுன்னா அமைச்சருங்களைத்தான் மொதல்ல தூக்குவேன். ஜாக்கிரதை... ரெண்டு நாள் எல்லோரையும் பத்திரமாப் பாத்துக்கங்க.”

நீண்ட நேரம் அமர்ந்ததால் முதுகு வலித்தது வினோதனுக்கு. ஓய்வெடுக்க வேண்டும் என்று சொன்னதால் சக்கர நாற்காலியைத் தள்ளிக் கொண்டு போனார் அபு தாஹிர். அறைக்குள் சென்றதும் தயக்கமாக பேச ஆரம்பித்தார்.

“தலைவரே.. உங்ககிட்டே கொஞ்சம் பேசணும்.”

“என்ன பாய்?”

“நாங்க எவ்வளவோ சொல்லியும் கேக்காம நீங்கதான் வம்படியா வருணைக் கொண்டு வந்தீங்க.. இப்ப நீங்களே வருணை நீக்கணும்னு தலைகீழா நிக்கறீங்க.. வருண் மேல கோபம், மகேந்திரனையும் பிடிக்கலை.. சரி அப்படியே செய்வோம்.. ஆனா?”

“ஆனா என்னய்யா?”

“அதுக்காக இந்த தாஸையெல்லாம் சிஎம் ஆக்கணுமா? மக்கள் மத்தியில அதுக்கு ஒரு பெரிய எதிர்ப்பு இருக்கு... அந்தப்

பதவிக்குன்னு ஒரு தகுதி இருக்கு.. அவன் உங்க அடியாள்னு ஊருக்கே தெரியும். இப்பவும் ஒண்ணும் கெட்டுப் போகலை.. வேற எத்தனையோ தகுதியான ஆளுங்க இருக்காங்க.”

வினோதனின் முகம் மாறியது. குரல் உயர்ந்தது.

“எனக்கே புத்திமதி சொல்றியா பாய்.. இந்தக் கட்சியை இத்தனை வருஷம் ஆட்சியில வெச்சிருந்தேன்.. எனக்குத் தெரியாதா? எது மக்களுக்குப் பிடிக்கும், எது பிடிக்காதுன்னு... எனக்கு எல்லாம் தெரியும் பாய்.. உனக்குப் பதவி ஆசை வந்திடுச்சு.. அப்படித்தானே? அதுக்குத்தானே இந்த அக்கறை?”

அபு தாஹிர் அசையவில்லை. இதை எதிர்பார்த்திருந்தார்.

“தலைவரே... அப்படித்தான் இருக்கட்டுமே... அதுல என்ன தப்பு? நானும் உங்க கூட ஆரம்ப காலத்துல இருந்தே இருக்கேன்.. அப்ப நீங்க எனக்குப் பின்னாடி வந்த தாஸை நம்பற அளவுக்குக் கூட என்னை நம்பலை.. அப்படித்தானே?”

“ஆமாய்யா.. நம்பிக்கையைப் பத்தி நீ பேசாதே...நீ இத்தனை நாளா வருண் கூடவும் மகேந்திரன் கூடவும் சேந்துட்டு என்னவெல்லாம் ஆட்டம் போட்டேன்னு எனக்கு எல்லா நியூசும் வந்தாச்சு. நீ சொன்ன அதே பழக்கத்துக்காக இன்னும் உன்னைக் கூட வெச்சிருக்கேன். போதுமா. இப்ப எனக்குத் தூக்கம் வருது.. இடத்தைக் காலி பண்ணு..”

அபு தாஹிர் அதிர்ந்து போய் பார்த்தார். மெல்ல நடந்து அந்த அறையை விட்டு வெளியே வந்தார்.

★★★

அப்துல் அவன் அப்பாவை அத்தனை தளர்வாகப் பார்த்ததில்லை. வந்தவுடன் அமைதியாகத் தொழுகை நடத்திவிட்டு தனது அறைக்குச் சென்றுவிட்டார். அவரோடு அவன் பேச வேண்டியிருந்தது. அவர் பின்னால் சென்றான் அப்துல்.

“அப்பா..”

கட்டிலில் சாய்ந்திருந்தவர் இவனைப் பார்த்தார்.

“என்னப்பா ஒரு மாதிரி இருக்கீங்க?”

“ப்ச்.. ஒண்ணும் இல்லப்பா... நீ சொல்லு.”

“உங்க முகமே சொல்லுதுப்பா..”

சற்று நேரம் அமைதியாக இருந்தார். பிறகு பேசினார். நடந்த விஷயங்களை அவனிடம் சொன்னார்.

“இத்தனை வருஷம் கட்சிக்காக உழைச்சிருக்கேன். அவர் சொன்னதுக்கெல்லாம் தலையாட்டி இருக்கேன். என்னை சிஎம் ஆக்கலைன்னு கூட சங்கடப்படலை. ஆனா நான் துரோகம் நினைச்சுட்டேன்னு ஒரு வார்த்தை சொன்னதைத்தான் தாங்க முடியலை. மனசே சரியில்லடா.”

அப்துல் அவரருகே வந்தான்.

“அது பத்தி நான் ஒண்ணும் சொல்ல விரும்பலைப்பா.. ஆனா உங்க கூடப் பேசணும்னு வருண் ஆசைப் படறான். அவன்கிட்டே பேசுங்க.. ஏதாவது ஐடியா கிடைக்கும்.”

“வருணா.. எங்கே இருக்கான்?”

“தெரியலைப்பா.. நீங்க விரும்பினா... ஸ்கைப்ல வரேன்னு சொல்லியிருக்கான்”

அபு தாஹிர் ஒரு நிமிடம் யோசித்தார். பிறகு எழுந்தார்.

“வா பேசுவோம்.”

அப்துல் அவனுடைய லேப்டாப்பைத் திறந்தான். சில வினாடிகளில் வருண் தனது கருப்பு டிஷர்ட்டில் தோன்றினான்.

“அங்கிள் நல்லா இருக்கீங்களா?”

“என்னை விடுப்பா.. நீ எப்படி இருக்கே?”

“என் நிலைமைதான் உங்களுக்குத் தெரியுமே.. எங்கப்பா விக்டரி ஸ்டார் நல்லா இருக்காரா?”

“உன்னைப் பதவியில் இருந்து இறக்காம தூங்க மாட்டார்னு நினைக்கறேன்.”

“நீங்க அவர் கூட சண்டை போட்டுட்டு வந்ததா கேள்விப்பட்டேன்”

அபு தாஹிர் அதிர்ந்தார். “உனக்கு எப்படித் தெரியும்? அது எங்க ரெண்டு பேருக்குள்ள அவர் அறைக்குள்ளே நடந்த விவாதம்.”

“அங்கிள்.. அது நான் இருந்த வீடு.. அங்கே கொஞ்சம் எக்ஸ்ட்ராவா கண்ணு, காதெல்லாம் வெச்சுட்டுத்தான் வந்திருக்கேன். நீங்க பேசுன ரெக்கார்டிங்கே இருக்கு.. வேணுமா?”

“வேணாம்பா... ஆனா இப்போதைக்கு உங்கப்பா சைடுலதான்

எல்லாமே சாதகமா இருக்கு.. கட்சி, ஆட்சி, அதிகாரிகள் எல்லோரும் அவர் பக்கம்தான்.''

''மத்ததெல்லாம் விடுங்க அங்கிள்.. நீங்க யார் பக்கம்?''

அபு தாஹிர் யோசித்தார்.

''சரி.. நீங்க இப்போ சொல்ல வேணாம். நான் ஒரு அஞ்சு நிமிஷம் மட்டும் பேசறேன்.. கவனமா கேளுங்க.. அதுக்கப்புறம் உங்க முடிவைச் சொல்லுங்க...''

வருண் பேசிய ஐந்தாவது நிமிடத்தின் முடிவில் யோசிப்பதாகச் சொன்னார் அபு தாஹிர்.

★★★

கூகுள் ஹேங் அவுட்டில் வருணுடன் பேசிக் கொண்டிருந்தான் வாங். இன்னும் முகத்தின் சில பகுதிகள் வீங்கியிருந்தன. அவனுடைய சிறிய கண்கள் இன்னும் சுருங்கியிருந்தன.

''அப்போ இதுக்கெல்லாம் எங்கப்பா காரணம் இல்லைங்கறியா?''

''உங்க அப்பா எல்லாம் சாதாரண உள்ளூர் தாதா. சத்யானந்தாவும் ராபர்ட்டும்தான் இதுல மாஸ்டர்ஸ். எப்படியோ உங்க அப்பாவைத் தீர்த்துட்டு உங்க குடும்பத்தையும் தீர்த்துட்டா ஆஃப் ஷோர் அக்கவுண்ட்ல இருந்த அத்தனையும் சுருட்டிக்கலாம்னு திட்டம் போட்டிருக்காங்க. உங்க அப்பாவை மட்டுமில்லை இந்த மாதிரி ஒரு சிலரை ஏற்கனவே இப்படி செஞ்சிருக்காங்க. இதுக்காக அவங்க ஒரு உலக அளவில் இயங்கும் தொழில்முறை இயக்கத்தில் இருந்து ப்ரொபஷனல் கொலைகாரங்களை எங்கேஜ் பண்றாங்க. அதுக்கு சுருக்கமா ஏஜன்சின்னு பேரு. உன்னை சிஎம் ஆக்க ஜோதிடம் சொன்னதுல இருந்து உங்கப்பாவை அட்டாக் பண்ணினது வரைக்கும் எல்லாமே அவங்கதான். இப்போ சில்வியாவைக் கொலை பண்ணினதும் அவங்கதான். இருபதாயிரம் கோடி இல்லீகல் பணம். உங்கப்பாவையும் அவர் நியமிச்ச வாரிசையும் தூக்கிட்டா அங்கே இருக்கிற பேப்பர்களை ரகசியமா மாற்றி மொத்தமா விழுங்கிடலாம்''

''திடீர்னு என்னை எதுக்காக டார்கெட் பண்றாங்க இப்போ?''

''ஐ ஆம் சாரி வருண். சும்மா இருக்காம நான் செஞ்ச காரியத்தாலதான்... அவங்க அடிமடியிலயே கை வெச்சா சும்மா இருப்பாங்களா?'' என்று சிரித்தான் வாங். பிறகு மொசாக் பொன்சேகாவின் சர்வரில் தான் நுழைந்தது குறித்து சொன்னான்.

வெட்டாட்டம்

பரதன் பற்றி சொல்லியிருந்தான் வாங். அந்தத்தீவில் இருந்து படகு மூலம் பயணித்து மீண்டும் ஓட்டல் வந்து பாஸ்போர்ட்டையும் அவனுடைய பர்ஸையும் எடுத்துக் கொண்டு தப்பியிருந்தான். வருணால் பரதனும் ஏஜன்சி ஆட்களில் ஒருவர் என்பதை நம்பவே முடியவில்லை.

"அவங்க நிறுத்த மாட்டாங்க... நம்ம உயிருக்கு இப்பவும் ஆபத்துதான் வருண்.."

"என்ன செய்யப்போறோம்?"

"முதல்ல உன்னோட பிரச்னைய சால்வ் பண்ணுவோம். அவங்களுக்கு வேற ஒரு திட்டம் இருக்கு."

★★★

வார் ரூம் இந்த முறை ஒரு சொகுசு அறையில் அமைக்கப்பட்டிருந்தது. மகேந்திரன், வாங் மற்றும் வருணுடன் வெள்ள காலத்தில் வேலை செய்த சோஷியல் மீடியா டீம் பத்து பேர் என்று அனைவரும் கூடியிருந்தார்கள். அது சூட் வகை அறை என்பதால் அனைவரும் தங்கும் அளவு விசாலமாக இருந்தது. விடுப்பில் சென்றிருந்த சந்தானராமனும் இடமாற்றம் செய்யப்பட்டிருந்த நம்பியாரும் கூட அங்கே இருந்தார்கள். உணவு தேடி வந்தது. கைது செய்யப்பட வாய்ப்பு இருப்பதால் யாருக்கும் வெளியே செல்ல அனுமதி இல்லை.

வருண் மட்டும் அவர்களோடு இல்லை. அவன் கயல்விழியின் வீட்டில் இருக்கிறான் என்பதை யாரிடமும் சொல்லவில்லை. சொன்னால் கூட நம்ப மாட்டார்கள். அவர்களுக்கிடையே கூகுள் ஹேங் அவுட், வாட்ஸ் ஆப் என்று பல வழிகளில் செய்திப் பரிமாற்றம் நடந்து வந்தது. வருண் கடந்த பதினெட்டு மணி நேரங்களாகத் தூங்கியிருக்கவில்லை.

தொடர்ந்த திட்டமிட்ட ஆன்லைன் பிரச்சாரங்களால் சில்வியாவின் வீடியோ அவளை மிரட்டி எடுக்கப்பட்டிருக்கலாம் என்று நிறுவியிருந்தார்கள். நான்கு மணி நேரத்துக்கு ஒரு மீடியா ரிப்போர்ட் வரும்படி பார்த்துக் கொண்டார்கள். பத்து நிமிடங்களுக்கு ஒரு மீம் வீதம் தயாரித்து அனுப்பிக் கொண்டே இருந்தார்கள். திடீரென்று பெரிய பத்திரிகைகளில் வருணை ஆதரித்து முழுப்பக்க விளம்பரங்கள் வெளியாயின. அவன் சாதனைகள் பட்டியலிடப்பட்டன. அவ்வளவு பணம் அவனுக்கு ஏது என்று புரியாமல் விழித்தார் வினோதன். அந்தப் பத்திரிகைகள்

மிரட்டப்பட்டன. அடுத்த நாள் வேறு பத்திரிகைகளில் விளம்பரம் வந்தது.

வீடு முழுவதும் அவன் வைத்திருந்த கேமராக்களையும் மைக்குகளையும் அபு தாஹிர் கொடுத்த துப்பின் அடிப்படையில் வினோதன் போலீஸ் மூலம் அகற்றியிருந்தார். அபு தாஹிரை அவசரப்பட்டு சந்தேகப்பட்டோமோ என்று தோன்றியது அவருக்கு. அத்தனை ஆண்டுகள் கூட இருந்தவரை அப்படிச் சொல்லியிருக்கக் கூடாது என்று அவருக்கும் தோன்றியிருந்தது எம்எல்ஏக்கள் அனைவரும் ரெயின்போ ரிசார்ட் கடற்கரை விடுதியில் தங்கியிருந்தார்கள். தனியார் பாதுகாப்பு படைகளால் கடுமையான பாதுகாப்புப் போடப்பட்டிருந்தது. அந்த இரவு கனமாகக் கவிழ்ந்தது.

★★★

ரெயின்போ ரிசார்ட்டின் மூன்று பக்கமும் கடல் நீர் சூழ்ந்திருந்தது. அங்கே அலைகள் இல்லை. அது ஒரு ஏரி போன்று இருந்தது. தென்னை மரங்களுக்கிடையில் ஹேம்மக் எனப்படும் தொட்டில்களைக் கட்டியிருந்தார்கள். சில சட்டமன்ற உறுப்பினர்கள் அங்கே உறங்கினார்கள். சிலர் நீச்சல் குளத்தில் பாய்ந்து ஊறினார்கள். அறைகளில் தொலைக்காட்சிகள் இயங்கவில்லை. செய்தி சேனல்கள் எதுவும் பார்க்க முடியாது. அங்கே தங்க வைக்கப்பட்டிருந்த அத்தனை பேரையும் கழுகு போல் கண்காணிக்கும் வேலை அமைச்சர்களுக்கு இருந்தது. மொபைல் போன்களைச் செயலிழக்க வைக்கும் ஜாம்மர் கருவிகளை வாடகைக்கு எடுத்திருந்தார்கள். நாளை மறுநாள் காலை 11 மணி வரை இதுதான் நிலைமை. ஆனால் இன்று அவர்களுக்கு ஒரு முக்கியமான வேலை இருந்தது. அங்கே இருந்த அத்தனை எம்எல்ஏக்களின் வீட்டிலும் பணத்தைக் கொண்டு சேர்க்கும் வேலை. அதைச் செய்யும் பொறுப்பு வினோதனின் பினாமி சிமெண்ட் கம்பெனி ராமசாமிக்கு விடப்பட்டிருந்தது. ஒவ்வொரு எம்எல்ஏ வீட்டிற்கும் இரண்டு கோடி ரூபாய் தருவதாக ஒப்பந்தம். அப்படி இல்லாவிட்டாலும் யாரும் வினோதன் சொல்லை மீறி நடக்கப் போவதில்லை. இது ஒரு அன்பளிப்புதான். இதை அறிவித்ததுமே எம்எல்ஏக்கள் கரகோஷம் எழுப்பிக் குதூகலித்தார்கள். மந்திரிகள், பஞ்சாயத்து கவுன்சிலர்கள் போன்றவர்கள்தான் கட்சியில் வழக்கமாக வருமானம் பார்ப்பவர்கள். பதவியில் இல்லாத எம்எல்ஏக்கள் நிலை எப்போதும் பாடுதான். ஊருக்குள் மதிப்பு இருந்தாலும் இப்படி ஏதாவது அவர்களுக்கு டிமாண்ட் ஏற்பட்டு

பணம் வந்தால்தான் ஆச்சு. இல்லையென்றால் மாவட்ட மந்திரியின் கை கால்களில் விழுந்து கான்டிராக்ட் எடுத்துக் காசு பார்க்க வேண்டும்.

ராமசாமி மூன்றாவது முறையாக ராபர்ட்டை அழைத்தார். நானூறு கோடியை அப்படி உடனே ஏற்பாடு செய்துவிட முடியாதென்றும் கொஞ்சம் அவகாசம் தேவை என்றும் அவன் சொல்லியிருந்தான். எம்எல்ஏக்கள் ஒவ்வொருவரும் தந்த முகவரிக்கு கார்கள் பணத்தைச் சுமந்துச் செல்லத் தயாராக இருந்தன. இரண்டு வங்கிகளுக்கிடையே பரிமாற்றம் நடைபெறுவது போல் காகிதங்கள் தயார் செய்து பணத்தை ஒரு கண்டெயினர் லாரியில் கொண்டு வர ராபர்ட் ஏற்பாடு செய்திருந்தான். அதற்கான பேப்பர்கள் எல்லாம் தயாராக இருந்தன. வினோதனின் ஷெல் நிறுவனம் ஒன்றின் பங்குகளை விற்று அது தொடர்பான ஆவணங்கள் பனாமாவிலிருந்து வங்கிக்கு ஒரு ஈமெயில் மூலமாக வரவேண்டி இருந்தது. அதன் பிறகு பணத்தை வெளியே விடுவதில் வங்கிக்குப் பிரச்னை இருக்காது.

எப்போதும் இவ்வளவு தாமதமாகாது. ஏன் இது மாதிரி முக்கியமான நேரத்தில் சொதப்புகிறார்கள் என்று ராபர்ட் மனதிற்குள் வசைபாடிக் கொண்டிருந்தபோது போன் வந்தது. எடுத்துப் பேசியவனுக்குத் தலை சுற்றத் தொடங்கியது.

★★★

சுவாதியின் அருகில் அமர்ந்திருந்தாள் நர்மதா. மருத்துவமனைக்கே உரித்தான வாசம் காற்றில் மிதந்தது. சுவாதியின் முகத்தில் இன்னும் கொஞ்சம் தெளிவு வந்திருந்தது. மகேந்திரன் தான் சில நாட்கள் அவள் அருகே இருக்க முடியாது என்பதால் நர்மதாவை உதவும்படி கேட்டுக் கொண்டிருந்தார்.

“எனக்கு அந்த வீட்ல இருக்கவே பிடிக்கலை.” என்றாள் ஒரு ஆரஞ்சுப் பழத்தை உரித்தவாறே.

“ஏன்?”

“எனக்கு எங்க அப்பாவை ரொம்பப் பிடிக்கும். ஆனா இப்போ அவரைப் பாத்தா பயமா இருக்கு. ஏதோ பேய் புடிச்ச மாதிரி சுத்திட்டு இருக்கார். அதுவும் இல்லாம நான் இங்கே இருந்தா என்னால உனக்கும் கொஞ்சம் பாதுகாப்பு.”

“வருண் பத்தி ஏதாவது தெரியுமா?” மெல்லக் கேட்டாள் சுவாதி.

“என்கிட்டே வாட்ஸ் ஆப்பில் கூப்பிட்டு பேசினான். அதுதான்

ஈசியா ட்ராக் பண்ண முடியாதாமே. இது வரைக்கும் பிரச்னை இல்லை. ஹைதராபாத் போலீஸ் இப்போதைக்கு போயிட்டாங்க. நாளைக்கு நம்பிக்கை வாக்கெடுப்புக்கு அப்புறம் மறுபடி வருவாங்களாம்... சுவாதி... நீங்க எல்லோரும் நினைக்கிற மாதிரி வருணுக்கும் சில்வியாவுக்கும் எந்த சம்மந்தமும் இல்லை. எனக்கு நல்லாத் தெரியும். அந்த வீடியோ எடுத்த அன்னிக்கு அவன் சுய நினைவுலயே இல்லை. அவ்வளவு குடி.. தூக்கிட்டு வந்துதான் போட்டாங்க நான் நல்லா திட்டி விட்டேன். அதுக்கு அப்புறம் அவன் அந்த மாதிரி வெளியில போறதையே நிறுத்திட்டான். இப்போ நடக்கறதெல்லாம் அரசியல் சுவாதி.. "

சுவாதி அமைதியாக முழங்கால்களைக் கட்டிக் கொண்டு அவளைப் பார்த்தாள்.

"அவனுக்கு நிறைய தோழிகள் இருக்காங்கதான். ஆனால் யார் மேலயும் அவன் பெருசா லவ் இன்ட்ரஸ்ட் எல்லாம் காமிச்சதில்லை. இதை நானா சொல்ல வேண்டாம்னு பாத்தேன். ஆனா சொல்லாட்டி எனக்குத் தலை வெடிச்சுரும். அவனுக்கு உன்னைத்தான் பிடிச்சிருக்கு."

சுவாதிக்கு அந்த வினாடி உடல் முழுவதும் ஓடிய ரத்தம் நின்று திசை மாறி முகத்தில் பாய்ந்தது. "நீ சும்மா பொய் சொல்றே." என்றாள் பலவீனமாக அவள் முகத்தைப் பார்க்காமலே. குழந்தைகள் பூங்கொத்து கொடுத்த பிறந்த நாள் நினைவுக்கு வந்தது.

"இல்லை. நீ வீட்ல இருந்த அந்தக் கொஞ்ச நாள்ல உன்னைப் பத்தி அவன் பேசாத நாளே இல்லை. சரி.. நான் சொல்றது பொய்யாவே இருக்கட்டும்... உன்னை ஸ்ட்ரெய்ட்டாவே கேக்கறேன்.. உனக்கு என் அண்ணனைப் பிடிச்சிருக்கா இல்லையா?"

சுவாதி தடுமாறினாள்.

"இப்படி திடீர்னு கேட்டா.. என்ன சொல்றது?"

"இத பார்.. அவனுக்காக இல்லாட்டியும் உனக்கு ஒரு அழகான அன்பான என்னை மாதிரியான நாத்தனார் கிடைக்கவாவது நீ அவனை தயவு செஞ்சு லவ் பண்ணிடு.. சரியா?" என்றபடி அவளைக் மென்மையாகக் கட்டிக் கொண்டாள் நர்மதா.

"க்கும்... அதுக்கு வேற ஆளைப் பாரு... உங்க குடும்பமே ஒரு லூசுக் குடும்பம்..." என்றாள் சுவாதி புன்னகையுடன்.. பதிலுக்கு அவளை அணைத்துக் கொண்டே.

★★★

ராமசாமிக்குப் படபடவென வந்தது. அவசரமாக நடுங்கும் கரங்களால் மாத்திரை ஒன்றை எடுத்துப் போட்டுக் கொண்டார். ராபர்ட் அழைத்ததன் பெயரில் அவர்கள் வழக்கமாக சந்திக்கும் ரெஸ்டாரண்டுக்கு வந்திருந்தார். சீன உணவுகள் அங்கே பிரபலம். கடந்த ஆறு மணி நேரமாக எதுவும் சாப்பிடவில்லை. ஆனாலும் பசியில்லாமல் இருந்தார்.

"என்ன ராபர்ட் இப்படி தலைல கல்லைத் தூக்கிப் போடறே... பணம் புரட்ட முடியாதா?"

"ஆமா.. பதட்டப்படாம நான் சொல்றதைக் கேளுங்க மிஸ்டர் வினோதன் பேர்ல இருந்த அசெட்ஸ் எல்லாத்துலயும் ஏதோ குழப்பம் ஆகியிருக்கு. இப்போ உடனே அதை சார்ட் அவுட் பண்ண முடியாதுன்னு லாயர் கம்பெனி சொல்லியிருக்கு. என்ன குழப்பம்னு கண்டு பிடிச்சுட்டு இருக்காங்க. என்னால முடிஞ்ச வரைக்கும் புஷ் பண்ணிட்டு இருக்கேன். ஆனா நம்ம அவசரத்துக்கு பணம் வராது போல இருக்கு."

"நாளன்னைக்கு அசெம்பிளி. இப்போ இப்படி சொன்னா எப்படி? இது வாழ்வா சாவா விஷயம் ராபர்ட்."

"ஓகே ராம்சேமி.. நீங்க எங்க முக்கியமான க்ளையண்ட்.. உங்க மினிஸ்டர்ஸ் கூடத்தான்.. அதனால ஒரு டெம்ரவரி ஹெல்ப் பண்றோம்.. எங்க சோர்ஸஸ் வெச்சு இந்தப் பணத்தைக் கடனா ஏற்பாடு பண்றோம்.. அப்புறமா இந்த இஷ்யூ சால்வ் ஆனதும் அதைத் திருப்பிக் கட்டிடலாம். சரியா?"

கையெடுத்துக் கும்பிட்டார் ராமசாமி.

"அப்பா சாமி.. உனக்குப் புண்ணியமாப் போயிரும்.. பணம் வரலைன்னா என் மச்சான் என்னை உயிரோட கொளுத்திடுவான். சொந்த மகனுக்கே என்ன அடி பாத்தியா... சரி கண்டெயினர் எப்போ ரெடியாகும்."

"ரெண்டு மணி நேரத்துல.. ஆந்திராவுல இருந்துதான் வரணும்.. நீங்க பணம் டிஸ்ட்ரிப்யூட் பண்ண பத்து ஆம்புலன்ஸ் ரெடி பண்ணிக்கங்க.. அதைத்தான் யாரும் நிறுத்த மாட்டாங்க."

"பண்ணிடலாம். வேற என்ன?"

"ஒண்ணுமில்லை, வருண் பத்தி ஏதும் செய்தி உண்டா?"

"அவன் எங்கேயோ அப்ஸ்காண்ட்.. இப்ப பிசாசு மாதிரி சுத்திட்டு இருக்கான். ஃபேஸ்புக்கு, வாட்ஸ் ஆப்லயே திரியறான். ஆனா சும்மா சொல்லக்கூடாது, அப்பனுக்குப் புள்ள தப்பாம பொறந்துருக்கான். எமப்பய."

ராபர்ட் எழுந்துகொண்டான். வருணைக் கண்டுபிடிப்பது அவனைப் பொருத்தவரையில் முக்கியமான வேலை. பரதனிடம் இருந்தும் செய்தியில்லை. இத்தனை வருட அனுபவத்தில் முதல் முறையாக அவனுக்கு பயம் வந்திருந்தது.

உச

தாயக்கரம் அல்லது தாயக் கட்டம் என்பது உண்மையில் ஒரு போர். யுத்த தந்திரங்களின் எளிமையாக்கப்பட்ட வடிவம். எதிரிகளைக் கொல்லும் விளையாட்டு. விரோதியின் எல்லைகளுக்குள் புகுந்து உயிருடன் மீண்டு திரும்பும் ஆட்டம். இதில் தொடர்ந்து வெல்ல திட்டமிடலும் மதியூகமும் அவசியம். கூடவே நிறைய அதிர்ஷ்டமும்.

வருண் கடந்த நாற்பத்தெட்டு மணி நேரமாக அந்த அறைக்குள்தான் இருக்கிறான். அவனுக்குத் தேவையான உணவை கயல்விழி ஏற்பாடு செய்திருந்தாள். அவளே சமையலறையில் இருந்து எடுத்துக் கொண்டு வந்து விடுவாள். சில நாட்கள் வெளியில் இருந்தும் வாங்கி வருவாள். அன்று மட்டன் சூப்பும் பிரியாணியும் அள்ளியது. வீட்டில் செய்தது என்றாள். அவன் விழித்திருந்து வேலை செய்யும்போது சில நேரம் அருகில் அமர்ந்திருப்பாள். சில நேரம் அவளுக்குச் சம்மந்தமில்லாததுபோல் படுத்து உறங்குவாள். வருண் தூங்குவதற்கு மூலையில் ஒரு சோபா இருந்தது. ஆனால் அவன் அரிதாகவே உறங்கினான்.

“என்னை மெனக்கெட்டு கவனிச்சுக்கறே... நான் மறுபடி ஆட்சிக்கு வரணும்னு இவ்வளவு ரிஸ்க் எடுத்து உதவி பண்றே.. ஆனா இது உங்க கட்சிக்கு ஒரு வாய்ப்பு இல்லையா? எங்க ஆட்சி கவுந்தா நீங்க வந்துடலாமே?”

“வருண்.. நீயா ரொம்ப கற்பனை பண்ணிக்காதே...நான் ஒண்ணும் சுயநலமில்லாம இதை செய்யலை. உடைச்சு சொல்லணும்னா எங்கப்பா உன் அப்பாவை வீழ்த்தணும்னு இத்தனை வருசமா போராடறார். ஆனா அசைக்க முடியலை. நம்ம நாட்டு மக்களோட

சினிமா மோகம் அப்படி. இப்போ உன் மூலமா அதுக்கு எங்களுக்கு ஒரு வாய்ப்பு கிடைச்சிருக்கு."

"அப்படி நான் ஜெயிக்கலைன்னா?"

"எங்களுக்கு எதுவும் நஷ்டம் ஆகப் போறதில்லை. உனக்குத்தான்"

"ஆக.. இதனோட முடிவு என்னவா இருந்தாலும் உங்களுக்கு நல்லதுதான். ஏதோ ஒரு எதிரி ஒழிஞ்ச மாதிரிதான்."

"கண்டிப்பா... அதுவுமில்லாம... உன்னை க்ளோஸா வாட்ச் பண்ணினா அடுத்த தடவை உன்னைத் தோக்கடிக்க எனக்குக் கொஞ்சம் ஈசியா இருக்குமில்லையா?"

வருண் அவளை ஒரு வினாடி ஆழமாகப் பார்த்தான்.

"அவ்வளவுதானா?" என்றான்.

"அவ்வளவுதான். நீ வேற என்ன நினைச்சே.. உன்கிட்டே மயங்கி நான் இதெல்லாம் செய்யறேன்னா?" என்றாள்.

வருணின் போன் அதிர்ந்தது. எடுத்துப் பேசினான்.

"பணம் இப்போ தமிழ்நாடு பார்டர்ல நுழையப் போகுதாம்"

"இதெல்லாம் உனக்கு எப்படித் தெரியுது?"

"வாங் ஏற்கனவே ஒரு ஸ்பை சாப்ட்வேரை ராபர்ட்டோட மொபைல்ல ஏத்தியிருந்தான். ராபர்ட் அதுக்கப்புறம் போனை மாத்திட்டான். ஆனா அந்த சாப்ட்வேர் அவனோட க்ளவுட் பேக்அப்ல போய் இருந்துச்சு. இப்போ மறுபடி அதை அவன் போன்ல டவுன்லோடு செஞ்சு ஆக்டிவேட் பண்ணிட்டோம். அவன் பேசறது, மெயில் அனுப்பறது எல்லாம் நமக்கு உடனுக்குடனே தெரியும். சரி நான் வார் ரூமுக்குப் போறேன்.. நீ லேப்டாப் கேமராவுக்குள்ள வந்துடாதே."

ஹேங்க் அவுட்டில் மொத்தக் குழுவும் இருந்தது. மகேந்திரன் அங்கே தலைமை வகித்தார்.

"பணம் தமிழ்நாட்டுக்குள்ள வந்தாச்சு. இப்ப என்ன திட்டம் வெச்சிருக்கோம்?"

"அந்த லாரியோட நம்பர் இருக்கா? அந்த நம்பரை உடனே வாட்ஸ்ஆப், ஃபேஸ்புக் எல்லாத்துலயும் சுத்த விடுவோம்."

அடுத்த பத்து நிமிடங்களில் இணையமெங்கும் செய்தி பரவியது. கண்டெயினரின் புகைப்படத்துடன். "400 கோடி ரூபாய் பணத்துடன்

பயணிக்கும் லாரி. மமுக எம்எல்ஏக்களுக்காக வந்ததா?"

லாரி ஒரு டோல்கேட்டைக் கடக்கும் வீடியோவும் சற்று நேரத்தில் வலையேறியது. அதன் பிறகு சரியாக இருபது நிமிடத்தில் ஒரு ஊரில் அந்த லாரி காவல் துறையால் வளைக்கப்பட்டது. அதில் பணம் இருப்பது உறுதியானதால் பாதுகாப்புக் கருதி அருகில் இருந்த கலெக்டர் அலுவலகத்துக்கு அழைத்துச் செல்லப்பட்டது.

தொலைக்காட்சி நிறுவனங்கள் கலெக்டர் அலுவலகம் நோக்கிப் படை எடுத்தன. ராமசாமி அடித்துப் பிடித்து வினோதன் வீட்டுக்கு ஓடினார்.

"மாப்ள.. விவகாரம் கை மீறிப் போகுது. அந்த லாரியை எப்படியாவது மீட்டாதான் எம்எல்ஏக்களுக்குப் பணம் தர முடியும்."

வினோதன் அந்தக் கலெக்டருக்கு போன் போட்டார். அவர் துடிப்பான இளைஞர். அவரிடம் வார் ரூமில் இருந்து ஏற்கனவே பேசிவிட்டார்கள்.

"சார் புரிஞ்சுக்கோங்க... இப்போ அந்த நம்பர் ஊரு முழுக்கத் தெரிஞ்சு போச்சு.. பெரிய செக்யூரிட்டி இல்லாம அந்த லாரியை அனுப்ப முடியாது. இல்லாட்டி வேற ஒரு லாரில எல்லாத்தையும் மாத்தி அனுப்பலாம். எதுவா இருந்தாலும் 24 மணி நேரம் ஆகும். இப்போ இங்கே கண்டெயினரைச் சுத்தி மீடியா அலை மோதுது. என்னால எதுவும் செய்ய முடியாது" என்று சொல்லிவிட்டார் அந்தக் கலெக்டர். ராமசாமியிடம் கூச்சலிட்டார் வினோதன்.

"அது போனாப் போகுதுய்யா... வேறே ஏதாவது சோர்ஸ் வெச்சு பணத்தை ஏற்பாடு பண்ண முடியாதா?" ராமசாமி எச்சில் விழுங்கினார்.

"அது வந்து... ராபர்ட் சொல்றான் நம்ம அக்கவுண்ட் எல்லாம் ஏதோ பிரச்னையாம்.. அதை என்னன்னு பாத்துட்டு இருக்காங்களாம். அது சரியாகற வரைக்கும் எதுவும் செய்ய முடியாதாம். இந்த நானூறு கோடியே கடனாத்தான் கொடுத்தான்."

வினோதன் அப்படியே கண்களை மூடிக் கொண்டார். சில வினாடிகள் யோசித்தார்.

"சரி கிளம்பு"

"எங்கே.."

"ரிசார்ட்டுக்குப் போவோம்.. நம்ம எம்எல்ஏக்கள், நான் சொன்னா கேப்பாங்க.. நானும் இன்னிக்கு நைட்டு அங்கேயே தங்கறேன்."

உளவுத்துறை ஐஜி தர்மராஜ் வினோதனுக்கு எதிரே வந்து நின்றார்.

"என்னய்யா நடக்குது? எங்கேயோ இருந்துக்கிட்டு ஆட்டம் காட்டிட்டு இருக்கான். இன்னும் கண்டுபிடிக்காம என்ன பண்றீங்க? கண்டெயினர் நம்பர்ல இருந்து சகலமும் அவங்களுக்கு எப்படித் தெரிஞ்சுது."

"சார்.. நான் விசாரிச்ச வரைக்கும் அவருக்கு ஒரு பெரிய குரூப்பே வேலை செய்யுது. இங்கே இருந்த வரைக்கும் அதை வார் ரூம்னு சொல்லுவாங்க.. இப்போ எங்கேயோ ஒரு இடத்துல அந்த வார் ரூம் இருக்கு.. சைபர் க்ரைம் மூலமா எக்ஸ்பர்ட்ஸ் வெச்சு அதை ட்ரேஸ் பண்ண முயற்சி பண்ணிட்டு இருக்கோம். இங்கே இருந்து வீடியோ லிங்க் எங்கே போச்சோ அந்த ஐபியை வெச்சுத் தேடிட்டு இருக்கோம். அவங்களைப் பிடிச்சு முடக்கிட்டா அவங்களோட சோஷியல் மீடியா ஆக்டிவிட்டீஸ் எல்லாம் தடுத்திடலாம் சார்."

"எல்லாம் சரிய்யா.. நாளைக்கு அசெம்பிளி.. அது வரைக்கும் பிடிச்சுக்கிட்டே இருப்பீங்களா?"

"இன்டர்நெட் சர்வீஸ் ப்ரொவைடர் கிட்டே இருந்து தகவல் வரணும். அதுல இருந்து அட்ரசைக் கண்டுபிடிக்கலாம் சார்."

அவரது செல்போன் ஒலித்தது.

"கிடைச்சிருச்சாம். ஒரு ஐபி ட்ரேஸ் பண்ணிட்டாங்க.. லோக்கல்ல இருக்கற ஃபைவ் ஸ்டார் ஓட்டல்லதான் அந்த குரூப் இருக்கணும். இன்னும் அரைமணி நேரத்துல பிடிச்சுடுவோம்."

தர்மராஜ் அவசரமாக வெளியே வந்தார். ஒரு போலீஸ் படையுடன் கிளம்பினார். அடுத்த அரைமணி நேரத்தில் அந்த ஐந்து நட்சத்திர ஓட்டல் சுற்றி வளைக்கப்பட்டது.

★★★

ராபர்ட் நான்காவது முறையாக மொசாக் பொன்சேகா அலுவலகத்தை அழைத்திருந்தான். அவனால் இதை நம்பமுடியவில்லை.

"மிஸ்டர் ராபர்ட்.. நீங்கள் எத்தனை முறை அழைத்தாலும் எங்கள்

பதில் இதுதான். நீங்கள் சொன்ன அத்தனை நிறுவனங்களின் ஓனர்ஷிப்பும் சமீபத்தில் மாற்றப்பட்டிருக்கிறது. அதற்கான சரியான ஆவணங்கள் கொடுக்கப்பட்டிருக்கின்றன."

"அதையெல்லாம் ஹேண்டில் பண்றதே நான்தான். எனக்குத் தெரியாமல் எப்படி மாற்ற முடியும்."

"நாங்களும் அதையேதான் சொல்கிறோம். எல்லாமே நீங்க செய்ததுதான். உங்கள் ஈமெயில் முகவரியில் இருந்துதான் வந்திருக்கின்றன. உங்கள் லாகின் பயன்படுத்தித்தான் ஆவணங்கள் பதிவு செய்யப்பட்டிருக்கின்றன. ஆஃப்ஷோர் டைரக்டரின் கையெழுத்தும் மிகச்சரியாக இருக்கிறது."

"இப்போ அது யார் பெயரில் மாறியிருக்கிறதுன்னு தெரிஞ்சுக்கலாமா?"

"நீங்கதானே எல்லா வேலையும் செஞ்சிருக்கீங்க.. நீங்களே பாத்துக்கங்க."

ராபர்ட்டுக்கு நெஞ்சு வலிப்பது போலிருந்தது. இருபதாயிரம் கோடி. தொலைஞ்சு போச்சுன்னு சொன்னா யாராவது நம்புவாங்களா? அவனுடைய கஸ்டமர்கள் அவனைக் கொலையே செய்துவிடுவார்கள்.

அவசர அவசரமாக லாகின் செய்து பார்த்தான். அத்தனை நிறுவனங்களுக்கும் பயனாளராக மாறியிருந்தது ஒரு சீனப்பெயர். அந்தப் பெயர் தாமஸ் வாங்.

நாட்டை விட்டு ஓட வேண்டிய நேரம் வந்துவிட்டதை உணர்ந்தான் ராபர்ட்.

★ ★ ★

தர்மராஜ் உத்தரவின் பேரில் காவல்துறை ஓட்டலுக்குள் தடாலடியாக நுழைந்தது. ஓட்டலில் இருந்த மெயின் சர்வரை அணுகி எந்த அறைக்கு அந்த இன்டர்நெட் ஐபி வழங்கப்பட்டிருக்கிறது என்று கண்டறிந்தார்கள். எலக்ட்ரானிக் பூட்டு நிர்வாகத்திடம் கேட்டுப் பெற்ற மாஸ்டர் அட்டையைக் காட்டியதும் திறந்து கொண்டது. உள்ளே தடதடவென்று நுழைந்த காவலர்கள் அங்கும் இங்கும் ஓடிவிட்டு கட்டிலைச் சூழ்ந்து நின்றார்கள். கட்டிலுக்கு நடுவே ஒரு லேப்டாப் அமர்ந்திருந்தது. அங்கே மனிதர்கள் யாருமில்லை. லேப்டாப் திரை உயிருடன் இருந்தது.

"ஹல்லோ சார்" என்றான் வருண் திரையில். தர்மராஜ் அதிர்ந்து

போய் பார்த்தார்.

"இந்த மாதிரி நிறைய ப்ராக்சி வெச்சிருக்கோம். அடுத்த ஓட்டல் ராஞ்சில போட்டிருக்கோம். அங்கே போனாலும் ஒரு லேப்டாப் மட்டும்தான் இருக்கும். எல்லாத்தையும் ரிமோட் டெஸ்க்டாப்லதான் ஓட்டிட்டு இருக்கோம். இப்படியே நூல் பிடிச்சுட்டு வாங்க. நிஜமான இடத்தைக் கண்டுபிடிக்க ஒரு சில வாரங்கள் ஆகலாம். ஆல் தி பெஸ்ட்."

திரை இருண்டது. இப்போது மட்டும் இல்லை தனக்கு எப்போதுமே ப்ரமோஷன் இருக்காது என்று நினைத்துக் கொண்டார் தர்மராஜ்.

★★★

வினோதன் ரிசார்ட்டுக்குள் நுழைந்த போது அவருடைய எம்எல்ஏக்கள் குதூகலமாகத்தான் வரவேற்றார்கள். ஆனால் இவருக்கு என்னவோ கொஞ்சம் சுதி குறைந்திருந்தது போலத் தோன்றியது. யாரைப் பார்த்தாலும் சந்தேகமாக இருந்தது.

அனைவரையும் அழைத்து வைத்து ஒரு மீட்டிங் ஹாலில் அமர வைத்து ஒரு எழுச்சிமிகு உரையாற்றினார். தனது தியாகம், சாவின் விளிம்புவரை சென்று வந்தது, சொந்த மகனென்றும் பாராமல் கட்சிதான் முக்கியமென்று அவனைத் தூக்கி எறிந்தது என்று உணர்ச்சி பொங்கப் பேசினார். கட்சி உடைந்தால் அடுத்த நிமிடமே தன் உயிர் போய்விடும் என்றார். திடீரென்று உடைந்து போய் அழுதார்.

"தலைவா... நீங்க கலங்காதீங்க. எங்க உயிரைக் கொடுத்தாவது இந்தக் கட்சியைக் காப்பாத்துவோம்." என்று கழுத்து நரம்பு புடைக்கக் கத்தினான் தாஸ்.

"ஆமாம் தலைவரே.. அழாதீங்க.."

சில எம்எல்ஏக்கள் துண்டால் கண்களைத் துடைத்துக் கொண்டார்கள்.

இப்போது வினோதனுக்கு நம்பிக்கை வந்திருந்தது. கண்ணீரைப் போல் மனிதர்களை இளக்கிவிடும் வஸ்து எதுவும் இல்லை.

"சரி.. அனைவரும் சென்று ஓய்வெடுங்கள்.. நாளை இந்த நாட்டைக் காக்கும் வேலை இருக்கிறது நமக்கு."

அபு தாஹிர் அவர்களுடன் மெல்ல எழுந்து தனது அறை

நோக்கி நடந்தார். ஆனால் வினோதன் அவரை மட்டும் தனியாக அழைத்தார்.

"யோவ் பாய் கொஞ்சம் நில்லுய்யா..." நின்றார்.

"பக்கத்துல வாய்யா..." என்றார் வினோதன். வந்தவுடன் அவர் கைகளைப் பிடித்துக் கொண்டார்.

"நேத்து ஏதோ டென்ஷன்ல பேசிட்டேன், அதெல்லாம் மனசுல வெச்சுக்காத என்ன.. நீயில்லாம நான் என்னிக்கு ஒரு காரியம் பண்ணியிருக்கேன். அதான் ரிசார்ட் முழுக்க உன் பொறுப்புலயே விட்டிருக்கேன். எல்லாம் சரியா இருக்கா.. முழுக்க முழுக்க நம்ம ஆளுங்க தானே. போய் நிம்மதியா தூங்கு."

"சரி தலைவரே..." என்றார் அபு தாஹிர். குரலில் அதே பழைய பணிவு.

ஆனால் அவருக்கு அன்றிரவு நிறைய வேலை இருந்தது. வருண் சொன்னது அவருக்கு நினைவிருந்தது.

"அந்த ரிசார்ட்ல எங்க டெக்னாலஜி எதுவும் வேலை செய்யாது. அங்கே எங்களால கம்ப்யூட்டர், மொபைல் வழியா வைரஸ் அனுப்ப முடியாது. நீங்கதான் அங்கே நாங்க அனுப்பப் போற வைரஸ். உங்களுக்கு சில பேப்பர்ஸ் தருவோம். அதை நீங்க எல்லா மந்திரிகள் கிட்டேயும் தரணும். அவங்ககிட்டே நீங்க என்ன சொல்லணும்ங்கறதையும் நாங்களே சொல்றோம்"

தன் அறைக்குச் சென்ற அபு தாஹிர் தனது ப்ரீஃப் கேசைத் திறந்து காகிதங்களை எடுத்துக் கொண்டார்.

மெல்ல எழுந்து வெளியே வந்து மந்திரிகளின் அறைக் கதவை ஒவ்வொன்றாக தட்டத் தொடங்கினார்.

★★★

மறுநாள் காலை பரபரப்பாக விடிந்தது. பத்திரிகைகள், செய்தி நிறுவனங்கள், சமூக வலைதளங்கள் பரபரத்தன. வருண் ஏற்கனவே வெளியிட்டிருந்த ஒரு வீடியோவில் சட்டமன்ற உறுப்பினர்களை மனசாட்சிப்படி முடிவெடுக்கும்படி வேண்டுகோள் வைத்திருந்தான். வரதராஜனின் விமமுக கட்சியும் வருணை ஆதரித்து வாக்களிப்பதாகக் கூறியிருந்தது.

வினோதன் வீட்டிற்குத் திரும்பிவிட்டார். அவருக்கு சட்டமன்றத்துக்குள் நுழைய வழியில்லை. ஆனால் அவருடைய

மந்திரிகள் எல்லாவற்றையும் பார்த்துக் கொள்வார்கள் என்ற நம்பிக்கை அவருக்கு இருந்தது. நேற்று இரவு முழுக்க உறக்கம் பிடிக்கவில்லை. காலையிலும் தூக்கம் வரவில்லை. இன்று தனது வெற்றியை காதாரக் கேட்டுவிட்டு உறங்கச் செல்லும் திட்டம் இருந்தது அவருக்கு. தாஸ் முதல்வராகிவிட்டால் மீண்டும் அதிகாரம் முழுமையும் அவரது கைக்கு வந்துவிடும். பிறகு முதல் வேலையாக அந்த கன்டெயினரை மீட்க வேண்டும். அந்தக் கலெக்டரை கைத்தறித் துறைக்கு மாற்ற வேண்டும்.

சட்டசபைக்கு வெளியே ஹைதராபாத் போலீஸ் தயார் நிலையில் இருந்தது. ஒருவேளை வருண் வந்தால் கைது செய்வதற்காக. ஆனால் அதற்கான அறிகுறியே இல்லை.

அவை தொடங்கியதும் முதல்வர் வருண் இல்லாமல் வாக்கெடுப்பு நடத்தக்கூடாது என்று பெரிய குழப்பம் எழுந்தது. விமமுக உறுப்பினர்களும் அதன் தலைவர் வரதராஜனும் அமளியை எழுப்பினார்கள். அவர்களை உடனே வெளியேற்றும்படி உத்தரவிட்டார் சபாநாயகர். காவலர்களால் தூக்கிவரப்பட்ட வரதராஜன் வெளியே வந்து பேட்டி கொடுத்தார். ஜனநாயகப் படுகொலை நடக்கிறது என்றார்.

அதன் பிறகு சபை அமைதியாகக் கூடியது. முதல்வர் வருண் மீதான நம்பிக்கை வாக்கெடுப்புக்கான தீர்மானத்தை அபு தாஹிர் முன் மொழிந்தார். அதன் மீது வாக்கெடுப்பு நடத்த முடிவானது. வார் ரூமில் அனைவரும் டிவியையே பார்த்தபடி நின்றார்கள். யாரும் உட்காரக் கூட இல்லை.

எம்எல்ஏக்கள் பொத்தான்களை அழுத்தி தங்கள் ஆதரவைத் தெரிவித்தார்கள். சற்று நேரத்தில் அவைச் செயலர் முடிவைக் கொண்டு வந்து சபாநாயகர் கையில் கொடுத்தார். அதை நம்ப முடியாமல் மீண்டும் ஒரு முறை பார்த்தார். பிறகு அவைத் தலைவரை அருகில் அழைத்துக் கேட்டார்.

"இது சரியான ரிசல்ட் தானே.. ஒண்ணும் தப்பில்லையே?"

"நானே நாலு தடவை சரி பாத்துட்டேன்."

பிறகு மெல்ல நிமிர்ந்து தொண்டையை செருமிக் கொண்டு முடிவை அறிவித்தார் சபாநாயகர்.

"முதலமைச்சர் வருணுக்கு ஆதரவாக 122 ஓட்டுகள் பதிவாகியுள்ளன. எதிராக 38 ஓட்டுகள் பதிவாகியுள்ளன. வருண் தனது பெரும்பான்மையை இந்த அவையில் நிரூபித்திருக்கிறார்."

செய்தி வெளியே வந்து டிவிக்கள் வழியாக ஒளிபரப்பானபோது வினோதனுக்கு உலகமே சுற்றுவது போலிருந்தது. இது எப்படி சாத்தியம்?

“முதலமைச்சர் வருண் வாழ்க!” என்ற கோஷங்கள் அவர் வீட்டுக்கு வெளியே கேட்க ஆரம்பித்திருந்தன. முதல் முறையாக தான் இன்னும் கோமாவில்தான் இருக்கிறோமோ? என்று அவருக்குத் தோன்றியது.

★★★

“டீம்.. நாம ஜெயிச்சுட்டோம்... வார் ரூம் இப்போதைக்கு மூடப்படுகிறது” என்றான் வருண் பெரிய புன்னகையுடன்.

“எல்லோரும் நல்லா இருந்து அங்கே சுத்திப் பாத்துட்டு வாங்க.. நாளைக்கு நிறைய வேலை இருக்கு.”

மகேந்திரன், வாங் மற்றும் குழுவினர் நான்கு நாட்களாக அடைந்து கிடந்த அந்தப் பெரிய ஆடம்பர கூட்டை விட்டு வெளியே வந்தார்கள். எம்எல்ஏக்கள் ஏற்கனவே கிளம்பிப் போயிருந்ததால் கடலோரம் இருந்த அந்த ரெயின்போ பீச் ரிசார்ட்டில் கடந்த மூன்று நாட்கள் அளவுக்கு பெரிய சத்தம் எதுவும் இல்லை. எம்எல்ஏக்கள் வருவதற்கு முன்பாகவே அவர்கள் வந்து தங்கி விட்டார்கள். அவர்கள் வரும்போது ரிசார்ட் அழகாகத்தான் இருந்தது. இப்போது மக்கள் பிரதிநிதிகள் வீசி எறிந்திருந்த குப்பைகளும் பியர் பாட்டில்களும் மலை போலக் குவிந்திருந்தன.

உலக வரலாற்றில் எதிரிகளின் கூடாரத்துக்கு நடுவில் அமைக்கப்பட்ட முதல் பாசறையாக அது இருக்கக்கூடும் என்று எண்ணிக் கொண்டார் மகேந்திரன். அவருக்கு உடனே சுவாதியைப் பார்க்க வேண்டும் போலிருந்தது.

★★★

உரு

விளையாட்டுகள் என்பவை வெறும் பொழுதுபோக்குகள் அல்ல. குழுவாக இயங்குதல், தொடர்ந்து போராடுதல். தோல்விகளை ஏற்கும் பக்குவம் பெறுதல், வெற்றியில் மயங்காதிருத்தல் என்று இந்த ஆட்டத்தில் புதைந்திருக்கும் பாடங்கள் ஏராளம். ஒரு போரை நிகழ்த்திவிட்டு அங்க ஊனமோ உயிரிழப்போ இல்லாமல் ஆட்டத்தின் முடிவில் எழுந்து போக முடிகிறது. போகவேண்டும். ஏனெனில் வெளியே நிஜமான போர் காத்திருக்கிறது.

வருண் அந்தக் கட்டிடத்தை நிமிர்ந்து பார்த்தான். அதன் தூண்கள் அத்தனை பெரிதாக இருக்க அவசியமில்லைதான். முப்பது படிகள் ஏறித்தான் அந்தத் தூணின் அடிப்பகுதியை அடையவேண்டும் என்ற தேவையும் இல்லை. மண்ணையும் கல்லையும் கொட்டி நிரப்பி அதன் அடித்தளத்தை உயர்த்தி இருந்தார்கள் ஆங்கிலேயர்கள். ஆங்காங்கே கீழிருந்து மேல் நோக்கி ஒளியை வீசிய விளக்குகள் அந்தக் கட்டிடத்துக்கு இன்னும் ஒரு வானளாவிய தோற்றத்தைத் தந்து கொண்டிருந்தன. அரசாங்கத்தின் கட்டிடங்கள் தேவையான அளவை விடப் பிரமாண்டமாக அமைந்திருப்பதன் உளவியலை அவன் இப்போது நன்றாகவே புரிந்து கொண்டுவிட்டான். அவற்றைப் பார்க்கும்போதே மக்களின் மனதில் அச்சம் ஏரவேண்டும், மரியாதையோடு பக்தியும் வர வேண்டும். உள்ளே அமர்ந்து ஆண்டு கொண்டிருப்பவர் ஒரு சாதாரண மனிதர் என்ற எண்ணமே அவர்களுக்கு வரக் கூடாது. சைரன்கள், காவலர்கள், துப்பாக்கிகள் இவற்றோடு இந்த பிரமாண்டமும் அவசியமாகி விடுகிறது. இது வரை அந்தக் கட்டிடத்தினுள் பலமுறை வந்து போயிருக்கிறான். ஆனால் இன்று அந்தக் கட்டிடம் தனது அதிகார மொழியில் தன்னோடு பேசுவதாக உணர்ந்தான்.

வெட்டாட்டம்

தன்னை அங்கே முதன் முதலில் கொண்டு வந்து சேர்த்தது விதியின் கரங்கள் என்றால் இன்று மீண்டும் சேர்த்திருந்தது அவனைச் சுற்றியிருந்தவர்களின் அன்புதான். மெல்ல அதன் கடைசிப் படியில் அமர்ந்தான். ஒரு முக்கால் டவுசரும் காலர் வைக்காத கருப்பு டிஷர்ட்டும் அணிந்து இருட்டிய பிறகு தலைமைச் செயலகத்தின் வாசல் படிகளில் தனியாக அமர்ந்த முதல் சிஎம் அவனாகத்தானிருக்க முடியும். அவன் அப்படி அமர்ந்திருந்ததற்குக் காரணம் இருந்தது. தங்குவதற்கு வீடில்லாத ஒரு முதலமைச்சராக அப்போது அவன் இருந்தான். டிவிக்கள் பரபரத்து அலறிய அந்த நாளை மீண்டும் ஒருமுறை ஓட்டிப் பார்த்தான்.

அன்று மதியம் நம்பிக்கை வாக்கெடுப்பில் வெற்றி என்று அறிவிக்கப்பட்ட பிறகு அவன் மனதில் மறுபடியும் ஒரு வெறுமை சூழ்ந்து கொண்டது. சரி ஜெயிச்சாச்சு, இப்ப என்ன என்று தோன்றியது. எல்லா ஆட்டங்களும் வெற்றி பெறுவதோடு நிறைவு பெற்றுவிடுவதில்லை. அந்த வெற்றியைத் தக்க வைக்கும் ஆட்டம் உடனே தொடங்கிவிடுகிறது. இந்தப் பதவியின் பின்னால் இப்படி ஓடுவோமென்று அவன் எப்போதும் நினைத்ததில்லை. கட்சி எம்எல்ஏக்களுக்கு வினோதன் தருவதாகச் சொன்ன பணம் போய் சேரவில்லை என்றாலும் அவர்கள் அனைவரும் அத்தனை எளிதாக தனது தந்தைக்கு எதிராக வாக்களிப்பார்கள் என்று அவன் நினைத்திருக்கவில்லை.

ரெயின்போ ரிசார்ட்டிலேயே பாசறை அமைக்கும் யோசனையைத் தந்தவர் மகேந்திரன்தான். வினோதன் தனக்கு சொந்தமான ஒரு இடத்தில்தான் எம்எல்ஏக்களை தங்க வைப்பார் என்று தெரியும். இப்போதைக்கு சட்டபூர்வமாக அந்த ஓட்டலுக்கு வாங் தான் முதலாளி என்பது அவருக்கு இன்னும் தெரிந்திருக்காது. எனவே இவர்கள் முன்பே சென்று அங்கு தங்கிவிட்டார்கள். வினோதனுக்கு ரிசார்ட் யோசனையைத் தரும் பொறுப்பை அபு தாஹிர் ஏற்றுக் கொண்டார். அதற்கு முன்பாகவே எல்லா அறைகளிலும் ஒட்டுக் கேட்கும் கருவிகளையும் கண்ணுக்குத் தெரியாத கேமராக்களையும் பொருத்திக் கொடுத்தார் நம்பியார். எம்எல்ஏக்கள் பேசுவது அத்தனையும் கேட்டார்கள். பதிவு செய்தார்கள். அவர்கள் மூன்று நாட்களில் அடித்த அத்தனை கூத்துகளும் வெளியிடப்பட்டால் அவை ஒரு சில மாதங்களுக்கு இணையத்தையும் டிவிக்களையும் பிசியாக வைத்துக் கொள்ளப் போதுமானவை.

திட்டப்படி அபு தாஹிர் ஒவ்வொரு மந்திரியாக சந்தித்து

அவர்களுக்கான காகிதங்களைக் கொடுத்தார். அவற்றில் சம்மந்தப்பட்ட மந்திரிகள் பனாமாவிலும் பிரிட்டிஷ் விர்ஜின் தீவுகளிலும் இன்ன பிற வெளிநாடுகளிலும் பதுக்கிய சொத்து விவரங்கள் இருந்தன. அது அவர்களுக்கு ஏற்கனவே தெரிந்ததுதான். ஆனால் தற்போது அவற்றில் எதுவும் அவர்கள் பெயரிலோ அவர்கள் பினாமி பெயரிலோ இல்லை என்பதுதான் புதிய செய்தி. அவை அனைத்தும் தாமஸ் வாங் என்ற பெயருக்கு மாறியிருந்தன. சில பேருக்கு அதிர்ச்சியில் ஒரு நொடி இதயமே நின்று விட்டது. வினோதனின் சொத்துகளும் மாறிவிட்டன என்று ஆதாரத்தைக் காட்டினார் அபு தாகிர். அத்தனையும் இப்போது வருண் கட்டுப்பாட்டில் இருப்பதை பேசிப் பேசிப் புரியவைத்தார். மீண்டும் தேர்தல் வந்தாலும் செலவு செய்யும் நிலையில் வினோதன் இல்லை. அவர்கள் இத்தனை காலம் சம்பாதித்த சொத்துகளும் அவர்கள் வசம் இல்லை. அவர்கள் உடனே ராபர்ட்டுக்கு போன் போட வேண்டும் என்றார்கள். ஜாம்மர்களை சில நிமிடங்கள் அணைத்து அதற்கும் வழி செய்து தந்தார் அபு தாஹிர். ராபர்ட் இதை எதிர்பார்த்திருக்கவில்லை. வினோதனின் சொத்தைத் தாண்டி மந்திரிகள் தலையிலும் வாங் கை வைத்திருப்பதை அவனே பிறகு உறுதி செய்தான்.

வருண் சொல்வது போல் செய்தால் மட்டுமே அவர்கள் தங்கள் இழந்த நிறுவனங்களைத் திரும்பப் பெறும் வாய்ப்பைப் பெறுவார்கள் என்றார் அபு தாஹிர். அடுத்த இரண்டு மணி நேரத்தில் ஒவ்வொருவரும் தங்கள் மாவட்ட எம்எல்ஏக்களிடம் சென்று கெஞ்சிக் கொண்டிருப்பதை வார் ரூமில் கேட்க முடிந்தது. இத்தனை ஆண்டு காலம் பட்டதெல்லாம் போய்விடும் என்ற பதைப்பு அவர்களிடம் இருந்தது. சொந்தப் பணத்தை இறக்கியும் எம்எல்ஏக்களை வளைக்கத் தொடங்கினார்கள் மந்திரிகள். வார் ரூமில் ஒவ்வொரு பெயராக டிக் அடித்தார்கள். மசியாத எம்எல்ஏக்கள் சிலருக்கு அவர்களின் அறையின் வீடியோ ஆடியோ பதிவுகள் போட்டுக் காட்டப்பட்டன. சில உண்மை வினோதன் பக்தர்கள் தொந்தரவு செய்யப்படவில்லை. தேவையான மெஜாரிட்டி வந்தால் போதுமானது.

இது வரை வினோதன் கூட அப்படி ஒரு அழுக்கான ஆட்டத்தை அரசியலில் ஆடி இருக்க வாய்ப்பில்லை என்று நினைத்துக் கொண்டான் வருண். மகேந்திரன் ஒரு வகையில் அதிர்ச்சியில் இருந்தார். அவருக்கு இந்த வழிமுறைகளில் உடன்பாடு இல்லை. ஆனால் இந்த ஆட்டம் காலம் காலமாக இப்படித்தான்

ஆடப்பட்டு வருகிறது. வேறு எப்படி விளையாடினாலும் வெற்றி சாத்தியமில்லை என்று வருணுக்குத் தெரிந்திருந்தது.

"நீ விட்டாலும் இந்தப் பதவி உன்னை அவ்வளவு சீக்கிரம் விடும்னு நான் நினைக்கலை" என்று சொன்ன ஷில்பா நினைவுக்கு வந்தாள். ஷில்பாவோடு அவள் தோழி சில்வியாவும் நினைவுக்கு வந்தாள். அத்தனை அழகான ஒருத்தி நிறைவேறாத கனவுகளோடு இறந்ததற்கு தானும் ஒரு காரணம் என்று நினைத்தபோது வலித்தது. அப்போது அவன் எதிரே மடிப்புக் கலையாத மஞ்சள் உடையில் அமர்ந்திருந்த கயலும் ஒரு காரணம். அவளுக்கு மட்டும் எப்போதும் அப்படித் திருத்தமாக இருப்பது எப்படியோ சாத்தியமாகிறது. அவளிடமிருந்து ஏதோ ஒரு நல்ல வாசனை இருந்து கொண்டே இருந்தது. மூன்று நாட்களாக எப்போதாவது குளித்தாலும் மாற்ற வழியில்லாத அதே உடையில் இருந்த தன்னை ஒப்பிட்டுக் கொண்டான் வருண். "சில்வியா பாவம்." என்றான் திடீரென்று.

"ஆமாம்"

"ஏதாவது செய்யணும்..." என்றான். அவளும் தலையசைத்தாள். கடல் போன்ற அவள் கண்களை சில வினாடிகள் தேவைக்கு அதிகமாகவே பார்த்தவன் பிறகு சுதாரித்துக் கொண்டு சொன்னான்.

"நான் கிளம்பற நேரம் வந்துடுச்சுன்னு நினைக்கிறேன். உனக்கு எவ்வளவு தேங்க்ஸ் சொல்றதுன்னு தெரியலை. நீ இல்லாம இதை சாதிச்சிருக்க முடியாது கயல். நிஜமாவே தேங்க்ஸ்." என்று இயல்பாக அவள் கைகளைப் பற்றிக் கொண்டான். ஒன்றாக இருந்த சில நாட்களில் அவர்களுக்குள் அப்படி ஒரு இயல்பான நெருக்கம் சாத்தியமாகி இருந்தது.

"இட்ஸ் ஓகே வருண். மறுபடி இப்படி சந்திப்போமான்னு தெரியலை. அப்படி ஒரு நிலைமை வராம இனிமேல் நீ பாத்துக்கோ. நமக்குள்ளே எதுவும் மாறிடலை. நாம இன்னும் எதிரிகள்தான்னு மறந்துடாதே. உன்னையும் உங்கப்பாவையும் திட்டி அரசியல் பண்ணிட்டு இருக்கேன். அதனால இந்த விஷயம் நம்ம ரெண்டு பேரைத் தவிர யாருக்கும் தெரியவேண்டாம். அதுதான் நீ எனக்கு செய்யற பெரிய நன்றியா இருக்கும்." என்றாள்.

அவள் தனது கைகளை விலக்கிக் கொள்ளவில்லை. ஆனால் ஒரு போராட்டத்தில் இருப்பதை அவள் முகம் காட்டியது. ஒரு பெருமூச்சுடன் நிமிர்ந்தாள்.

“அப்புறம்... சீக்கிரமா சுவாதிகிட்டே உன் காதலை சொல்லிடு.” என்றாள். கைகளை விலக்கி எழுந்தாள். நிலைக்கண்ணாடி முன்பு நின்றாள். லேசாகக் கலைந்திருந்த கண் மையை சரி செய்தாள்.

அதன் பிறகு அவனை மீண்டும் எப்படி வந்தானோ அப்படியே கல்யாண் மூலம் கொண்டு விட ஏற்பாடு செய்தாள். குப்பைக் கிடங்குக்கு பதிலாக தன்னை தலைமைச் செயலகத்துக்கு அருகில் விடச் சொல்லியிருந்தான் வருண். அவன் அப்பா இருக்கும் வரை மீண்டும் வீட்டுக்குச் செல்ல வாய்ப்பே இல்லை. மதிய நேர மொட்டை வெயிலில் வண்டியில் இருந்து இறங்கி அந்த சாலையில் சாதாரணமாக மெல்ல நடக்கத் தொடங்கினான். முதலில் யாரும் பொருட்படுத்தவில்லை. அதன் பிறகு ஓரிரு காவலர்கள் பொதுமக்கள் அவனை உற்றுப் பார்த்தார்கள். ஏதோ ஒரு காவலர் அவனை அடையாளம் கண்டு கொண்டார். வாக்கி டாக்கியை உசுப்பிப் பேசினார். விறுவிறுவென்று ஒரு பாதுகாப்புப் படை சூழ்ந்து கொண்டது. பத்திரமாக தலைமைச் செயலகத்தின் உள்ளே கொண்டு செல்லப்பட்டான். முதலமைச்சர் அறைக்குள் நுழைந்ததும் போன் ஒலித்தது. கவர்னர்தான் வாழ்த்துச் சொல்ல அழைத்திருந்தார். அவனுக்கு எதிராகப் போடப்பட்டிருந்த அரெஸ்ட் வாரண்ட்டை தனது அதிகாரத்தைப் பயன்படுத்தி ரத்து செய்துவிட்டதாக சொன்னார். அவருக்கு ஏது அதிகாரம். அவருடைய தலைமை மனதை மாற்றிக் கொண்டிருக்கலாம். ஆனாலும் அவருடைய உதவிக்கு நன்றி சொன்னான் வருண்.

அதன் பிறகு அரை மணி நேரத்தில் மொத்தப் பாசறையும் அங்கே வந்து சேர்ந்து விட்டது. மகேந்திரன் மட்டும் வரவில்லை. சுவாதியைப் பார்க்க மருத்துவமனை சென்றிருந்தார். அனைவரையும் தனித்தனியாக தனது அறைக்கு அழைத்து நன்றி சொல்லிக் கை குலுக்கினான் வருண். வாங்கை எதிரில் அமரச்சொன்னான். வாங் ஆர்வமாக எப்படி ஒவ்வொரு ஷெல் நிறுவனமாக தேடிக் கண்டுபிடித்து அதன் லோக்கல் பினாமி டைரக்டரின் கையெழுத்துடன் அவற்றைத் தனது பெயரில் மாற்றிக் கொண்டதை விளக்கினான். அதன் பிறகு சில பல சித்து வேலைகளால் மொசாக் பொன்சேகாவின் பைல்களை மாற்றிவைத்து ஈமெயில்களை முறையாக அனுப்பியது போல் அதன் சர்வர்களில் சேமித்ததை விளக்கினான். இதன் மூலம் இது ஒரு போர்ஜரி போலவே தெரியாது. அவர்களிடம் இருக்கும் ஆவணங்களின் படி வாங்தான் இறுதிப் பயனாளர். அவன் சிங்கப்பூர் குடிமகன் என்பதால் சட்டப்படி அவன் மீது இந்தியாவில்

கை வைப்பது அத்தனை எளிதல்ல. தன்னுடைய டிஜிட்டல் காலடிகளை அழித்துவிட்டு சில நாட்கள் தலைமறைவாகும் யோசனையில் இருப்பதாகச் சொன்னான் வாங்.

“மொசாக் பொன்சேகாவின் சர்வர்கள் மிகவும் டொக்கான பழைய டெக்னாலஜியில் ஓடிக் கொண்டிருந்தன. இத்தனை லட்சம் கோடி சொத்துக்களை நிர்வகிக்கும் அவர்கள் ஒரு நல்ல ஐடி நிறுவனத்திடம் அவர்கள் டேட்டாவைப் பாதுகாக்கும் பொறுப்பை கொடுத்திருக்கலாம். ஆனால் இது ரொம்ப சென்சிடிவ் என்பதால் யாரிடமும் கொடுக்காமல் மொக்கையான லோக்கல் ஆட்களை வைத்து நிர்வகித்திருக்கிறார்கள்.”

“இன்றைய தேதிக்கு நீ உலகத்தில் பெரிய பணக்காரர்கள் பட்டியலில் முதல் பத்து இடங்களில் இருப்பாய். இந்த ஏழையை மறந்துடாதே டூட்” என்றான் வருண்.

“ஓ அதுவா... அந்த நேரத்தில் என்னோட ஐடி ப்ரூஃப் மட்டும்தான் கைவசம் இருந்தது. என் பேருக்கு எல்லாத்தையும் மாத்திக்கிட்டேன். இப்போ அதெல்லாம் உன் பேருக்கு மாத்திடலாமா?” என்று சிரித்தான் வாங்.

“வேண்டாம். உன் பேரிலேயே இருக்கட்டும். அரசியல் நிறைய செலவு பிடிக்கற விஷயம் வாங். அடுத்த எலக்சன் வரும் வரைக்கும் இந்த மந்திரிகளை நம்ம கண்ட்ரோல்ல வெச்சுக்க வேண்டியிருக்கும். அப்புறம் அந்தப் பணத்தை என்ன செய்யறதுன்னு யோசிப்போம். நீ செஞ்சிருக்கற வேலைக்கு இங்கே இருந்தா உன்னை முடிச்சிடுவாங்க. மறுபடி சிங்கப்பூருக்கே போயிடு. அதான் உனக்கு பாதுகாப்பு. நான் வேணும்னா உன்னை இனிமேல் அங்கே வந்து பாக்கறேன்.”

அதன் பிறகு நம்பியாரைத் திரும்ப டிஜிபியாக ஆக்கும் உத்தரவைத் தயார் செய்யச்சொல்லி கையெழுத்திட்டான். வெளியே மீடியா கூட்டம் அதிகமாக இருப்பதாக வந்து சொன்னார் சந்தானராமன். அவனுக்கு இன்று யாரையும் சந்திக்கும் எண்ணம் இல்லை. மக்களுக்கும் கட்சிக்கும் நன்றி தெரிவித்து ஒரு சிறிய பிரஸ் ரிலீஸ் மட்டும் தந்துவிடும்படி சொன்னான்.

அடுத்து நர்மதா வந்திருந்தாள். வினோதன் மிகவும் உடைந்து போயிருப்பதாகச் சொன்னாள். தாஸ் அவருக்கு அருகில் இருந்து ஆறுதல் சொல்லிக் கொண்டிருந்தானாம்.

“இருக்கத்தான் செய்யும் நர்மதா. கட்சி, ஆட்சி, இத்தனை

நாட்கள் சம்பாதித்த சொத்து அத்தனையும் போய் கூடுதலா 400 கோடி கடனும் என்றால் அதிர்ச்சியாத்தான் இருக்கும். எனக்கு என்னைக் காப்பாத்திக்க வேற வழி தெரியலை.”

“ராமசாமி அங்கிள் வந்து வாயிலயும் வயித்துலயும் அடிச்சிட்டு அழறாரு. அம்மா கூட உம்மேல கொஞ்சம் கோபமா இருக்காங்கண்ணா.”

வருண் பெருமூச்சு விட்டான்.

“நீ என்ன நினைக்கறே?”

“நீ செஞ்சதுதான் சரிண்ணா... அவர்தான் முதல்ல உன்னை அடிச்சார். நீ திருப்பி அடிச்சுட்டே... என்ன கொஞ்சம் எழுந்திருக்க முடியாதபடி பலமான அடி.. ஆனா அவர் அப்படி எல்லாம் ஓஞ்சுட மாட்டார்ண்ணா... அடுத்த திட்டத்தைப் போட ஆரம்பிச்சிருப்பார்.” என்றாள். வருணுக்கும் அது தெரியும். இது போருக்கு முன்னே அமைதிதான்.

நர்மதா அமைதியாக இருந்தாள். “நீயில்லாம அங்கே இருக்க ஒரு மாதிரி இருக்கும்ணா.” என்றவள் கண்களில் நீர் திரண்டிருந்தது.

“லூசு.. எனக்கு அரசாங்கமே வீடு தரும்... ரெடியாக ரெண்டு மூணு நாள் ஆகும்னு சொல்லியிருக்காங்க. அது வரைக்கும் ஃபைவ் ஸ்டார் ஓட்டலில் கூட நான் தங்கலாம். அப்புறம் நீ எப்ப வேணா என் வீட்டுக்கு வரலாம். இல்லை காலி பண்ணிட்டு அங்கேயே கூட வந்துடு.”

“அங்கே வந்து மறுபடியும் உனக்கு அடிமை வேலை பாக்கவா.. ஒரு ஆணியும் புடுங்க வேண்டாம்... சன்டே மட்டும் வரேன்.”

“நிம்மதி. சுவாதி எப்படி இருக்கா?”

“நல்லா இருக்கா.. இன்னிக்கு டிஸ்சார்ஜ்.. மகேந்திரன் சார் வீட்டுக்கு கூட்டிட்டுப் போயிட்டார்.”

நர்மதாவும் சென்ற பிறகு முதல்வர் அறையில் நீண்ட நேரம் தனியாக அமர்ந்திருந்தான். மொபைல் போன் கையிலிருந்தாலும் யாருடனும் பேசத் தோன்றவில்லை. தான் கிளம்புவதாக உள்ளே வந்து சொல்லிவிட்டுச் சென்றார் சந்தானராமன். அப்போதுதான் மணி இரவு எட்டு என்று புரிந்தது. காலையில் கயல்விழியின் வீட்டில் சாப்பிட்டது. பசித்தது. எழுந்து வெளியில் வந்தான். தொடர முயன்ற காவலர்களைத் தடுத்து நிறுத்திவிட்டு தலைமைச் செயலகத்தை சுற்ற ஆரம்பித்தான். அப்படியே நடந்து அதன்

முகப்புக்கு வந்தவன் அதன் பிரமாண்டமான போர்டிகோவின் படிகளில் கடைசிப் படியில் அமர்ந்திருந்தான்.

சிறிது நேரத்தில் வெள்ளை ஜிப்பா ஜீன்ஸ் அணிந்த மகேந்திரன் வருவது தெரிந்தது. அவரைப் பார்த்தவுடன் எப்போதும் பரவும் ஒரு நம்பிக்கை வருண் மனதில் மீண்டும் பரவியது.

“கிளம்பு போகலாம்.” என்றார்.

“எங்கே?”

“என் வீட்டுக்கு.” என்றார்.

“வேண்டாம் சார். ஏற்கனவே என்கிட்டே நெருங்கியதால கிட்டத்தட்ட உங்க மகளையே இழந்திருப்பீங்க. மறுபடி நான் அங்கே வந்தா நல்லா இருக்காது. தவிர சுவாதிக்கும் என் மேல கோபம் இருக்கும். நான் வெளியே எங்கேயாவது தங்கிக்கறேன்.”

“வருண்.. பிலீவ் மீ... நான் என் சொந்த புத்தியில உன்னை என் வீட்டுல சேத்துக்கவே மாட்டேன்.. ஆனா ஃபார் எ சேஞ்ச்.. இப்போ கூப்பிடறது நானில்லை.. சுவாதிதான்.. நீ தங்க இடமில்லாம இருக்கேன்னு நர்மதா போன்ல சொன்னதுல இருந்து என்னை நச்சரிச்சு அனுப்பியிருக்கா.. ஒண்ணு உன்னைக் கூட்டிட்டுப் போகணும், இல்லைன்னா நானும் உன்கூட ஓட்டல்ல தங்கிக்கணும்... எப்படி வசதி... ஆனா ஐ ஹேவ் டூ வார்ன் யூ... அவளே சமைக்கப் போறதாவும் சொல்லியிருக்கா. என்னைக் கேட்டா ஓட்டல் போறது பெஸ்ட்னு சொல்லுவேன்.”

ஏதோ சொல்லி மறுப்பதற்கு மீண்டும் தொடங்கியபோது மகேந்திரனின் கைபேசி ஒலித்தது. எடுத்துப் பேசிவிட்டு அவனிடம் கொடுத்தார். சுவாதிதான்.

“மாமனார் கூப்பிடறார்ல. மரியாதையா கிளம்பி வா.” என்றாள் சுருக்கமாக. வருண் மறுபேச்சில்லாமல் எழுந்து கொண்டான்.

★★★

இரண்டு வாரங்களுக்குப் பிறகு,

வாங் சிங்கப்பூர் திரும்பியிருந்தான். பாதுகாப்பு கருதி தன்னுடைய அடையாளத்தை முழுக்க முழுக்க மாற்றியிருந்தான். அந்தப் பெயரை இப்போது நமக்குக் கூட அவன் சொல்லப்போவதில்லை. தாமஸ் வாங் என்ற பெயரை இணையத்தில் தேடினால் என்னவெல்லாம் கிடைத்ததோ அத்தனையையும் நீக்கியிருந்தான்.

அத்தனை பணத்தையும் பிட்காயின் வடிவில் மாற்றியிருந்தார்கள் அவனும் வருணும். இப்போதைக்கு எந்த நாட்டின் அரசாங்கமும் அதன் மீது கை வைக்க முடியாது. அது மக்களின் பணம் என்றும் அவர்களுக்கே சேர வேண்டும் என்றும் அடம் பிடித்தார் மகேந்திரன். அடுத்த தேர்தலுக்குப் பிறகு பார்க்கலாம் என்று அவரை அமைதிப்படுத்தியிருந்தார்கள்.

இப்போது வருண் ஒரு முக்கியமான வேலையை அவனுக்கு ஒப்படைத்திருந்தான். அது சில்வியாவுக்காக என்று சொல்லியிருந்தான்.

ஏற்கனவே ராபர்ட்டின் போன் மூலமாக ஏஜன்சி எப்படி இயங்குகிறது என்பதை வாங் தெரிந்து வைத்திருந்தான். ஏஜன்சியிடம் தொடர்பு கொள்ள ஒரு ப்ரொட்டோகால் உண்டு. வெகு சிலருக்கு மட்டுமே தெரிந்த ஒரு பாதுகாப்பான சேட் சேனலில் முதலில் கொல்லப்படவேண்டியவர் யாரென்று சொன்னால் அந்த மனிதரின் பாதுகாப்பு ப்ரோபைல் பொருத்து அதற்கான தொகையை சொல்லுவார்கள். அவர்கள் குறிப்பிடும் வங்கிக் கணக்கில் தொகையை டாலரில் செலுத்திவிட்டால் வேலை முடிந்த பிறகு செய்தித் துணுக்கின் இணைப்பை அல்லது புகைப்படங்களை அனுப்புவார்கள். வாங் இரண்டு இலக்குகள் தீர்க்கப்படவேண்டும் என்று சொல்லி அவர்கள் கேட்டதை விடக் கூடுதலாகவே பணம் தந்தான். அதன் பிறகு புகைப்படம் கேட்டார்கள். வாங் அனுப்பி வைத்தான்.

வாங் அனுப்பிய சில மணி நேரங்களில் திருவனந்தபுரத்தில் சுற்றிக் கொண்டிருந்த அப்போதைக்குப் பெயரில்லாத அவன் மொபைலில் அடுத்த வேலைக்கான செய்தி வந்தது. ராபர்ட்டும் சத்யானந்தாவும் அந்த மின்னஞ்சலில் அவன் இலக்குகளாக சிரித்தார்கள். வினோதன் பிழைத்துக் கொண்ட நிகழ்வில் இருந்து அவன் தன்னுடைய கொலைகளை மிகக் கொடூரமாக செய்பவனாக மாறியிருந்தான். சத்யானந்தாவின் ஆசிரமத்தை கூகுளில் தேடத் தொடங்கினான் ராஜீவ் என்ற பெயர் சூட்டப்பட்ட அவன்.

அதன் பிறகு தன்னுடைய ஃபைல் சர்வரைத் திறந்து பார்த்தான் வாங். ஒரு வினாடி அவன் கண்களை அவனாலேயே நம்பமுடியவில்லை. மொசாக் ஃபொன்சேகாவின் சர்வர்களில் அவன் விட்டு வந்திருந்த குட்டி மென்பொருள் அவர்கள் பைல்கள் மொத்தத்தையும் அங்கே கொண்டு வந்து கொட்டியிருந்தது. இத்தனை கலாட்டாவில் அவன் கிட்டத்தட்ட அதை மறந்தே

விட்டிருந்தான். அதாவது உலகம் முழுக்க இருந்த அவர்களுடைய வாடிக்கையாளர்களின் ஆவணங்கள் அத்தனையும். மொத்தம் 2.6 டெரா பைட் அளவு டேட்டா இருந்தது.

வருணை அழைத்தான். ஆவணங்களை ரிமோட்டில் காட்டினான்.

"நம்மால முடிஞ்சதை செய்வோம் வாங். லெட் அஸ் எக்ஸ்போஸ் தெம்" என்றான் வருண்.

இணையத்தில் தேடி Süddeutsche Zeitung என்ற ஜெர்மன் பத்திரிகையின் என்க்ரிப்டட் சேட் பகுதியைத் திறந்தான். அதன் நிருபர்கள் ஆன்லைனில் பதிலளிப்பார்கள். ஏற்கனவே சில சென்சிடிவ் தரவுகளை அவர்களிடம் தந்த அனுபவம் அவனுக்கு இருந்தது. ஜான் டோ என்ற அடையாளமற்றவர்களுக்கான பெயரில் சேட் செய்ய ஆரம்பித்தான்...

[John Doe]
Hello. This is John Doe.
Interested in Data?

சில நிமிடங்கள் பதிலில்லை. காத்திருந்தான். பிறகு சேட் மின்னியது.

[Süddeutsche Zeitung]
We're very interested.

[John Doe]
There are a couple of conditions. My life is in danger.
We will only chat over encrypted files.
No meeting, ever.
The choice of story is obviously up to you.

[Süddeutsche Zeitung]
Why are you doing this?

[John Doe]
I want to make these crimes public.

[Süddeutsche Zeitung]
How much data we are talking about?

[John Doe]

More than anything you have ever seen.

"த்தா சாவுங்கடா..." என்று தமிழில் முணுமுணுத்தபடி தனது சர்வரில் இருந்து தரவுகளை இறக்கும் இணைப்பைத் திறந்தான் வாங்.

(முற்றும்)

பின்குறிப்பு:

பனாமா ஆவணங்கள்

2015ம் ஆண்டின் ஏதோ ஒரு நாளில் Süddeutsche Zeitung (SZ) என்ற ஜெர்மனியைச் சேர்ந்த பத்திரிகைக்கு John Doe என்ற பெயரில் அடையாளம் தெரியாத ஒருவரிடம் இருந்து என்கிரிப்ட் செய்யப்பட்ட ஆவணங்கள் வந்தன. மொசாக் ஃபொன்சேகா என்ற பனாமாவைச் சேர்ந்த சட்ட நிறுவனத்தின் ரகசியமான ஆவணங்கள் அவை. அந்த நிறுவனத்தின் வேலை என்னவென்றால் சொந்தக்காரர் யாரென்று தெரியாத வகையில் மர்மமான வெளிநாட்டு நிறுவனங்களை உருவாக்கித் தருவதுதான். அந்த ஷெல் நிறுவனங்கள் தங்கள் முகம் தெரியாத முதலாளிகளின் அழுக்கான பக்கங்களை மறைக்க உதவும். கொஞ்சம் கொஞ்சமாக வந்த ஆவணங்களின் அளவு அதிகரித்துக் கொண்டே சென்றது. கடைசியாக அதன் மொத்த அளவு 2.6 டெராபைட் என்று ஆனபோதுதான் இதுவரை வெளிவந்த ரகசிய ஆவணங்களில் உலகின் மிகப் பெரிய கசிவாக இது உணரப்பட்டது. John Doe இதற்காக எந்தவிதமான பலனையும் எதிர்பார்க்கவில்லை. தனது அடையாளம் ரகசியமாக காக்கப்படவேண்டும் என்பதைத் தவிர. இதன் மூலம் கிடைத்த ஆவணங்கள் நாம் கனவிலும் நினைத்திராத ஒரு நிழல் உலகத்தை அப்பட்டமாக வெளிச்சம் போட்டுக் காட்டின. உலக அளவில் பெரிய வங்கிகள், சட்ட நிறுவனங்கள் அனைவரும் கைகோர்த்துக் கொண்டு உலகின் பெரிய பணக்காரர்களின் சொத்துகளை எப்படியெல்லாம் நிர்வகித்து வருகிறார்கள் என்பது பொதுமக்கள் அறிய வெளியே வந்தது. இந்தப் பட்டியலில் அரசியல்வாதிகள், ஊழல்வாதிகள், போதைமருந்து கடத்தல்காரர்கள், சினிமா நடிகர்கள் மற்றும் பிரபல விளையாட்டு வீரர்கள் என்று அனைவரும் அடக்கம்.

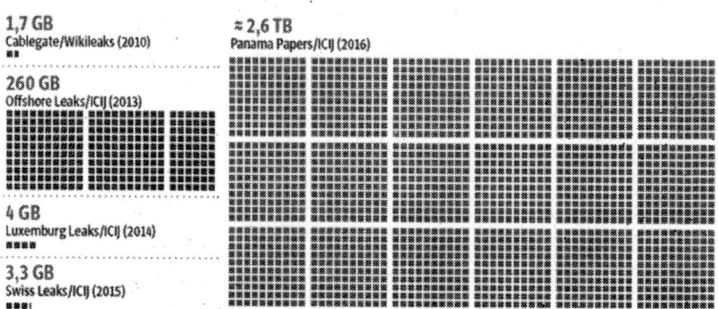

The scale of the leak
Volume of data compared to previous leaks

ஆவணங்கள்

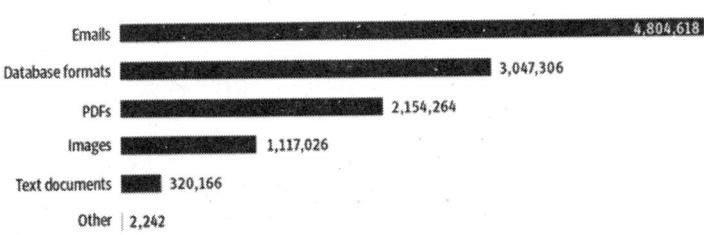

கிடைத்த தரவுகளில் மொத்தம் 1 கோடியே 15 லட்சம் ஆவணங்கள் இருந்தன. அதாவது மொசாக் ஃபொன்சேகாவின் 1970 முதல் 2016 வரையிலான இத்தனை ஆவணங்களையும் புலனாய்வு செய்வது ஒரு சிறிய பத்திரிகையால் சாத்தியமில்லை. எனவே அவர்கள் உலகெங்கும் உள்ள புலனாய்வுப் பத்திரிகையாளர்களின் அமைப்பான International Consortium of Investigative Journalists (ICIJ) உதவியை நாடினார்கள். பனாமா பேப்பர்ஸ் என்று அழைக்கப்பட்ட இந்த ப்ராஜக்ட் உலகத்திலேயே பெரிய புலனாய்வு ப்ராஜக்ட். 12 மாதங்கள், 400 பத்திரிகையாளர்கள், 80 நாடுகளைச் சேர்ந்த 100 ஊடக நிறுவனங்கள் இந்த ஆவணங்களை ஆராய அழைக்கப்பட்டார்கள். இந்தத் தரவுகளை ஆய்வதற்காகவே விசேட மென்பொருட்கள் பயன்படுத்தப்பட்டன. உலக அளவில் உள்ள பிரபலங்கள், அரசியல்வாதிகள், தொழிலதிபர்கள் பெயர் கொண்ட ஒரு டேட்டாபேஸ் உருவாக்கப்பட்டு அந்தப் பெயர்கள் இந்த ஆவணங்களின் எந்த மூலையிலாவது இருக்கின்றனவா என்று ஒப்பிட்டு தேடப்பட்டன.

மொத்தம் 2,14,000 ஷெல் நிறுவனங்களின் ஆவணங்கள் இருந்தன. இவற்றை ஆராய்ந்த பிறகு அரசுகள் 100க்கும் மேற்பட்ட ரெய்டுகளை நடத்தின. காமர்ஸ்பேங்க் எனப்படும் பெரிய வங்கியும் அதன் நிழல் வாடிக்கையாளர்களும் இதில் அடக்கம். சில வங்கிகள் 20 மில்லியன் யூரோவை அபராதமாக செலுத்த ஒப்புக்கொண்டன. இந்த ஆய்வு இன்றும் தொடர்ந்து நடைபெறுகிறது. பல வழக்குகளும் உலகெங்கும் தொடரப்பட்டு வருகின்றன. தேசங்கள் தங்கள் சட்டங்களைத் திருத்த ஆலோசித்து வருகின்றன.

140 அரசியல்வாதிகள், தலைவர்கள் பெயர்கள் இதுவரை இந்த ஆவணங்களில் தொடர்புடையதாக கண்டறியப்பட்டுள்ளன.

முக்கியமாக ஐஸ்லாந்து பிரதமர், பாகிஸ்தான் பிரதமர், உக்ரைன் பிரதமர், சவுதியின் அரசர் ஆகியோர் மக்களுக்கு பதில் சொல்ல வேண்டிய நிலைக்கு ஆளாகினர். ஐஸ்லாந்து பிரதமர் நெருக்கடி தாளாமல் தனது பதவியிலிருந்தே ராஜினாமா செய்தார். ரஷ்யாவின் அதிபர் புடினுக்கு நெருக்கமானவர்கள் இருவரின் பெயர்களும் அடிபட்டன. இந்த பனாமா ஆவணங்களின் கசிவு உலகெங்கும் மிகப்பெரிய அதிர்வு அலைகளை ஏற்படுத்தியது என்று உறுதியாக சொல்லலாம்.

2010ல் மட்டும் பத்தாயிரம் நிறுவனங்களை புதிதாக ஆரம்பித்து எட்டாயிரம் நிறுவனங்களை மூடி இருக்கிறது இந்த நிறுவனம். உலக வரைபடத்தில் வெற்றிலை எச்சில் தெரித்தது போல இருக்கும் குட்டி நாடான பிரிட்டிஷ் விர்ஜின் தீவுகளில் மட்டுமே மொசாக் ஃபொன்சேகா ஒரு லட்சத்துக்கும் மேலான ஷெல் நிறுவனங்களை ஆரம்பித்துக் கொடுத்துள்ளது. ஒரு கோவணத்தைப் போலிருக்கும் பனாமாவில் ஐம்பதாயிரம் கம்பெனிகள். மொசாக் ஃபொன்சேகா என்பது குட்டு உடைந்த ஒரே ஒரு நிறுவனம்தான். இதைப் போல இன்னும் பல நூறு நிறுவனங்கள் இருக்கிறன என்றால் இந்த சதியின் வலை உலக அளவில் எத்தனை பெரியது என்பதை உணரலாம். பனாமா ஆவணங்கள் அந்த சதி வலையை உடைக்கும் நேர்மையான சமுதாயத்தின் முயற்சியில் ஒரு பெரிய மைல்கல் என்று கருதப்படுகிறது.

இது தொடர்பாக மேலும் அறிந்து கொள்ள:

- *https://panamapapers.icij.org*
- *http://panamapapers.sueddeutsche.de/articles/56febff0a1bb8d3c3495adf4/*
- *https://en.wikipedia.org/wiki/List_of_people_named_in_the_Panama_Papers*
- *http://timesofindia.indiatimes.com/india/Panama-Papers-2000-Indian-links-in-fresh-ICIJ-leaks/articleshow/52206768.cms*
- *https://www.theguardian.com/news/2016/apr/03/what-you-need-to-know-about-the-panama-papers*
- *http://www.theregister.co.uk/2016/04/07/panama_papers_unpatched_wordpress_drupal/*

■

ஷான்

வெட்டாட்டம்